AF761563

തിരുവിതാംകൂർ ചരിത്രത്തിലെ ഒളിച്ചുവച്ച സത്യങ്ങൾ

thiruvithamkoor charithrathile olichuvacha sathyangal

•

s keshavan nair

•

first edition
october 2014

•

typesetting & published
chintha publishers, thiruvananthapuram

•

cover
vinod

•

Rights reserved

വിതരണം

ദേശാഭിമാനി ബുക്ക് ഹൗസ്

H O. തിരുവനന്തപുരം–695 035
phone: 0471-2303026, 6063026
www.chinthapublishers.com
chinthapublishers@gmail.com

ബ്രാഞ്ചുകൾ

ഹെഡ്ഡാഫീസ് ബ്രാഞ്ച് കുന്നുകുഴി • സ്റ്റാച്ച്യു തിരുവനന്തപുരം • കെ എസ് ആർ ടി സി ബസ് സ്റ്റേഷൻ ആലപ്പുഴ • കെ എസ് ആർ ടി സി ബസ് സ്റ്റേഷൻ എറണാകുളം • ചിറ്റൂർ റോഡ് എറണാകുളം • മച്ചിങ്ങൽ ലെയ്ൻ തൃശൂർ • ഐ ജി റോഡ് കോഴിക്കോട് • മാവൂർ റോഡ് കോഴിക്കോട് • എൻ ജി ഒ യൂണിയൻ ബിൽഡിങ് കണ്ണൂർ • സെൻട്രൽ ബസ് ടെർമിനൽ കോംപ്ലക്സ് താവക്കര കണ്ണൂർ

CO - 2115 / 3537

തിരുവിതാംകൂർ ചരിത്രത്തിലെ ഒളിച്ചുവച്ച സത്യങ്ങൾ

എസ് കേശവൻ നായർ

ചിന്ത പബ്ലിഷേഴ്സ്
തിരുവനന്തപുരം-695 035
വില : ₹ 130

എസ് കേശവൻ നായർ. ബി എസ് സി, എച്ച് ഡി സി

75 വയസ്സ്. നെയ്യാറ്റിൻകര അതിയന്നൂർ സ്വദേശി. മാതാപിതാക്കൾ: പരേതരായ ഭാഗീരഥി അമ്മയും ശങ്കരപ്പിള്ളയും. അദ്ധ്യാപകരായിരുന്നു.

1963 ൽ തൊഴിൽവകുപ്പിൽ ഗുമസ്തനായി സർക്കാർ സർവ്വീസിൽ പ്രവേശിച്ചു. സഹകരണ വകുപ്പിൽ ഇൻസ്പെക്ടറായും ഓഡിറ്ററായും പൊതുമരാമത്തുവകുപ്പിൽ ഡിവിഷണൽ അക്കൗണ്ടന്റായും ഫൈനാൻഷ്യൽ അക്കൗണ്ടന്റായും സേവനമനുഷ്ഠിച്ചിട്ടുണ്ട്. കാസർഗോഡ്, കോട്ടയം, കൊല്ലം കളക്ടറേറ്റുകളിൽ ഫൈനാൻസ് ഓഫീസറായിരുന്നു. 1994 ൽ ഫൈനാൻസ് ഓഫീസറായി തൊഴിൽ വകുപ്പിൽനിന്നും വിരമിച്ചു.

ഭാര്യ : എസ് രാധാദേവി (വീട്ടമ്മ)
മകൻ : അജിത് ശങ്കർ (എഞ്ചിനീയർ)
മകൾ : ആശാ രഞ്ജീവ് (വീട്ടമ്മ)
വിലാസം : അജന്ത, അതിയന്നൂർ
ആറാലുമ്മൂട് പി ഒ, തിരുവനന്തപുരം 695 123
ഫോൺ : 9446510587

ഉള്ളടക്കം

ആമുഖം

ശ്രീപത്മനാഭസ്വാമിക്ഷേത്രത്തിൽ അടുത്തകാലത്ത് കണ്ടെത്തിയ നിധിയെക്കുറിച്ചുള്ള സംവാദമാണ് ഈ പുസ്തകത്തിന്റെ അടിസ്ഥാനം. അമൂല്യമായ ഈ സമ്പത്തുകൾ തന്റെ പൂർവ്വികന്മാർ ശ്രീപത്മനാഭന് സമർപ്പണം നല്കിയതാണെന്നും അതിനാൽ അത് രാജകുടുംബത്തിന്റെ അധീനതയിലുള്ള ക്ഷേത്രട്രസ്റ്റിന് അവകാശപ്പെട്ടതാണെന്നുമാണ് ദിവംഗതനായ ശ്രീ. ഉത്രാടംതിരുനാൾ മാർത്താണ്ഡവർമ്മയുടെ അഭിപ്രായം. ഈ നിധി എങ്ങനെ രൂപംപ്രാപിച്ചു എന്നോ രാജാക്കന്മാർക്ക് ഇത്രയും സമർപ്പണം ചെയ്യാനുള്ള സ്രോതസ്സ് എന്താണെന്നോ ഉള്ള വസ്തുത അദ്ദേഹം വ്യക്തമാക്കിയിട്ടില്ല. കൂടാതെ തിരുവിതാംകൂർ എന്തുകൊണ്ടും ഭാഗ്യം ചെയ്ത രാജ്യമാണെന്നും അദ്ദേഹം അഭിമാനിക്കുന്നു. ഈ അവകാശവാദം ചരിത്രരേഖകൾക്ക് കടകവിരുദ്ധമാണ്. 1855 വരെ അടിമവ്യവസ്ഥ നിർദ്ദയമായി, ഇവിടെ നിലനിർത്തിയിരുന്നു. 1936 വരെ അസ്പൃശ്യരെ ക്ഷേത്രങ്ങളിൽ പ്രവേശിപ്പിച്ചിരുന്നില്ല. തിരുവനന്തപുരത്ത് കോട്ടയ്ക്കകത്തുപോലും അവർക്ക് പ്രവേശനം അനുവദിച്ചിരുന്നില്ല.

ക്ഷേത്രപ്രവേശനാനുവാദം ശ്രീ. ചിത്തിരതിരുനാൾ ആത്മപ്രചോദിതമായി ഒരു ഇംഗിതം പ്രാവർത്തികമാക്കിയതാണെന്നും ബാഹ്യപ്രേരണകളൊന്നും കൂടാതെ തന്നെ നടപ്പാക്കിയതാണെന്നും ഉള്ള അവകാശവാദം അദ്ദേഹത്തിന്റെ നൂറാം ജന്മദിനത്തോടനുബന്ധിച്ച് 2012 നവംബറിലെ പല പത്രങ്ങളിലും പ്രത്യക്ഷപ്പെട്ടു. അതിനെ സംബന്ധിക്കുന്ന ചരിത്രവസ്തുതകൾ ഈ പുസ്തകത്തിന്റെ ഒന്നാം അദ്ധ്യായമായി 'ക്ഷേത്രപ്രവേശനവിളംബരത്തിന്റെ പിന്നാമ്പുറങ്ങൾ' എന്ന പേരിൽ ഉൾക്കൊള്ളിച്ചിരിക്കുന്നു.

രാജാരവിവർമ്മ, ഡോ. പൽപ്പു, അദ്ദേഹത്തിന്റെ മൂത്ത സഹോദരൻ റാവുബഹദൂർ, ശ്രീ. പി വേലായുധൻ, ബാരിസ്റ്റർ ജി പി പിള്ള, സ്വദേ

ശാഭിമാനി ശ്രീ. രാമകൃഷ്ണപിള്ള എന്നിവർക്ക് രാജഭരണത്തിൻ കീഴിൽ അനുഭവിക്കേണ്ടി വന്ന യാതനകൾ രണ്ടു മുതൽ അഞ്ചു വരെ അദ്ധ്യായങ്ങളിൽ ചുരുക്കി പ്രതിപാദിച്ചിരിക്കുന്നു.

ഭരണരംഗത്ത് നേതൃനിരയിൽ വിദേശികളെ നിയമിക്കുന്നതിനാണ് രാജാക്കന്മാർ ഉത്സാഹം കാണിച്ചിരുന്നത്. റാണി ഗൗരിലക്ഷ്മീഭായിയുടെ ഭരണാരംഭകാലമായ ക്രി പി 1810 മുതൽ, 1947 ലെ സ്വാതന്ത്ര്യപ്രാപ്തി വരെയുള്ള 137 വർഷത്തെ ഭരണത്തിൽ രാജാക്കന്മാർ 25 വിദേശികളെ ദിവാന്മാരാക്കിയെങ്കിലും 8 തിരുവിതാംകൂർകാർക്കു മാത്രമാണ് ദിവാൻപദത്തിൽ കുറച്ചുകാലത്തേക്കെങ്കിലും സേവിക്കുവാൻ അവസരം നല്കിയത്. അപ്പീൽകോടതി തുടങ്ങിയ ഭരണകൂടത്തിലെ ഉന്നതസ്ഥാനം അധികവും വിദേശികളുടെ കൈയിലായിരുന്നു. ശ്രീപത്മനാഭന്റെ സേവനത്തിലും ഈ പ്രതിഭാസം ശക്തമായി വേരൂന്നിയിരുന്നു. ഭരണരംഗത്തെ ആധിപത്യം തമിഴ്നാട്ടുകാർക്കായിരുന്നെങ്കിൽ ശ്രീപത്മനാഭസ്വാമി ക്ഷേത്രത്തിലെ ഉന്നത പദവികൾ കാസർഗോഡ് ചന്ദ്രഗിരിപ്പുഴയുടെ ഇക്കരദേശക്കാർക്കും അക്കരദേശക്കാർക്കും അവകാശപ്പെട്ടതായിരുന്നു. ദേവപ്രശ്നം നടത്തുന്ന ജ്യോതിഷികളും അവിടത്തുകാർ തന്നെ. അടുത്ത രണ്ട് അദ്ധ്യായങ്ങളിൽ ഇക്കാര്യങ്ങൾ അനാവരണം ചെയ്യുന്നു.

മരുമക്കത്തായ സമ്പ്രദായത്തിന്റെ അനഭിലഷണീയമായ അനന്തരഫലമാണ് അവകാശികളില്ലാത്ത അവസ്ഥ ഉണ്ടാക്കുന്നത്. ഭരണാധികാരികളായി അനന്തരാവകാശികൾ ഇല്ലാതെ വരുന്ന അവസ്ഥ തരണം ചെയ്യുന്നതിന് തിരുവിതാംകൂർ രാജകുടുംബത്തിൽ ദത്തെടുക്കേണ്ടി വന്ന ഇരുപത്തിയൊന്നു പേരുടെ പട്ടിക അടുത്ത അദ്ധ്യായത്തിൽ ചേർത്തിട്ടുണ്ട്.

തിരുവിതാംകൂറിൽ മൂന്നുതരം ഖജനാവുകൾ ഉണ്ടായിരുന്നു. സർക്കാർ നികുതി തുടങ്ങിയ സർക്കാറിന്റെ വരവുചെലവിന് സർക്കാർ ഖജനാവും, ശ്രീപത്മനാഭസ്വാമിക്ഷേത്രത്തിന്റെ വസ്തു(മേല്ക്കങ്ങാണം)ക്കളിൽനിന്നുമുള്ള വരവുകൾക്കും ചെലവുകൾക്കും ദേവസ്വം ഖജനാവും, കൊട്ടാരംവക കണ്ടുകൃഷി വസ്തുക്കളുടെ നികുതികൾക്കും ചെലവുകൾക്കും കൊട്ടാരം ഖജനാവുമായിരുന്നു അവ. എന്നിരുന്നാലും സർക്കാർ ഖജനാവിലെ നീക്കിയിരുപ്പ് കൊട്ടാരം ഖജനാവിലേക്ക് മാറ്റുക സാധാരണമായിരുന്നു. രാജാക്കന്മാർ ധാരാളം സംഭാവനകളും പിഴകളും ക്ഷേത്രത്തിലേക്ക് നല്കിയിരുന്നു. കുരുമുളക് തുടങ്ങിയ സുഗന്ധവ്യഞ്ജനങ്ങൾക്ക് സർക്കാർ കുത്തകസംഭരണം നടത്തിയിരുന്നു. കാർഷികവൃത്തിതന്നെ സർക്കാറിന്റെ ദുർനയത്താൽ കർഷകർക്ക് ഭാരമായി മാറി. തുടർന്ന് അഞ്ച് അദ്ധ്യായങ്ങളിൽ ഇക്കാര്യങ്ങൾ ചർച്ച ചെയ്യുന്നു.

ക്ഷേത്രനിധി പരിശോധിച്ച് കണക്ക് സൂക്ഷിക്കുവാൻ അഡ്വ. സുന്ദർരാജന്റെ അപേക്ഷയിന്മേൽ സുപ്രീംകോടതി പുറപ്പെടുവിച്ച ഉത്തരവും അതിനെ മറികടക്കാൻ നടത്തിയ ദേവപ്രശ്നവും ഇതിൽ പരാമർശവിഷയമാക്കിയിട്ടുണ്ട്. *ശ്രീപത്മനാഭസ്വാമിക്ഷേത്രം, തൃപ്പടിദാനം*

എന്നീ പുസ്തകങ്ങളിലെ ചില ഭാഗങ്ങളെ സാന്ദർഭികമായി വിലയിരുത്തിയിട്ടുണ്ട്. ഭൗതിക ആഡംബരവസ്തുക്കളായ സ്വർണ്ണം, വെള്ളി, രത്നങ്ങൾ എന്നിവ അവയുടെ കാരണഭൂതനായ ഭഗവാനുവേണ്ടി അനന്തരകാലത്തേക്ക് കരുതിവയ്ക്കുന്നെന്ന വാദത്തിലെ അസാംഗത്യം തൊഴിൽരഹിതരെയും സാമാന്യജനങ്ങളെയും കബളിപ്പിക്കുവാൻ മാത്രമാണെന്ന് തുറന്നുകാണിക്കുവാൻ മറ്റദ്ധ്യായങ്ങളിൽ ശ്രമിച്ചിട്ടുണ്ട്.

തിരുവിതാംകൂറിന്റെ ഉല്പത്തി മുതലുള്ള ചരിത്രത്തിൽ വെളിച്ചം വീശുന്ന ലളിതസുന്ദരമായ അവതാരിക എഴുതിയും ഗ്രന്ഥരചനയിൽ എനിക്ക് ആവശ്യമായ മാർഗ്ഗനിർദ്ദേശങ്ങൾ തന്നും സഹായിച്ച ഗുരുതുല്യനായ റിട്ട. പ്രൊഫ. ജെ രാഘവൻ നാടാർ അവർകളോട് എനിക്ക് വളരെ കടപ്പാടുണ്ട്. അദ്ദേഹത്തിന് ഞാൻ നിസ്സീമമായ കൃതജ്ഞത രേഖപ്പെടുത്തുന്നു.

അമ്പതു വർഷത്തോളം അടുത്ത മിത്രവും ഒരു ജ്യേഷ്ഠ സഹോദരനെപ്പോലെ ഉപദേശങ്ങൾ തന്നിരുന്നതുമായ റിട്ട.ജോയിന്റ് ലേബർ കമ്മീഷണറും ദീർഘകാലം ചിന്തപബ്ലിഷേഴ്സ് മാനേജരുമായിരുന്ന ശ്രീ. വി സോമനാഥൻ അവർകളാണ് എനിക്ക് ഈ ഗ്രന്ഥം രചിക്കുവാൻ പ്രചോദനവും പ്രോത്സാഹനവും തന്നത്. അദ്ദേഹത്തിനും ഗ്രന്ഥരചനാവേളയിൽ പല നിർദ്ദേശങ്ങളും ഉപദേശങ്ങളും തന്നു സഹായിച്ച ഇക്കണോമിക്സ് ആൻഡ് സ്റ്റാറ്റിസ്റ്റിക്സ് വകുപ്പ് അസിസ്റ്റന്റ് ഡയറക്ടറായിരുന്ന ശ്രീ. നാരായണപിള്ള അവർകൾക്കും സ്നേഹനിർഭരമായ നന്ദി രേഖപ്പെടുത്തുന്നു.

ഈ പുസ്തകത്തിന് സാഹിത്യമൂല്യമുണ്ടെന്ന അവകാശവാദമില്ല. സാഹിത്യസമ്പുഷ്ടമാക്കാൻ യോജിച്ച വിഷയങ്ങളും ഇതിൽ ഉൾക്കൊള്ളുന്നില്ല.

ഈ ഗ്രന്ഥത്തിൽ തെറ്റുകളും വ്യാഖ്യാനപ്പിശകുകളും കടന്നു കൂടിയിട്ടുണ്ടാകാം. അവയുണ്ടെങ്കിൽ ചൂണ്ടിക്കാണിക്കുന്നതും അതോടൊപ്പം വിമർശനാത്മകങ്ങളായ പരാമർശങ്ങളും നിർദ്ദേശങ്ങളും സ്വാഗതം ചെയ്തുകൊണ്ട് ഈ ഗ്രന്ഥം പൊതുജനസമക്ഷം സവിനയം സമർപ്പിക്കുന്നു.

അതിയന്നൂർ

എസ് കേശവൻ നായർ

അവതാരിക

ഭാരതത്തിന്റെ തെക്കേയറ്റത്ത് കേരളസംസ്ഥാന രൂപീകരണത്തിന് മുമ്പ് സംയോജിത തിരു-കൊച്ചി സംസ്ഥാനത്തിന്റെ ഒരു ഭാഗമായിരുന്നു തിരുവിതാംകൂർ രാജ്യം. ഇതിന്റെ പ്രാചീന ചരിത്രം, ഭൂവിസ്തൃതി, സംസ്കാരം, ഭരണസംവിധാനം മുതലായവ ചരിത്രവസ്തുതകളുടെ അഭാവത്താൽ സമഗ്രാന്വേഷണം നടത്തി നിഗമനങ്ങളിൽ എത്തിച്ചേരുക ദുഷ്കരമാണ്.

തിരുവിതാംകൂറിലെ ആദിമ ഭരണസമ്പ്രദായം ഗോത്രവർഗ്ഗ സംസ്കാരവുമായി ബന്ധപ്പെട്ടതാണെന്ന് അനുമാനിക്കപ്പെടുന്നു. വേണാട്ടിൽ പ്രചരിച്ചിരുന്ന നാടോടിക്കഥയിലെ കുറവ ഭരണവും അതിന്റെ അധഃപതനത്തിന് കാരണമായ വൈശ്യരുടെ വരവും ഇതിന് നിദാനമാണ്. വിഴിഞ്ഞം കേന്ദ്രമാക്കി ഭരിച്ചിരുന്ന ആയ് രാജവംശം ആയിരുന്നു അറിയപ്പെടുന്ന ആദ്യകാല രാജാക്കന്മാർ. ഇവർ യാദവ വംശത്തിൽപ്പെട്ടവരായിരുന്നു. ഇവരുടെ കുലദൈവം വിഷ്ണുവിന്റെ അവതാരവുമായി ബന്ധപ്പെട്ടതായിരുന്നു. ഇവർക്ക് ദക്ഷിണേന്ത്യയിലെ പ്രബലരാജവംശങ്ങളായ പാണ്ഡ്യ-ചേര-ചോള രാജാക്കന്മാരുമായി ബന്ധമുള്ളതായി കാണുന്നില്ല. ഉത്തരേന്ത്യയിൽ ബുദ്ധ-ജൈനമത വളർച്ചയുടെ കാലഘട്ടത്തിൽ ദക്ഷിണേന്ത്യയിലേക്ക് കുടിയേറിയ യദുകുലവംശജരായിരിക്കുവാൻ സാദ്ധ്യത കൂടുതലായി കാണുന്നു.

ആയ് വംശത്തിന്റെ അധഃപതനത്തിന് ശേഷം ശക്തി പ്രാപിച്ചത് ചേരവംശമായിരുന്നു. ഇവർ ഒരുകാലത്ത് ദക്ഷിണേന്ത്യ മുഴുവൻ ഭരിച്ചിരുന്നു. വംശക്ഷയത്തിന്റെ ഫലമായി ചെറിയ നാട്ടുരാജ്യങ്ങൾ ഉദയം ചെയ്തു. ചേരരാജകുടുംബം, വേണാട്, തിരുവിതാംകോട്, തൃപ്പാപ്പൂർ, ചേറായി, ദേശിങ്ങനാട് എന്നീ സ്ഥലങ്ങളിൽ താമസിക്കുകയും ആ പേരുകളിൽ അറിയപ്പെടുകയും ചെയ്തു. ഈ അഞ്ചു സ്വരൂപങ്ങളും രാജപ

ദവി സ്വീകരിക്കുമ്പോൾ വേണാട്, തിരുവിതാംകൂർ അല്ലെങ്കിൽ തൃപ്പാപ്പൂർ എന്ന സ്ഥാനം ഉപയോഗിച്ചിരുന്നതായി കാണാം. അവസാനം തിരുവിതാംകൂർ എന്ന പേരിൽ മാത്രം അറിയപ്പെട്ടു.

വേണാടിന്റെ ആസ്ഥാനം തിരുവട്ടാർ ആയിരുന്നു. രാജകുലദൈവം വിഷ്ണുവിന്റെ അവതാരവുമായി ബന്ധപ്പെട്ട ആദികേശവപെരുമാളായിരുന്നു. ക്ഷേത്രകാര്യങ്ങളും സിംഹാസന സംബന്ധമായ കാര്യങ്ങളും പരസ്പരം ബന്ധപ്പെട്ടു കിടന്നിരുന്നു. അതായത് ആദ്ധ്യാത്മികതയും ഭൗതികതയും ലയിച്ചുചേർന്ന ഭരണസംവിധാനം.

പാണ്ഡ്യന്മാരുടെ ആക്രമണകാലത്ത് തിരുവിതാംകൂർ ഒരു ചെറിയ നാട്ടുരാജ്യമായി തീർന്നു. തലസ്ഥാനം തിരുവിതാംകോടിൽനിന്നും തക്കലയ്ക്കടുത്തുള്ള ശ്രീവർദ്ധനപുരം എന്നറിയപ്പെട്ടിരുന്ന പത്മനാഭപുരത്തേക്ക് മാറ്റി. രാജ്യാതിർത്തി വടക്ക് ഇടവായ്ക്കും വർക്കലയ്ക്കും മദ്ധ്യേയും തെക്ക് ഉദയഗിരിയുടെ വടക്കുഭാഗത്തുള്ള ഇരട്ടമലവരെയും ആയിരുന്നു. രാജാക്കന്മാർ പൊതുവെ ശാന്തസ്വഭാവക്കാരും സമാധാനകാംക്ഷികളും ആയിരുന്നു. ജനങ്ങൾ രാജാക്കന്മാരെ ദൈവതുല്യരായി കണക്കാക്കിയിരുന്നു. മരുമക്കത്തായ സമ്പ്രദായത്തിലുള്ള ഭരണസംവിധാനം നിലനിന്നിരുന്നു. മദ്ധ്യകാല തിരുവിതാംകൂർ ചരിത്രം രാജകുടുംബത്തിലേക്ക് അംഗങ്ങളെ ദത്തെടുക്കുക, തലസ്ഥാനം പല സ്ഥലങ്ങളിലേക്കു മാറ്റുക, എട്ടരയോഗത്തിന്റെ ദേവസ്വം ദുർഭരണം, എട്ടുവീട്ടുപിള്ളമാരുടെ കുതന്ത്രങ്ങൾ, പ്രഭുക്കന്മാരുടെയും മാടമ്പിമാരുടെയും ജനദ്രോഹപ്രവർത്തനങ്ങൾ എന്നിവകളാലും, ഇവയ്ക്ക് മൗനസമ്മതം നല്കിയ രാജാക്കന്മാരുടെ പ്രവർത്തനങ്ങളാലും ആവരണം ചെയ്യപ്പെട്ടിരിക്കുന്നു.

ആധുനിക തിരുവിതാംകൂർ ചരിത്രം ക്രി വ 1729 ൽ വീരമാർത്താണ്ഡവർമ്മയുടെ സിംഹാസനാരോഹണം മുതൽ ആരംഭിക്കുന്നു. അദ്ദേഹം ക്ഷയിച്ചുകൊണ്ടിരുന്ന സാമ്പത്തിക സ്ഥിതി മെച്ചപ്പെടുത്തുകയും, ഉദ്യോഗസ്ഥസംവിധാനം അഴിച്ചുപണിയുകയും, മാതുലനായ രാമവർമ്മ രാജാവിന്റെ മക്കളിൽനിന്നുള്ള ആഭ്യന്തരകലാപങ്ങൾ അമർച്ച ചെയ്യുകയും, എട്ടുവീട്ടിൽപിള്ളമാരുടെ കുതന്ത്രങ്ങൾക്ക് അറുതിവരുത്തി വംശനാശം നടത്തുകയും, സൈന്യത്തിന്റെ ഘടന ആധുനിക രീതിയിലേക്ക് മാറ്റുകയും ചെയ്തു. ചാരന്മാരെ രാജ്യത്തിന്റെ വിവിധ ഭാഗങ്ങളിലായി വിന്യസിച്ച് ജനങ്ങളുടെയും നാട്ടുപ്രമാണിമാരുടെയും ചലനങ്ങൾ ഭരണകൂടത്തെ അറിയിക്കാനുള്ള സംവിധാനം സുശക്തമാക്കി. വിദേശശക്തികളുടെ പ്രവർത്തനങ്ങളെ ശക്തിയും ബുദ്ധിയുംകൊണ്ട് നേരിടുകയും, ചെറിയ നാട്ടുരാജ്യങ്ങളെ കീഴടക്കിയും രാജ്യവിസ്തൃതി കൂട്ടി. അങ്ങനെ കായംകുളം, അമ്പലപ്പുഴ, തെക്കുംകൂർ, വടക്കുംകൂർ, മാവേലിക്കര, പറവൂർ, ചെങ്കോട്ട, വള്ളിയൂർ, തിരുനെൽവേലിക്കു സമീപം ഉണ്ടായിരുന്ന ഇളയിടത്തുസ്വരൂപം വരെയുള്ള പ്രദേശം തിരുവിതാംകൂറിന്റെ ഭാഗമായി. ഭരണസൗകര്യാർത്ഥം തലസ്ഥാനം പത്മനാഭപുരത്തുനിന്ന് തിരുവനന്തപുരത്തേക്ക് മാറ്റി.

വീരമാർത്താണ്ഡവർമ്മയ്ക്ക് രാജ്യവിസ്തൃതി കൂട്ടുന്നതിനും രാജ്യത്തിന്റെ സുരക്ഷിതത്വത്തിനും, ജനങ്ങളുടെ സമാധാനജീവിതം ഉറപ്പാക്കുന്നതിനും വേണ്ടി അനേകം യുദ്ധങ്ങളും വധങ്ങളും നടത്തേണ്ടി വന്നു. ഈ പാപത്തിന് പ്രായശ്ചിത്തമായും, രാജ്യത്തിന്റെ ഐശ്വര്യത്തിനു വേണ്ടിയും വൈദിക പ്രതിവിധി പ്രകാരം കർമ്മങ്ങൾ അനുഷ്ഠിക്കുകയും രാജ്യം രാജകുലദേവതയായ ശ്രീപത്മനാഭന് സമർപ്പിക്കുകയും ചെയ്തു. ഈ സമർപ്പണം 1750 ജനുവരി 18 നാണ് നടന്നത്. ഇത് തൃപ്പടിദാനം എന്ന് അറിയപ്പെടുന്നു. ഈ സമർപ്പണത്തെ സംബന്ധിച്ച് രണ്ട് അഭിപ്രായം പണ്ഡിതന്മാർക്കിടയിൽ നിലനില്ക്കുന്നു. രാജാവിന്റെ പത്മനാഭസ്വാമിയോടുള്ള പരമഭക്തിയും ആശ്രിതത്വവും പ്രകടിപ്പിക്കുന്നതായി ഒരു കൂട്ടർ ഇതിനെ കണക്കാക്കുന്നു. എന്നാൽ മറ്റു ചിലർ ഇതിനെ രാജാവിന്റെ ഖജനാവ് സംരക്ഷിക്കാനുള്ള ബുദ്ധിസാമർത്ഥ്യമായിട്ടാണ് പരിഗണിക്കുന്നത്. ജനങ്ങൾ ദൈവഭയമുള്ളവരും രാജാവിനെ ദൈവതുല്യം സ്നേഹിക്കുന്നവരും ആയതിനാൽ ഖജനാവിലെ പണം ക്ഷേത്രത്തിൽ സൂക്ഷിച്ചാൽ സുരക്ഷിതമായിരിക്കുമെന്നും, മോഷ്ടാക്കൾക്ക് അപ്രാപ്യമായിരിക്കുമെന്നും, യുദ്ധക്കൊതിയന്മാരായ രാജാക്കന്മാർക്ക് കൊള്ളയടിക്കുവാൻ സാധിക്കുകയില്ലെന്നുമുള്ള ചിന്തയാണ് രാജാവിനെ രാജ്യവും സമ്പത്തും ദാനം ചെയ്യുവാൻ പ്രേരിപ്പിച്ചത്. ആദ്യത്തേത് ആദ്ധ്യാത്മികവും രണ്ടാമത്തേത് ഭൗതികവുമായ കാഴ്ചപ്പാടുകളാണ്. യഥാർത്ഥത്തിൽ ഈ രണ്ടു കാഴ്ചപ്പാടുകളും ഇതിന് പിന്നിൽ ഉണ്ടായിരിക്കാം എന്ന് അനുമാനിക്കാം. തൃപ്പടിദാനത്തിന് ശേഷം രാജാവ് പത്മനാഭദാസനായി ഭരണം നടത്തുകയാണ് ചെയ്തത്. പില്ക്കാല രാജാക്കന്മാർ അദ്ദേഹത്തിന്റെ പാത പിന്തുടർന്നു. ഇപ്രകാരം ഖജനാവിൽ സൂക്ഷിക്കാനുള്ള പണവും പണ്ടങ്ങളും ശ്രീപത്മനാഭക്ഷേത്രത്തിലെ നിലവറയിൽ സുരക്ഷിതമായി സൂക്ഷിക്കുവാൻ കാരണമായി.

ആദിവാസികളുടെ ഇടയിൽ തുറസായ സ്ഥലത്ത് ദേവനെ പ്രതിഷ്ഠിക്കുന്നതുപോലെ ആരംഭിച്ച ശ്രീപത്മനാഭപ്രതിഷ്ഠ, ബ്രാഹ്മണരുടെ വരവോടെ ശ്രീകോവിൽപ്രതിഷ്ഠ ആയും ഭരണം യോഗക്കാരുടേതുമായി. ക്ഷേത്രസംരക്ഷണത്തിന് ശക്തിയുടെ പിൻബലം ആവശ്യമായി വന്നപ്പോൾ രാജാക്കന്മാരുടെ ഇടപെടലിന് കാരണമായി. അങ്ങനെ എട്ടരയോഗം ക്ഷേത്രനടത്തിപ്പിനായി നിയോഗിക്കപ്പെട്ടു. ഇത് വോട്ടവകാശമുള്ള എട്ട് ബ്രാഹ്മണരും വോട്ടവകാശമില്ലാത്ത രാജാവും ഉൾക്കൊള്ളുന്ന ക്ഷേത്രഭരണസംവിധാനമായിരുന്നു. പലപ്പോഴും രാജാവും യോഗക്കാരും തമ്മിലുള്ള കിടമത്സരം അനിഷ്ടസംഭവങ്ങളിലേക്ക് നയിച്ചിട്ടുണ്ട്. ക്ഷേത്രം മോടിപിടിപ്പിക്കുന്നതിന്റെ ഭാഗമായി കരിങ്കൽമണ്ഡപങ്ങളും ഗോപുരവും സുരക്ഷിതത്വത്തിന് വേണ്ടി കോട്ടയും കൊത്തളങ്ങളും നിർമ്മിക്കുകയും ചെയ്തു. അതിനുശേഷം പാടത്തു പണിയെടുക്കുന്നവരും അദ്ധ്വാനവർഗ്ഗവുമായ സാധാരണ ജനങ്ങൾക്ക് ശ്രീപത്മനാഭസ്വാമിയെ ശ്രീകോവിലിന് അടുത്തുചെന്ന് ആരാധിക്കാനുള്ള അവസരം നിഷേധിക്കുകയാണ്

ചെയ്തത്. അതിനു കാരണമായി വൈദികവിധിപ്രകാരം ചില അനാചാരങ്ങൾ പ്രചരിപ്പിക്കുകയുണ്ടായി. അതിൻപ്രകാരം തൊട്ടുകൂടായ്മ, തീണ്ടിക്കൂടായ്മ തുടങ്ങിയ അനാചാരങ്ങൾ സമൂഹത്തിൽ പടർന്നു പിടിച്ചു. ക്ഷേത്രവും ക്ഷേത്രഭരണവും ഈ പുസ്തകത്തിൽ ലേഖകൻ പറയുന്നതുപോലെ ജനങ്ങളുടെ ഇടയിൽ അന്ധവിശ്വാസവും ഭയവും പ്രചരിപ്പിക്കുവാനും മനുഷ്യന്റെ യുക്തിചിന്തയും വിവേചനശക്തിയും നശിപ്പിക്കാനും കാരണമാകുന്ന പ്രചാരണ കേന്ദ്രമായി പരിണമിച്ചു.

ബ്രാഹ്മണരുടെ വർണ്ണവ്യവസ്ഥ തിരുവിതാംകൂറിൽ കൊണ്ടുവരാനുള്ള ശ്രമം മലീമസമായ ജാതിവ്യവസ്ഥയ്ക്ക് നാന്ദി കുറിക്കുകയും തൊട്ടുകൂടായ്മ, തീണ്ടിക്കൂടായ്മ, ദൃഷ്ടിയിൽപെടായ്മ തുടങ്ങിയ അനാചാരങ്ങൾക്ക് കാരണമാകുകയും ചെയ്തു. ഇവ സാമൂഹ്യജീവിതത്തിൽ പ്രതിഫലിക്കുകയും സവർണ്ണമേധാവിത്തത്തിലേക്ക് നയിക്കുകയും ചെയ്തു. സർക്കാർ ജോലികളിൽനിന്ന് പിന്നോക്കവിഭാഗക്കാരെ മാറ്റിനിർത്തുന്നതിനും വിദേശബ്രാഹ്മണർക്ക് ഭരണകൂടത്തിൽ ഉന്നത സ്ഥാനങ്ങൾ നല്കുന്നതിനും കാരണമായി. പത്തൊൻപതാം നൂറ്റാണ്ടിന്റെ ആരംഭത്തിലും ഈ അനാചാരങ്ങൾക്കും അനീതിക്കുമെതിരെ ജനകീയ സമരങ്ങളുണ്ടായി. ഇതിന് സാമൂഹികപരിഷ്കർത്താക്കൾ, സാംസ്കാരികനായകർ, എഴുത്തുകാർ, പത്രപവർത്തകർ തുടങ്ങിയ ജനജീവിതത്തിലെ നാനാതുറകളിൽപ്പെട്ടവർ ഗണ്യമായ പങ്കു വഹിച്ചു. ഭരണകർത്താക്കൾ ഉരുക്കുമുഷ്ടി ഉപയോഗിച്ച് ജനകീയ മുന്നേറ്റത്തെ അടിച്ചമർത്താൻ കിണഞ്ഞ് പരിശ്രമിച്ചു. തദ്ദേശീയരായ യുവാക്കൾക്ക് സർക്കാർ ജോലിക്കായി നടത്തിയ മലയാളി മെമ്മോറിയൽ(1891), ഈഴവ മെമ്മോറിയൽ(1896), പൗരാവകാശ പ്രസ്ഥാനം(1919) തുടങ്ങിയവ ഭരണത്തിൽ പങ്കാളിത്തം കിട്ടുന്നതിനു വേണ്ടി നടത്തിയ സമരങ്ങളോ സമരവേദികളോ ആയിരുന്നു. ഗുരുവായൂർ സത്യഗ്രഹം, വൈക്കം സത്യഗ്രഹം തുടങ്ങിയവ ക്ഷേത്രപ്രവേശനവുമായി ബന്ധപ്പെട്ടവയായിരുന്നു. സാമൂഹിക സമത്വത്തിന് വേണ്ടിയുള്ള ഈ സമരം 1936 നവംബർ 12 ലെ ക്ഷേത്രപ്രവേശന വിളംബരത്തോടെ ശക്തി കുറഞ്ഞു.

1938 ൽ തിരുവിതാംകൂർ സ്റ്റേറ്റ് കോൺഗ്രസ് രൂപീകരണം ഉത്തരവാദിത്വഭരണത്തിനും ജനകീയ സർക്കാറിനു വേണ്ടിയുമുള്ള സമരപ്രസ്ഥാനമായി രൂപപ്പെട്ടു. ഈ കാലഘട്ടത്തിൽ ദിവാനായിരുന്ന സർ. സി പി രാമസ്വാമി അയ്യരുടെ ദുർഭരണത്തിനും അതിന് മൗനാനുവാദം നല്കിയ ശ്രീചിത്തിര തിരുനാൾ മഹാരാജാവിനും എതിരെ ജനകീയപ്രക്ഷോഭത്തിന്റെ വേലിയേറ്റമുണ്ടായി. ഭരണകൂടം എല്ലാവിധ മർദ്ദനമുറകളും ഉപയോഗിച്ച് അടിച്ചമർത്തുകയാണുണ്ടായത്. ഇക്കാലത്തുതന്നെ ഐക്യകേരള പ്രസ്ഥാനവും രൂപമെടുത്തു. കർഷകരും തൊഴിലാളികളും മാന്യമായ ജീവിതാവസ്ഥ നേടിയെടുക്കുന്നതിന് വേണ്ടിയുള്ള സമരപാത സ്വീകരിച്ചു. ഇതിനുവേണ്ടിയുള്ള സംഘടനകൾ രൂപീകരിക്കുന്നതിന് നേതൃത്വം നല്കിയത് കമ്യൂണിസ്റ്റ് പ്രസ്ഥാനമായിരുന്നു.

ഭാരതം സ്വതന്ത്രമാകുന്നതോടെ നാട്ടുരാജ്യങ്ങൾ ഇല്ലായ്മ ചെയ്യുമെന്ന് മനസ്സിലാക്കിയ ദിവാൻ സർ. സി പി രാമസ്വാമി അയ്യർ തിരുവിതാംകൂർ സ്വതന്ത്രരാജ്യമായി നിലനിർത്തുന്നതിനും അമേരിക്കൻ മാതൃകയിലുള്ള ഭരണസംവിധാനം നടപ്പിലാക്കുന്നതിനും ശ്രമം ആരംഭിച്ചു. ഇതിനെ ജനങ്ങൾ 'അമേരിക്കൻ മോഡൽ അറബിക്കടലിൽ' എന്ന മുദ്രാവാക്യവുമായാണ് നേരിട്ടത്. ഇത് പുന്നപ്ര-വയലാർ സമരത്തിന്റെ ഭാഗമായി തീർന്നു. ഈ സമരം അടിച്ചമർത്താൻ സാധിച്ചു എങ്കിലും ദൂരവ്യാപകമായ ഫലങ്ങൾ ഉളവാക്കി. സർ. സി പിക്ക് പ്രത്യേക സാഹചര്യത്തിൽ തിരുവിതാംകൂർ വിടേണ്ടി വരുകയും, തിരു- കൊച്ചി സംയോജനം നടക്കുകയും സ്വതന്ത്രഭാരതത്തിൽ ലയനവിധേയമാവുകയും ചെയ്തു. 1956 നവംബർ 1 ന് സംസ്ഥാന പുനഃസംഘടനയുടെ ഫലമായി ഐക്യകേരളം എന്ന സ്വപ്നം സാക്ഷാൽക്കരിക്കപ്പെടുകയും തിരുവിതാംകൂർ അതിന്റെ ഭാഗമായി മാറുകയും ചെയ്തു. 1957 ലെ സാർവ്വത്രിക പ്രായപൂർത്തി സമ്മതിദാന വോട്ടവകാശ പ്രകാരം തെരഞ്ഞെടുപ്പ് നടക്കുകയും കമ്യൂണിസ്റ്റ് പാർട്ടിയുടെ നേതൃത്വത്തിൽ മന്ത്രിസഭ രൂപീകരിക്കുകയും ചെയ്തതോടുകൂടി ജനകീയഭരണം എന്ന ആശയം ഫലവത്തായി. 1971 ൽ രാജകുടുംബത്തിന് നല്കി വന്ന പ്രിവിപഴ്സ് കേന്ദ്രസർക്കാർ നിർത്തലാക്കിയതോടുകൂടി അവശേഷിച്ച രാജാക്കന്മാരുടെ ശ്രേഷ്ഠത അവസാനിക്കുകയും ചെയ്തു.

അടുത്തകാലത്തായി ചർച്ചയ്ക്ക് വിധേയമായ ശ്രീപത്മനാഭസ്വാമി ക്ഷേത്രത്തിലെ നിധിയെ സംബന്ധിച്ച കാലിക സംവാദമാണ് ലേഖകൻ ഈ പുസ്തകത്തിൽ അനാവരണം ചെയ്യുന്നത്. തൃപ്പടിദാനത്തിന്റെ അനന്തരഫലമായി ഖജനാവിൽ സൂക്ഷിക്കേണ്ട ആസ്തികൾ ക്ഷേത്രത്തിൽ ജനോപകാരപ്രദമല്ലാത്ത രീതിയിൽ സംരക്ഷിച്ചു വച്ചിരിക്കുന്നതിനെ വിമർശനബുദ്ധ്യാ നോക്കിക്കാണുകയാണ് ചെയ്യുന്നത്. 2011 ജൂൺ 27 ലെ സുപ്രീംകോടതിയുടെ വിധിപ്രകാരം ക്ഷേത്രത്തിലെ നിലവറകൾ തുറന്നു പരിശോധിക്കുന്നതിനും അതിന്റെ നിജസ്ഥിതി മനസ്സിലാക്കുന്നതിനും, മൂല്യം നിശ്ചയിക്കുന്നതിനുമായി ദേശീയ മ്യൂസിയം ഡയറക്ടർ ശ്രീ. സി വി ആനന്ദബോസ് അദ്ധ്യക്ഷനായ അഞ്ച് അംഗസമിതിയെ നിയോഗിക്കുകയുണ്ടായി. ഈ ഉത്തരവ് പുറപ്പെടുവിക്കുന്നതിന് കാരണമായത് അഡ്വ. ടി വി സുന്ദർരാജൻ ക്ഷേത്രമുതലുകൾ കളവു പോകുന്നു എന്ന് കാണിച്ച് നല്കിയ കേസിനെ ആസ്പദമാക്കിയായിരുന്നു. രണ്ടുവർഷത്തിലധികം പിന്നിട്ടപ്പോഴും സമിതിക്ക് നിലവറകൾ എല്ലാം തുറന്ന് പരിശോധിച്ച് റിപ്പോർട്ട് തയ്യാറാക്കി സുപ്രീംകോടതിയിൽ സമർപ്പിക്കുന്നതിന് സാധിച്ചിട്ടില്ല. നിലവറകളിൽ അമൂല്യങ്ങളായ വജ്രം, രത്നങ്ങൾ, പവിഴം, മുത്ത്, ആഭരണങ്ങൾ, നാണയം, സ്വർണ്ണപ്പാത്രങ്ങൾ തുടങ്ങിയ വൻശേഖരമാണുള്ളതെന്നും അവയ്ക്ക് ഏകദേശം ഒരുലക്ഷം കോടി രൂപയുടെ മൂല്യം ഉണ്ടായിരിക്കുമെന്നും അനുമാനിക്കപ്പെടുന്നു. ഈ ശേഖരം ക്ഷേത്രത്തിന് നടവരവായി കിട്ടിയതല്ല എന്ന് ചരിത്രവസ്തു

തകൾ നിരത്തി സമർത്ഥിക്കുന്നതോടൊപ്പം ജനങ്ങളെ ചൂഷണം ചെയ്ത് ശേഖരിച്ച പണം ജനോപകാരപ്രദം അല്ലാത്ത രീതിയിൽ സൂക്ഷിക്കുന്ന യുക്തിയെ ചോദ്യം ചെയ്യുകയാണ് ലേഖകൻ ചെയ്യുന്നത്. സർക്കാറിന്റെ നികുതിഘടന, ധനാഗമമാർഗ്ഗങ്ങൾ, കരംപിരിക്കുന്ന രീതി, ജനദ്രോഹ നടപടി, സാമൂഹ്യാസന്തുലിതാവസ്ഥ, ചൂഷണ വിധേയരായ ജനത തുടങ്ങിയ കാര്യങ്ങൾ സവിസ്തരം പല അദ്ധ്യായങ്ങളിലായി പ്രതിപാദിക്കുന്നു. ഇങ്ങനെ ഭരണകർത്താക്കൾ സ്വരൂപിച്ച സമ്പത്ത് ജനോപകാരത്തിന് വേണ്ടി വിനിയോഗിക്കണമെന്ന ലേഖകന്റെ അഭ്യർത്ഥന അർത്ഥവത്തായിട്ടുള്ളതും കാലികസംവാദത്തിനുള്ള മറുപടിയുമാണ്. ഇത് പ്രായോഗികമാക്കുന്നതിന് ജനകീയ ഭരണകൂടം ഇച്ഛാശക്തി പ്രകടിപ്പിക്കുമെന്ന് പ്രതീക്ഷിക്കാം. ഏകദേശം ഒരുലക്ഷം കോടി രൂപയുടെ ആസ്തി പണയമുതലായി നല്കി സർക്കാറിന് സംരംഭങ്ങൾ ആരംഭിക്കാനും തൽഫലമായി തൊഴിലില്ലായ്മയ്ക്ക് പരിഹാരം കാണാനും ജനങ്ങളുടെ ജീവിതനിലവാരമുയർത്താനും മാത്രമല്ല അതിൽനിന്ന് കിട്ടുന്ന ആദായം ക്ഷേത്രനിധിയിലേക്കും പുതിയ സംരംഭങ്ങൾക്ക് മുതൽ മുടക്കായി മാറ്റാനും സാധിക്കും. ഈ പുസ്തകത്തിന്റെ രചയിതാവായ ശ്രീ.കേശവൻ നായർ ജോലിയിൽനിന്ന് വിരമിച്ചതിനുശേഷം വിശ്രമജീവിതം നയിച്ചു വരവെയാണ് ഈ ഉദ്യമത്തിന് തയ്യാറായത്. അദ്ദേഹത്തിന് പറയാനുള്ള കാര്യങ്ങൾ പുസ്തകരൂപത്തിൽ അവതരിപ്പിച്ചിട്ടുണ്ട്. അദ്ദേഹത്തിന്റെ ശ്രമത്തിന് വിജയാശംസകൾ അർപ്പിക്കുന്നു.

തിരുവനന്തപുരം

റിട്ട. പ്രൊഫ. ജെ രാഘവൻ നാടാർ
യൂണിവേഴ്സിറ്റി കോളേജ്.

സമർപ്പണം

ക്രൂരമായ ചൂഷണത്തിന് വിധേയരായി 1855 വരെ
തിരുവിതാംകൂറിൽ ജീവിക്കേണ്ടി വന്ന അടിമകളുടെ
സ്മരണയ്ക്കായി സമർപ്പിക്കുന്നു.

1

ക്ഷേത്രപ്രവേശന വിളംബരത്തിന്റെ പിന്നാമ്പുറങ്ങൾ

ശ്രീചിത്തിര തിരുനാൾ മഹാരാജാവിന്റെ 100 – ാം ജന്മദിനത്തോടനുബന്ധിച്ച് 2012 നവംബർ 12 – ാം തീയതിയിലെ ദിനപത്രങ്ങളിൽ ക്ഷേത്രപ്രവേശനവിളംബരത്തെ സംബന്ധിക്കുന്ന ധാരാളം ലേഖനങ്ങൾ പ്രസിദ്ധീകരിച്ചു കണ്ടു. ചില പുസ്തകങ്ങളിലും ഈ വിളംബരത്തെക്കുറിച്ച് പരാമർശിക്കുന്നുണ്ട്. ഇവയൊന്നും തന്നെ അതിന്റെ പൂർണ്ണവും വസ്തുനിഷ്ഠവുമായ ചരിത്രം വെളിപ്പെടുത്തുന്നില്ല.

'മഹാനായ മാർത്താണ്ഡവർമ്മയുടെ തൃപ്പടിദാനവും മഹാനായ ചിത്തിര തിരുനാളിന്റെ ക്ഷേത്രപ്രവേശന വിളംബരവും ചരിത്രം സൃഷ്ടിച്ചു. രണ്ടും സ്വയം അവ വിഭാവനം ചെയ്തവരുടെ ഹൃദയവിശാലതയ്ക്കും സങ്കലനോദാത്തതയ്ക്കും അനശ്വര ബഹുമതികളായി മുന്തി നില്ക്കുകയും ചെയ്യുന്നു[1].' അശ്വതിതിരുനാൾ അവകാശപ്പെടുന്നു.

ക്ഷേത്രപ്രവേശന വിളംബരം, ശ്രീചിത്തിരതിരുനാൾ മഹാരാജാവ് സ്വയം വിഭാവനം ചെയ്ത് നടപ്പാക്കിയ ഒരു പരിഷ്കാരമാണെന്നാണ് ഇതിൽ അവകാശപ്പെടുന്നത്. ചിത്തിര തിരുനാളിന്റെ ഔദാര്യമാണെന്ന് മറ്റൊരു ലേഖനത്തിൽ പ്രകീർത്തിക്കുന്നു.

ശ്രീചിത്തിരതിരുനാൾ ചെറുപ്പത്തിൽ മഹാത്മാഗാന്ധിക്ക് കൊടുത്ത വാഗ്ദാനം നിറവേറ്റാനായി സ്വയം കൊണ്ടുവന്ന ഒരു പരിഷ്കാരമായിട്ടാണ് ക്ഷേത്രപ്രവേശന വിളംബരത്തെ വിശേഷിപ്പിക്കുന്നത്.[2]

മേല്പറഞ്ഞ ഗ്രന്ഥത്തിലോ ലേഖനങ്ങളിലോ അസ്പൃശ്യരായി കണക്കാക്കി ക്ഷേത്രങ്ങളിൽ പ്രവേശനം നിഷേധിക്കപ്പെട്ടിരുന്നവർക്ക് ക്ഷേത്രപ്രവേശനം അനുവദിക്കണമെന്ന് ആവശ്യപ്പെട്ട ഒരു പ്രസ്ഥാനമോ

---

1. അശ്വതി തിരുനാളിന്റെ *ശ്രീപത്മനാഭസ്വാമിക്ഷേത്ര*ത്തിന്റെ 251–ാം പുറം.
2 *മലയാള മനോരമ* – 2012 നവംബർ 11.

ഒരു വ്യക്തിയോ തിരുവിതാംകൂറിൽ ഉണ്ടായിരുന്നതായി പ്രതിപാദിച്ചു കാണുന്നില്ല.

തിരുവിതാംകൂറിലെ അധഃകൃതവർഗ്ഗക്കാർക്ക് 1936 നവംബർ 12 ന് ലഭിച്ച ക്ഷേത്രപ്രവേശനാനുമതി ഒരു സുപ്രഭാതത്തിൽ വെള്ളിതാം ബാളത്തിൽ നീട്ടിക്കിട്ടിയ ഔദാര്യത്തിന്റെ അമൃതകുംഭമാണോ? ഒരു നൂറ്റാണ്ടിനു മുൻപ് 1836 ൽ അയ്യാവൈകുണ്ഠനാഥ സ്വാമികൾ സമത്വ സമാജം എന്ന പേരിൽ തുടങ്ങിയ ഒരു പ്രസ്ഥാനം അസ്പൃശ്യർക്ക് ഉന്നത വർഗ്ഗക്കാരുമായി തുല്യത വേണമെന്ന ആശയത്തെ സമൂഹത്തിൽ ആദ്യമായി അവതരിപ്പിക്കുന്നതായിരുന്നു. തെക്കൻ തിരുവിതാംകൂറിൽ ആരംഭിച്ച് പല സന്യാസാശ്രമങ്ങളുടെയും ശ്രീരാമകൃഷ്ണമിഷന്റെയും പ്രവർത്തനങ്ങൾകൊണ്ടും സ്വാമിവിവേകാനന്ദന്റെയും ഗാന്ധിജിയുടെയും അനുഗ്രഹാശിസുകളോടെയും അധഃസ്ഥിതർ നടത്തിയ ചെറുത്തുനില്പ് ശക്തിപ്രാപിച്ചു. 1926 നവംബർ 21 ന് വൈക്കം ക്ഷേത്രത്തിനു ചുറ്റുമുള്ള വഴികൾ വൈക്കം സത്യഗ്രഹഫലമായി സർവ്വജാതിമതസ്ഥർക്കും സഞ്ച രിക്കാൻ തുറന്നു കൊടുക്കേണ്ടിവന്നത് ക്ഷേത്രപ്രവേശന സ്വാതന്ത്ര്യാ വശ്യത്തിന് ഗുരുത്വം വർദ്ധിപ്പിക്കുന്ന ഒരു സംഭവമായി മാറി.

അധഃസ്ഥിതർ അസ്പൃശ്യതയുടെ ഫലമായുള്ള മാനഹാനിയും മനോവേദനയും കൊണ്ട് ക്രിസ്തുമതത്തിൽ ചേർന്നുതുടങ്ങി. നാഞ്ചി നാട്ടിൽ ചാന്നാർ സ്ത്രീകൾക്ക് മേൽമുണ്ട് ധരിക്കാൻ അവകാശമില്ലാ തിരുന്നു. തെക്കൻ തിരുവിതാംകൂറിൽ ലണ്ടൻ മിഷൻ സ്ഥാപിച്ചതോടു കൂടെ സ്ഥിതിഗതികൾക്ക് മാറ്റമുണ്ടായി. കേണൽ മൺറോയുടെ ഭരണ കാലത്ത് പുറപ്പെടുവിച്ച ഒരു ഉത്തരവിൻപ്രകാരം ഇതിന് മാറ്റം വന്നു. അവർ കുപ്പായം ധരിച്ചു തുടങ്ങി. ഉയർന്ന ജാതിക്കാർ ഇതിൽ പ്രതിഷേ ധിച്ചു. ലഹളകൾ പൊട്ടിപ്പുറപ്പെട്ടു. 1858 ൽ ഒരു വിളംബരം പുറപ്പെടുവി ച്ചെങ്കിലും ഫലം കണ്ടില്ല. ദിവാൻ മാധവറാവുവിന് ലഹള നേരിടാൻ പൊലീസിന്റെയും പട്ടാളത്തിന്റെയും സഹായം തേടേണ്ടി വന്നു. അവ സാനം 1859 ൽ മേൽജാതിക്കാരെ അനുകരിക്കാത്ത വിധത്തിൽ മാന്യമായ രീതിയിൽ മേൽവസ്ത്രം ധരിക്കാൻ ചാന്നാർസ്ത്രീകൾക്ക് അനുവാദം കൊടുത്തുകൊണ്ട് ഒരു റോയൽ പ്രൊക്ലമേഷൻ ഉണ്ടായി.[3]

മേല്പറഞ്ഞ സംഭവങ്ങളിൽ ദിവാന്റെ നടപടികൾ പക്ഷപാത പരമായിരുന്നു എന്ന് കാണിച്ച് മഹാരാജാവിനും മദ്രാസ് ഗവർണ്ണർക്കും മിഷനറിമാർ പരാതികളയച്ചതായും അതിന്മേൽ റസിഡന്റിന് ഗവർണ്ണർ മാർഗ്ഗനിർദ്ദേശങ്ങൾ നല്കിയതായും അവ രാജാവിന്റെ ശ്രദ്ധയിൽ പ്പെടുത്തണമെന്ന് പ്രത്യേകം നിർദ്ദേശിച്ചിരുന്നതായും കാണുന്നു. മേല് പറഞ്ഞ നിർദ്ദേശങ്ങളുടെ ഉള്ളടക്കം ഏതാണ്ടിങ്ങനെ ചുരുക്കിപ്പറയാം.

---

3 തിരുവിതാംകൂർ സർക്കാർ 1940 ൽ സദസ്യ തിലകൻ ടി കെ വേലുപ്പിള്ളയുടെ നേതൃ ത്വത്തിൽ നിയമിച്ച കമ്മിറ്റി പ്രസിദ്ധീകരിച്ച ട്രാവൻകൂർ സ്റ്റേറ്റ് മാനുവലിന്റെ രണ്ടാം വാല്യം 583 മുതൽ 588 വരെ പേജുകളിൽ നിന്ന്.

ഇത്തരം സന്ദർഭങ്ങളിൽ നാം ന്യായത്തിനും നീതിക്കും യോജിക്കുന്ന തീരുമാനത്തിൽ ഉറച്ചു നിന്നില്ലെങ്കിൽ സംസ്കാരസമ്പന്നമായ ലോകം നമ്മെ പരിഹസിക്കും. അന്യരുടെ അവകാശങ്ങളിൽ ഇടപെടാതെയുള്ള പ്രവർത്തികൾ ചെയ്യുവാൻ ബ്രിട്ടീഷ് മഹാറാണിയുടെ ഇന്ത്യൻ പ്രജകൾക്ക് സ്വാതന്ത്ര്യം ഉറപ്പ് നല്കേണ്ടത് അനിർവ്വാര്യമാണ്. സ്ത്രീ വർഗ്ഗത്തിനെതിരെ നടന്നുവരുന്ന അനാചാരത്തിനെ അതേ വർഗ്ഗത്തിൽപ്പെടുന്ന ഒരാളായ മഹാറാണിയുടെ വികാരങ്ങൾ നമുക്കു മനസ്സിലാക്കി പ്രവർത്തിക്കേണ്ടതുണ്ട്.[4]

ഇത്തരം തത്ത്വങ്ങൾ ബ്രിട്ടീഷ് ഭരണാധികാരികൾ നയരൂപീകരണത്തിൽ സ്വീകരിച്ചു പോന്നു. മേല്പറഞ്ഞ സംഭവങ്ങൾ ക്ഷേത്രപ്രവേശന സ്വാതന്ത്ര്യാവശ്യത്തിനെതിരെ രാജാവെടുക്കുന്ന നടപടികളിൽ ബ്രിട്ടീഷ് സർക്കാറിന്റെ ന്യായീകരണമോ, സഹകരണമോ ഉണ്ടാവുകയില്ലെന്ന അറിവ് തിരുവിതാംകൂറിലെ ഭരണാധികാരികളെ ക്ഷേത്രപ്രവേശന സ്വാതന്ത്ര്യം അനുവദിക്കാൻ പ്രേരിപ്പിച്ചു.

അസ്പൃശ്യർ മാനഹാനിയും മനോവേദനയും നിമിത്തം ക്രിസ്തുമതത്തിൽ ആകൃഷ്ടരായി ഈ തക്കത്തിൽ ക്രിസ്തീയ പുരോഹിതന്മാർ അവരെ മതം മാറ്റാൻ തുടങ്ങി. ചട്ടമ്പിസ്വാമികൾ *ക്രിസ്തുമത ഛേദനം* എന്ന പേരിൽ ഒരു പുസ്തകം മതംമാറ്റത്തിനെ നിരുത്സാഹപ്പെടുത്തുന്നതിനു വേണ്ടി എഴുതിയിരുന്നു. ഈ പുസ്തകം ആദ്യം പ്രസിദ്ധം ചെയ്തത് ഏറ്റുമാനൂർ ആറാട്ടു ദിവസമാണെന്നാണ് പറയപ്പെടുന്നത്. ഇവിടെ ഉത്സവക്കാലത്ത് മിഷണറിമാർ എത്തി ക്ഷേത്രവിശ്വാസികളെ ആഭാസകരമായ ഭാഷയിൽ ഭർത്സിക്കുകയും മാർഗ്ഗവിശ്വാസികളാക്കിത്തീർക്കുകയും ചെയ്തിരുന്നതായി പറയപ്പെട്ടിരുന്നു. പുസ്തകത്തിന്റെ ആദ്യപതിപ്പു മുഴുവൻ മിഷണറിമാർ വിലയ്ക്കു വാങ്ങി ചുട്ട് നശിപ്പിച്ചുകളഞ്ഞതായും പറഞ്ഞിട്ടുണ്ട്[5]. ഏതാണ്ട് ഇക്കാലഘട്ടത്തിൽ അഖിലേന്ത്യാതലത്തിൽ ഡോ. അംബേദ്കർ ഹരിജനങ്ങളെ ഹിന്ദുമതം ഉപേക്ഷിക്കാൻ ഉദ്ബോധിപ്പിച്ചുക്കൊണ്ടിരുന്നു. അവർണ്ണഹിന്ദുക്കൾക്ക് ക്ഷേത്രപ്രവേശനം അനുവദിക്കുന്നതിന് ഗവൺമെന്റിനെ പ്രേരിപ്പിക്കാൻ ഈഴവർ സംയുക്ത രാഷ്ട്രീയ പ്രസ്ഥാനത്തെയും എസ് എൻ ഡി പി യോഗത്തെയും ഉപയോഗപ്പെടുത്തി. ക്ഷേത്രപ്രവേശനം അനുവദിച്ചില്ലെങ്കിൽ സ്വജാതിക്കാരെ ക്രിസ്തുമതത്തിലേക്കും ഇസ്ലാംമതത്തിലേക്കും ബുദ്ധമതത്തിലേക്കും ശിഖ (സിഖ്)മതത്തിലേക്കും നയിക്കുമെന്ന് ഈഴവപ്രമുഖന്മാർ ഭീഷണിപ്പെടുത്തി. ചിലർ നിരീശ്വരവാദവും മാർക്സിസവും ശുപാർശ ചെയ്തു.[6] ഡോ. പൽപ്പുവിന്റെ പിതാവ് പി ടി

---

4 ട്ര:സ്റ്റേ:മാ:രണ്ടാം വാല്യം 585, 586 പേജുകൾ.

5 കറന്റ് ബുക്സ് പ്രസിദ്ധീകരിച്ച *പരമഭട്ടാര ശ്രീ ചട്ടമ്പിസ്വാമികൾ – ജീവചരിത്രം* പേജ് 221

6 ഡോ. ജോബിൻ ജഫ്രിയുടെ *നായർ മേധാവിത്വത്തിന്റെ പതനം* – പേജ് 292 ഡി സി ബുക്സ്, കോട്ടയം.

പപ്പുവിന്റെ കുടുംബത്തിലെ ഒരു ശാഖ ക്രിസ്തുമതത്തിൽ ചേർന്നിരുന്നതായും പറയുന്നു.[7] ഈ സ്ഥിതി തുടർന്നാൽ തിരുവിതാംകൂർ ഒരു ക്രിസ്ത്യൻ ഭൂരിപക്ഷരാജ്യമായി മാറാനുള്ള സാദ്ധ്യതകൾ ശക്തിപ്രാപിച്ചപ്പോൾ അതിനെ ചെറുക്കാൻ എന്തെങ്കിലും ചെയ്യേണ്ടത് അത്യാവശ്യമായി. അതിനാൽ 1932 നവംബർ 8 ന് റിട്ടയേർഡ് ദിവാൻ വി എസ് സുബ്രമണ്യഅയ്യർ ചെയർമാനായി ഒരു കമ്മിറ്റിയെ രാജാവ് നിയമിച്ചു. കമ്മിറ്റിയിലെ വിദഗ്ദ്ധാംഗമായി ഉള്ളൂർ എസ്. പരമേശ്വരഅയ്യരേയും നാമനിർദ്ദേശം ചെയ്തു. 1934 ജനുവരി 11–ാം തീയതി കമ്മിറ്റി റിപ്പോർട്ട് സമർപ്പിച്ചു. യാഥാസ്ഥിതികരും പ്രതിലോമകക്ഷികളും പതിവുപോലെ റിപ്പോർട്ടിലെ ശുപാർശകളെ കഠിനമായി എതിർത്ത് നിവേദനങ്ങൾ നല്കി. മഹാരാജാവും സി പി രാമസ്വാമിഅയ്യരും കൂടിയാലോചിച്ച് രാജപുരോഹിതരെയും തന്ത്രി ശ്രേഷ്ഠന്മാരെയും വിളിച്ചുവരുത്തി, ഉള്ളൂരിന്റെയും മറ്റും സാന്നിദ്ധ്യത്തിൽ ചർച്ച നടത്തി. ഉള്ളൂരിന്റെ ഉറച്ച നിലപാട് ക്ഷേത്രപ്രവേശനവിളംബരത്തിലേക്ക് നയിച്ചു. 1936 നവംബർ 12 ന് ക്ഷേത്രപ്രവേശനവിളംബരവും പുറപ്പെടുവിച്ചു. മഹാരാജാവിന്റെ 24–ാം ജന്മദിനത്തിൽ 'തിരുനാൾസമ്മാന'മാക്കാനാണ് ആദിവസം തെരഞ്ഞെടുത്തത്. കമ്മിറ്റി റിപ്പോർട്ട് സമർപ്പിച്ച 11–1–1934 മുതൽ 12–11–1936 വരെ രണ്ടു വർഷവും 10 മാസവും വിളംബരത്തിന് താമസം നേരിട്ടതുതന്നെ രാജാവിന്റെ ഇതിലുള്ള താല്പര്യക്കുറവിനെ വ്യക്തമാക്കുന്നു.[8] ഈ തീരുമാനത്തിൽ ഉള്ളൂരിന്റെ പങ്ക് വളരെ നിർണ്ണായകമായതിനാൽ ഉള്ളൂരിന്റെ ബന്ധുക്കളടക്കമുള്ള തമിഴ് ആഢ്യബ്രാഹ്മണർ അദ്ദേഹത്തെ വെറുതെ വിട്ടില്ല. അവർ ഹൈക്കോടതി ജഡ്ജിയായിരുന്ന ശങ്കരസുബ്ബയ്യരുടെ അദ്ധ്യക്ഷതയിൽ മഹായോഗം ചേർന്ന് ഉള്ളൂർ പരമേശ്വരഅയ്യരെ ജാതിഭ്രഷ്ടനാക്കി പ്രമേയം പാസാക്കി.

ദിവാൻ വി എസ് സുബ്രമണ്യഅയ്യർ കമ്മിറ്റിയുടെ നിയമനം, റിപ്പോർട്ട് സമർപ്പണം തുടങ്ങിയ വിവരങ്ങൾ കേരളഭാഷാ ഇൻസ്റ്റിറ്റ്യൂട്ട് തിരുവനന്തപുരം, "നവകേരളശില്പികൾ" എന്ന ലേഖനപരമ്പരയിൽ "മഹാകവി ഉള്ളൂർ" എന്ന ശീർഷകത്തിൽ പ്രൊഫ. എൻ കെ ശേഷൻ വിശദമായി പ്രതിപാദിക്കുന്നു.

മഹാരാജാവ് നിയമിച്ച കമ്മിറ്റിയിലെ ഒരംഗമായ ഉള്ളൂരിനെ തന്റെ കൃത്യനിർവ്വഹണത്തിൽ ശുഷ്കാന്തിയും സത്യസന്ധതയും കാണിച്ചതിന് ബ്രാഹ്മണർ ശിക്ഷിക്കണമെങ്കിൽ അവരുടെ പ്രവർത്തിയിൽ മഹാരാജാവിന് അതൃപ്തി ഉണ്ടാവുകയില്ലെന്ന് വിശ്വാസമുണ്ടായിരുന്നിട്ടല്ലേ? ചിത്തിര തിരുനാൾ ഇതിൽ പ്രതികരിച്ചുപോലുമില്ല.

അധഃസ്ഥിതരുടെ ക്ഷേത്രപ്രവേശനാനുമതിയുടെ പിതൃത്വം മുഴുവൻ ശ്രീചിത്തിര തിരുനാൾ മഹാരാജാവിൽ ചാർത്തിക്കൊടുക്കുമ്പോൾ

---

7 *നായർ മേധാവിത്വത്തിന്റെ പതനം*, പേജ് 180.

8 ട്രാ:സ്റ്റേ:മാ: 766, 767 പേജുകൾ.

ദിവാൻ വി എസ് സുബ്രമണ്യഅയ്യർ കമ്മിറ്റിക്കും വിശേഷിച്ച് മഹാകവി ഉള്ളൂർ എസ് പരമേശ്വരഅയ്യർക്കും ഒരു പങ്കുമില്ലെന്ന് വരുന്നു.

ബ്രാഹ്മണസമൂഹം ജാതിഭ്രഷ്ടനാക്കിയതിൽ മഹാകവിയുടെ പ്രതികരണം ഇതിൽ ചേർക്കുന്നത് അസംഗതമാണെങ്കിലും വായനക്കാർ അതറിയാൻ ആഗ്രഹിക്കുമല്ലോ? "ഇന്നലെ വരെ ഞാൻ ബ്രാഹ്മണനായിരുന്നു ഇന്നുമുതൽക്കു മനുഷ്യനായി" എന്നാണ് ഉള്ളൂർ പ്രതികരിച്ചത്.[9]

മഹാരാജാവ് സ്വയം വിഭാവനം ചെയ്തു നടപ്പാക്കിയതാണെങ്കിൽ സുബ്രഹ്മണ്യഅയ്യർ കമ്മിറ്റിയുടെ ആവശ്യം എന്താണ്? ക്ഷേത്രപ്രവേശന വിളംബരം ഔദാര്യത്തിൽ ജന്മംകൊണ്ടതാണോ?

9 *നവകേരള ശില്പികൾ* – മഹാകവി ഉള്ളൂർ കേരള ഭാഷാ ഇൻസ്റ്റിറ്റ്യൂട്ട്.

2

രാജാരവിവർമ്മയുടെ അനുഭവങ്ങൾ (1848–1906)

തിരുവിതാംകൂർ രാജാക്കന്മാർ രാജാരവിവർമ്മയ്ക്ക് നല്കിയ പ്രോത്സാഹനം അന്തർദ്ദേശീയ ചിത്രരചനാമത്സരങ്ങളിൽ അദ്ദേഹത്തിന് മഹത്സ്ഥാനം നേടിക്കൊടുത്തതായും സാധാരണക്കാരുടെ ഭവനങ്ങളിൽ മനോഹരങ്ങളായ ചിത്രങ്ങളിലൂടെ ദേവീദേവന്മാരെ എത്തിച്ചു എന്നും അവകാശപ്പെടുന്നു.[1]

ഇതിനുപിന്നിലെ ചരിത്രവസ്തുതകൾ വെളിവാകുമ്പോൾ ഈ അവകാശവാദത്തിൽ എത്രകണ്ട് കഴമ്പുണ്ടെന്ന് കാണാൻ സാധിക്കും.

1848 ഏപ്രിൽ 29 ന് രാജാരവിവർമ്മ കിളിമാനൂർ കോവിലകത്ത് ജനിച്ചു. ചിത്രരചനയിൽ ചെറുപ്പത്തിലേ രവിവർമ്മയ്ക്കുണ്ടായിരുന്ന വാസന തിരിച്ചറിഞ്ഞ ചിത്രകാരനായ അമ്മാവൻ രാജരാജവർമ്മതന്നെ അദ്ദേഹത്തെ ചിത്രരചനയിലെ ആദ്യപാഠങ്ങൾ അഭ്യസിപ്പിച്ചു. അന്നത്തെ രാജാവായ ആയില്യം തിരുനാൾ ബാലനായ ആ കലാകാരനെ കാണണ മെന്ന് താല്പര്യപ്പെട്ടു. രാജാവിന് കാഴ്ചവയ്ക്കാൻ മൂന്ന് ചിത്രങ്ങളും വരപ്പിച്ച് രവിവർമ്മയേയും കൂട്ടി മാതുലൻ രാജാവിനെ സന്ദർശിച്ചു. അന്ന് രവിവർമ്മയ്ക്ക് 14 വയസ്സ് പ്രായമായിരുന്നു. രവിവർമ്മയുടെ പ്രതിഭ കണ്ടറിഞ്ഞ ആയില്യം തിരുനാൾ അദ്ദേഹത്തെ കൊട്ടാരത്തിൽ താമസി പ്പിച്ച് വേണ്ട പ്രോത്സാഹനം കൊടുത്തു. ചിത്രരചനയിലെ തന്ത്രങ്ങളും സാങ്കേതികത്വവും പറഞ്ഞുകൊടുത്തു. ആയില്യം തിരുനാളിന്റെ പ്രോത്സാഹനം ലഭിച്ചില്ലായിരുന്നെങ്കിൽ രവിവർമ്മ ചിത്രകലയുടെ ഉന്നത സിംഹാസനത്തിന് പില്ക്കാലത്ത് അവകാശിയാകുമായിരുന്നില്ലെന്ന് അഭിപ്രായമുണ്ട്.[2]

---

1 *ശ്രീപത്മനാഭസ്വാമിക്ഷേത്രം* പേജ് 225 .

2 കേരള സാംസ്കാരിക വകുപ്പ് 1999 ൽ പ്രസിദ്ധീകരിച്ച ശ്രീ. കിളിമാനൂർ ചന്ദ്രന്റെ *രാജാരവിവർമ്മയും ചിത്രകലയും* എന്ന ഗ്രന്ഥത്തിൽനിന്നും.

1873 ൽ ആയില്യം തിരുനാളിന്റെ പ്രേരണയും സഹായവും കൊണ്ട് മദ്രാസിൽ നടന്ന ചിത്രകലാപ്രദർശന മത്സരത്തിൽ പങ്കെടുത്ത് രവിവർമ്മ *പിച്ചിപ്പൂ ചൂടിയ നായർ വനിത* എന്ന ചിത്രത്തിന് സമ്മാനവും കീർത്തി മുദ്രയും പ്രശംസാപത്രവും സമ്പാദിച്ചു. രവിവർമ്മയെ ഇത്രയേറെ ഉയരത്തിൽ പ്രതിഷ്ഠിക്കുന്നത് യുവരാജാവായ വിശാഖം തിരുനാളിന് എതിർപ്പുണ്ടായിരുന്നു. കൊട്ടാരം ചിത്രകാരനായ രാമസ്വാമി നായിഡു രവിവർമ്മയോടുള്ള അസൂയ മൂത്ത് കഴിയുകയായിരുന്നു.

ഇക്കാലത്ത് ആയില്യം തിരുനാളും വിശാഖം തിരുനാളും ദിവാൻ ടി മാധവറാവുവിനെ പിരിച്ചുവിട്ടതിന്റെ പേരിൽ കടുത്ത സ്വരച്ചേർച്ചയില്ലായ്മയിൽ എത്തിയിരുന്നു. കൂട്ടത്തിൽ രവിവർമ്മയും രാജാവിന്റെ സംശയത്തിന് പാത്രമായിരുന്നതിനാൽ രവിവർമ്മ താമസം മാവേലിക്കരയിലേക്ക് മാറ്റി. എങ്കിലും അദ്ദേഹം ചിത്രകലയിൽ അജയ്യനായി സമ്മാനങ്ങൾ വാരിക്കൂട്ടി. പാശ്ചാത്യനാടുകളിലെ പ്രദർശനങ്ങളിലും സമ്മാനങ്ങൾ കരസ്ഥമാക്കി.

ആയില്യം തിരുനാൾ 1880 ൽ നാടുനീങ്ങി. രവിവർമ്മയുടെ വളർച്ചയിൽ അസൂയാലുവായിരുന്ന വിശാഖം തിരുനാൾ രാജാവായപ്പോൾ അദ്ദേഹത്തിന്റെ ചിത്രശാല അടച്ചു പൂട്ടി. മദ്രാസ് ഗവർണ്ണർ ബക്കിങ്ഹാം പ്രഭു തിരുവിതാംകൂർ സന്ദർശിച്ചപ്പോൾ രവിവർമ്മയെ രാജാവിനേക്കാൾ കൂടുതൽ ബഹുമാനിക്കുന്നതു കണ്ട് രാജാവിന് കോപം വർദ്ധിക്കുകയും രവിവർമ്മയെ തിരുവനന്തപുരം വിട്ടുപോകാൻ കല്പന പുറപ്പെടുവിക്കുകയും ചെയ്തു. അതിനുശേഷം ആയില്യം തിരുനാൾ അനുവദിച്ചിരുന്ന അമ്പതുരൂപ പ്രതിമാസ ധനസഹായം വിശാഖം തിരുനാൾ നിർത്തലാക്കി. ബറോഡ രാജാവായ സായാജിറാവു ഗെയ്ക്ക്വാഡിന്റെയും അപ്പോൾ അവിടെ ദിവാനായിരുന്ന മുൻതിരുവിതാംകൂർ ദിവാൻ മാധവറാവുവിന്റെയും അനുഗ്രഹാശിസ്സുകളോടുകൂടി അദ്ദേഹം ഉത്തരേന്ത്യയിൽ വളരെ പ്രസിദ്ധിനേടി. ഒരു ചിത്രശാല സ്ഥാപിക്കുന്നതിനുവേണ്ടിയുള്ള ധനസഹായത്തിനായി ശ്രീമൂലം തിരുനാളിനോടുള്ള രാമവർമ്മയുടെ അപേക്ഷ നിഷ്ഫലമായി. സാധാരണക്കാരുടെ വീടുകളിൽ താൻ വരച്ച ചിത്രങ്ങളുടെ പകർപ്പുകൾ എത്തണമെങ്കിൽ ഒരു ലിത്തോപ്രസ്സ് വേണമെന്ന സത്യം അദ്ദേഹത്തെ വേദനിപ്പിച്ചുകൊണ്ടിരുന്നു. ബറോഡയിലെ ഗെയ്ക്ക്വാഡിനുവേണ്ടി പതിനാലു ചിത്രങ്ങൾ വരയ്ക്കാൻ നിർദ്ദേശം ലഭിച്ചു. ചിത്രങ്ങൾ പൂർത്തിയാക്കാൻ രണ്ടുവർഷം വേണ്ടിവന്നു. അന്ന് ഭാരതത്തിൽ ലിത്തോപ്രസ്സുകൾ ഉണ്ടായിരുന്നില്ല. വിദേശത്ത് അയച്ചു പ്രിന്റുചെയ്താൽ സാധാരണ ജനങ്ങൾക്ക് വാങ്ങാൻ സാദ്ധ്യമല്ലാത്ത വിലയാകും. പ്രസ്സ് സ്ഥാപിക്കാനും സാധാരണക്കാരന്റെ ഗൃഹങ്ങളിൽ തന്റെ ചിത്രങ്ങൾ എത്തിക്കാനും തിരുവിതാംകൂറിൽ സാദ്ധ്യമാവില്ലെന്ന് ബോദ്ധ്യമായപ്പോൾ രവിവർമ്മ തന്റെ പ്രവർത്തനമേഖല, തന്നെ അറിയുന്ന ബോംബെ പട്ടണത്തിലേക്ക് മാറ്റി. ധനാഢ്യനും വ്യവസായിയുമായ ഗോവർദ്ധനദാസ് ഖട്ടാവു മുഖർജി എന്നയാളുമായി പങ്കാളി

ത്തവ്യവസ്ഥയിൽ 'ഗിരിഗ്രാം' എന്ന സ്ഥലത്ത് ജർമ്മനിയിൽനിന്നും ഒരു ലിത്തോപ്രസ്സ് വരുത്തി സ്ഥാപിച്ചു. അവിടത്തെ സാങ്കേതിക വിദഗ്ദ്ധരെ വരുത്തി ചിത്രങ്ങളുടെ പതിനായിരക്കണക്കിന് പകർപ്പുകൾ പ്രിന്റുചെയ്ത് കുറഞ്ഞ വിലയ്ക്ക് വിറ്റുതുടങ്ങി. രവിവർമ്മയ്ക്ക് തന്റെ ചിരകാലാഭിലാഷം ഏറക്കുറെ സഫലമാക്കാൻ സാധിച്ചെങ്കിലും ധനമോഹിയായ പങ്കാളിയുടെ ദുർനയങ്ങളിൽ കുടുങ്ങിയും 1898 ൽ ബോംബെയിൽ പ്ലേഗ് പടർന്നുപിടിച്ചതുകൊണ്ടും സ്ഥാപനം അകാലത്തിൽ നിർത്തേണ്ടിവരികയും സാമ്പത്തിക നഷ്ടത്തിൽ കലാശിക്കുകയും ചെയ്തു[3].

സാധാരണക്കാരുടെ വീട്ടിൽ താൻ വരയ്ക്കുന്ന ദേവീദേവന്മാരുടെ ചിത്രങ്ങൾ വേണമെന്ന രവിവർമ്മയുടെ ആഗ്രഹം നിറവേറ്റാൻ അദ്ദേഹം ജർമ്മൻകാരനായ സ്ലൈഷറുടെ സഹായത്തോടുകൂടെ പൂനയ്ക്കടുത്ത് 'കാർലി' എന്ന സ്ഥലത്ത് പ്രസ്സ് മാറ്റി സ്ഥാപിച്ച് ചിത്രങ്ങൾ പ്രിന്റുചെയ്ത് കുറഞ്ഞ വിലയ്ക്കു തന്നെ വിറ്റുതുടങ്ങി.

ഹിന്ദുക്കളുടെ വീടുകളിൽ ഹിന്ദുദേവീദേവന്മാരുടെ ചിത്രങ്ങൾ എത്തിച്ചതിൽ രവിവർമ്മയ്ക്കു കിട്ടിയ സഹായങ്ങളുടെയും അദ്ദേഹം അനുഭവിച്ച കഷ്ടപ്പാടുകളുടെയും വിവരണമാണിത്.

തിരുവിതാംകൂർ രാജകുടുംബവുമായി ദത്തെടുക്കലിലൂടെ അടുത്ത ബന്ധമുള്ള കുടുംബങ്ങളാണ് കിളിമാനൂർ കോവിലകവും മാവേലിക്കര ഉത്സവമഠം കൊട്ടാരവും. മാവേലിക്കര ഉത്സവമഠം കൊട്ടാരത്തിൽനിന്നും തിരുവിതാംകൂർ രാജകുടുംബം ദത്തെടുത്ത റാണി സേതുലക്ഷ്മീഭായിയും റാണി സേതുപാർവ്വതീഭായിയും രാജാരവിവർമ്മയുടെ ദൗഹിത്രികളായിരുന്നു.[4]

ലിത്തോപ്രസ്സ് സ്ഥാപിക്കാൻ ശ്രീമൂലം തിരുനാളിനോട് ധനസഹായാഭ്യർത്ഥന നടത്തിയെങ്കിലും ലഭിക്കാത്തതിനാലാണ് ബോംബെയിലേക്ക് തന്റെ പ്രവർത്തനമണ്ഡലം രവിവർമ്മയ്ക്ക് മാറ്റേണ്ടിവന്നത്. ഒരു ലിത്തോപ്രസ്സ് സ്ഥാപിച്ചാലുണ്ടാകുന്ന പ്രയോജനങ്ങളോ പ്രജകൾക്കുണ്ടാകുന്ന തൊഴിൽ സാദ്ധ്യതകളോ സാങ്കേതികജ്ഞാനത്തിന്റെ വളർച്ച വിഭാവന ചെയ്യാനുള്ള ഉൾക്കാഴ്ചയില്ലായ്മയോ തങ്ങളെക്കാൾ പ്രസിദ്ധരായ പ്രജകളെ സഹിക്കാൻ വയ്യായ്കയാലോ, വിശാഖം തിരുനാൾ രവിവർമ്മയോട് പകയും, ശ്രീമൂലം തിരുനാൾ അവഗണനയും വച്ചുപുലർത്തിയിരുന്നു. പ്രഗത്ഭരായ വ്യക്തികളെ നാട്ടുകാരാണെങ്കിൽ നാട്ടിനു പുറത്താക്കാൻ അല്ലെങ്കിൽ അപമാനിക്കാൻ 1860 മുതൽ ഭരിച്ചിരുന്ന തിരുവിതാംകൂർ രാജാക്കന്മാർക്ക് യാതൊരു സങ്കോചവുമുണ്ടായിരുന്നില്ലെന്ന് ചരിത്രം വ്യക്തമാക്കുന്നു. ദിവാൻ മാധവറാവു, രാജാരവിവർമ്മ, സ്വദേശാ

---

3 കേരള സാംസ്കാരിക വകുപ്പ് 1999 ൽ പ്രസിദ്ധീകരിച്ച ശ്രീ. കിളിമാനൂർ ചന്ദ്രന്റെ *രാജാരവിവർമ്മയും ചിത്രകലയും* എന്ന ഗ്രന്ഥത്തിൽനിന്നും.

4 കേരള സാംസ്കാരിക വകുപ്പ് 1999 ൽ പ്രസിദ്ധീകരിച്ച ശ്രീ. കിളിമാനൂർ ചന്ദ്രന്റെ *രാജാരവിവർമ്മയും ചിത്രകലയും* എന്ന ഗ്രന്ഥത്തിൽനിന്നും.

ഭിമാനി രാമകൃഷ്ണപിള്ള, വക്കം മൗലവി, ഡോ. പൽപ്പു, ജി പി പിള്ള തുടങ്ങിയവർ ഈ ലിസ്റ്റിലെ പ്രധാനികളാണ്.

രാജാരവിവർമ്മയ്ക്ക് രാജാ എന്ന സ്ഥാനം പേരിനോട് ചേർക്കാൻ അവകാശമില്ലെന്ന് വാദിച്ചുകൊണ്ട് ശ്രീമൂലം തിരുനാൾ തന്നെ ബ്രിട്ടീഷ് റസിഡന്റ് മക്കൻസിക്ക് പരാതി നല്കിയ വസ്തുതതന്നെ മേല്പറഞ്ഞതിനുദാഹരണമാണ്. ശ്രീമൂലം തിരുനാളിന്റെ പരാതി നിഷ്ഫലമാവുകയാണുണ്ടായത്[5].

5 കേരള സാംസ്കാരിക വകുപ്പ് 1999 ൽ പ്രസിദ്ധീകരിച്ച ശ്രീ. കിളിമാനൂർ ചന്ദ്രന്റെ *രാജാരവിവർമ്മയും ചിത്രകലയും* എന്ന ഗ്രന്ഥത്തിൽനിന്നും.

3

നിഷ്കാസിതനായ ഡോ. പി പൽപ്പു (1863 – 1950)

പതിനെട്ടും പത്തൊൻപതും നൂറ്റാണ്ടുകളിലും ഇരുപതാം നൂറ്റാണ്ടിന്റെ പൂർവ്വാർദ്ധത്തിലും തിരുവിതാംകൂറിലെ ജനജീവിതം സാമൂഹികമായ സ്വാതന്ത്ര്യത്തിന്റേയോ സമത്വത്തിന്റേയോ തത്ത്വങ്ങളിൽ അധിഷ്ഠിതമായിരുന്നില്ല. അതിരൂക്ഷമായ ജാതിവ്യത്യാസമായിരുന്നു സാമൂഹ്യ ഘടനയുടെ മുഖ്യസവിശേഷത. സവർണ്ണമേധാവികൾക്ക് കടുത്ത കുറ്റത്തിനും ശിക്ഷ നിസ്സാരങ്ങളായിരുന്നു. കുടിയാന്മാരെ മർദ്ദിച്ച് വശം വദരാക്കാൻ സവർണ്ണർക്ക് അവകാശമുണ്ടായിരുന്നു. അവർണ്ണർ സവർണ്ണരെ കണ്ടാൽ എത്ര അകലത്ത് മാറിനില്ക്കണമെന്നും എങ്ങനെ ഉപചരിക്കണമെന്നും നിർണ്ണയിക്കുന്ന നിയമങ്ങൾ തന്നെ പ്രാബല്യത്തിൽ ഉണ്ടായിരുന്നു. എട്ടുവീട്ടിൽപിള്ളമാരുടെയും ആശ്രിതരുടെയും ഉന്മൂലനാശം രാജാവിനെ ഏകാധിപതിയാക്കി. മാർത്താണ്ഡവർമ്മ നടത്തിയ യുദ്ധങ്ങളിൽ പങ്കെടുത്ത് രാജപ്രീതി നേടിയ നായർ മേധാവിത്തത്തിന്റെ ഗർവ്വും, തൃപ്പടിദാനം രാജാക്കന്മാർക്കുണ്ടാക്കിയ ദേവപരിവേഷവും അസ്പൃശ്യതയ്ക്കും ജാതിവ്യത്യാസത്തിനും അനാചാരങ്ങൾക്കും ശക്തി പകർന്നു. 1810 ൽ റാണി ഗൗരി ലക്ഷ്മീഭായിത്തമ്പുരാട്ടി റീജന്റായി ഭരണമേറ്റതോടുകൂടെ ഭാഗ്യാന്വേഷികളായ വിദേശബ്രാഹ്മണരാണ് ദിവാന്മാരായി വന്നതിലധികവും. അവർക്കും സാമൂഹിക ഉച്ചനീചത്വവും അയിത്തവും നില നിർത്തേണ്ടതാവശ്യമായിരുന്നു. ഈ വ്യവസ്ഥിതി ഏറ്റവുമധികം ബാധിച്ചത് അധഃകൃതവർഗ്ഗങ്ങളിൽ വളരെ കൂടുതലംഗങ്ങളുണ്ടായിരുന്ന ഈഴവരെയായിരുന്നു. ഈ സാമൂഹികാന്തരീക്ഷത്തിലാണ് ഡോ. പൽപ്പു എന്ന് പില്ക്കാലത്തറിയപ്പെട്ട ശ്രീ. പൽപ്പു ഈ ജാതിയിൽ 1863 ൽ ജനിച്ചത്.

ഡോ. പൽപ്പുവിന്റെ പിതാവ് തിരുവനന്തപുരത്ത് പേട്ടയിൽ തച്ചക്കുടിവീട്ടിൽ പപ്പു എന്നറിയപ്പെട്ടിരുന്ന ഭഗവതി പത്മനാഭൻ, അമ്മ പപ്പമ്മയും. പി വേലായുധനെന്നും, പി പരമേശ്വരനെന്നും മൂത്ത രണ്ടു സഹോദരന്മാരുണ്ടായിരുന്നു.

വിദ്യാഭ്യാസത്തിന്റെയും സർക്കാർ സേവനത്തിന്റെയും മഹിമയിൽ ആകൃഷ്ടനായ പപ്പു രാജഭരണത്തിൻ കീഴിൽ ഈഴവർക്ക് നിഷേധിച്ചിരുന്ന വിദ്യാഭ്യാസം ബ്രിട്ടീഷ്ഭരണ പ്രദേശമായ അഞ്ചുതെങ്ങിൽനിന്നും സമ്പാദിച്ചു. ക്രിസ്തുമതപ്രവാചകന്മാരിൽനിന്നും ഇംഗ്ലീഷ് ഭാഷയും സ്വായത്തമാക്കി. 1860 ൽ വക്കീൽ പരീക്ഷക്കപേക്ഷിച്ചു. സവർണ്ണർ ഈഴവനെ വക്കീലാക്കുന്നതിനെ ശക്തമായി എതിർത്തതിനാൽ ദിവാൻ സർ.ടി മാധവറാവു പപ്പുവുമായി സംസാരിച്ച് അദ്ദേഹത്തെ ആ ഉദ്യമത്തിൽ നിന്നും പിന്തിരിപ്പിച്ചു. സർക്കാർ സേവനത്തിന് തനിക്ക് സാദ്ധ്യതയില്ലെന്നു മനസ്സിലാക്കിയ ശ്രീ. പപ്പുവിന് ഒരു ദരിദ്ര കരാറുകാരനായി ജീവിതം നയിക്കേണ്ടി വന്നു.

തന്റെ കാര്യത്തിൽ ഹതാശനാകേണ്ടി വന്നെങ്കിലും രണ്ടുപുത്രന്മാരിലൂടെ അദ്ദേഹം ഉന്നത വിദ്യാഭ്യാസത്തിന്റെയും സർക്കാർ സേവനത്തിന്റെയും മഹത്വം സ്വന്തമാക്കി. മൂത്ത മകൻ പി വേലായുധൻ 1881 ൽ തിരുവിതാംകൂറിലെ ആദ്യത്തെ ബി എ ക്കാരനായി. തിരുവിതാംകൂറിൽ ഈഴവർക്ക് സർക്കാർ സർവ്വീസിൽ ജോലി ലഭിക്കുകയില്ലെന്നറിയിച്ചിരുന്നതിനാൽ അദ്ദേഹം മദ്രാസ് പ്രസിഡൻസിയിൽ ബ്രിട്ടീഷ് സർവ്വീസിൽ ജോലി സമ്പാദിച്ചു. താമസിയാതെ ഡെ. കളക്ടറായി. സംശുദ്ധവും കാര്യക്ഷമവുമായ സേവനത്തിന് ബ്രിട്ടീഷ് സർക്കാർ 1906 ൽ അദ്ദേഹത്തിന് റാവുബഹദൂർ സ്ഥാനം നല്കി ആദരിച്ചു. അക്കാലത്ത് ശ്രീ. പി വേലായുധന്റെ കീഴുദ്യോഗസ്ഥനായിരുന്ന ശ്രീ. ടി രാഘവയ്യ പില്ക്കാലത്ത് തിരുവിതാംകൂർ ദിവാനായി ശ്രീമൂലം തിരുനാളിന്റെ കാലത്ത് സേവനമനുഷ്ഠിച്ചിട്ടുണ്ട്. കഴിവിനെയും കാര്യക്ഷമതയെയും ജനക്ഷേമതൽപ്പരതയെക്കാളും തിരുവിതാംകൂർ രാജാക്കന്മാർ യോഗ്യതയായി കണക്കാക്കിയിരുന്നത് ജാതിയും സാമൂഹികസ്ഥിതിയുമാണ്. നിർഭാഗ്യവശാൽ പി വേലായുധൻ മദ്ധ്യവയസ്കനായിരിക്കെ തന്നെ ഇഹലോകവാസം വെടിഞ്ഞു. തിരുവിതാംകൂറിലെ ഒരീഴവന് ഒരു നാട്ടുരാജ്യത്തിലെ ദിവാനാകാനുള്ള അവസരം അങ്ങനെ നഷ്ടപ്പെട്ടു.

ഡോ. പൽപ്പുവിന്റെ മറ്റൊരു സഹോദരനായ ശ്രീ. പി പരമേശ്വരൻ വ്യാപാരത്തിലേർപ്പെട്ട് നാട്ടിൽ തന്നെ കഴിച്ചു കൂട്ടി. പില്ക്കാലത്ത് ചട്ടമ്പി സ്വാമി എന്ന നാമധേയത്തിൽ പ്രസിദ്ധനായ കുഞ്ഞൻപിള്ളയുടെ സഹപാഠിയായി രാമൻപിള്ളയാശാന്റെ കളരിയിൽ അക്ഷരവിദ്യ പഠിച്ചയാളാണ് അദ്ദേഹം.

ശ്രീ. പൽപ്പുവും പേട്ടയിൽ രാമൻപിള്ള ആശാന്റെ കളരിയിൽനിന്നു തന്നെയാണ് ആദ്യാക്ഷരങ്ങൾ പഠിച്ചത്. സ്കൂൾതലത്തിൽ പേട്ടയിലെ ഒരു സ്വകാര്യ വിദ്യാലയത്തിലും പഠിച്ചു ജയിച്ചു. സവർണ്ണരുടെ എതിർപ്പുണ്ടായിരുന്നെങ്കിലും മൂത്ത സഹോദരൻ വേലായുധന്റെ കഴിവിൽ സന്തുഷ്ടനായിരുന്ന പ്രിൻസിപ്പൽ, പൽപ്പുവിനും മഹാരാജാസ് ഇംഗ്ലീഷ് സ്കൂളിൽ പ്രവേശനം നല്കി. 1883 ൽ അദ്ദേഹം മെട്രിക്കുലേഷൻ പാസായി. തിരുവിതാംകൂറിൽ പ്രവർത്തിച്ചിരുന്ന മെഡിക്കൽസ്കൂളിൽ പ്രവേശനത്തിനുള്ള മത്സര പരീക്ഷയിൽ ചേർന്ന് രണ്ടാം സ്ഥാനത്തോടെ പ്രശസ്ത വിജയം കരസ്ഥമാക്കി. പൽപ്പു ഡോക്ടറായാൽ ഈഴവൻ വെള്ളം ചേർത്ത് തയ്യാറാക്കുന്ന ഔഷധക്കൂട്ട് സവർണ്ണർക്കു കഴിക്കേണ്ടി വരുമെന്ന വിപത്ത് ഒഴിവാക്കാൻ വേണ്ടി അദ്ദേഹത്തിനു മെഡിക്കൽ പ്രവേ

ശനം തന്നെ നിഷേധിച്ചു. വയസ്സു തെളിയിക്കുന്ന ജാതകവും സർക്കാർ ഡോക്ടറുടെ മെഡിക്കൽ സർട്ടിഫിക്കറ്റും സമർപ്പിച്ചെങ്കിലും പ്രവേശനം നിരസിക്കുക തന്നെ ചെയ്തു.

മദ്രാസ് മെഡിക്കൽ കോളേജിൽ ചേർന്ന് പഠിക്കാൻ സാമ്പത്തിക ശേഷിയില്ലായ്മയാണ് തടസ്സം സൃഷ്ടിച്ചത്. പൽപ്പുവിനെ ഡോക്ടറാക്കാൻ പഠിപ്പിക്കുകയാണ് ഉചിതമെന്ന് അക്കാലത്ത് അവധൂതനായിരുന്ന നാരായണഗുരുവിന്റെ ദീർഘദൃഷ്ടി പൽപ്പുവിന്റെ ജീവിതം ധന്യമാക്കി. മാതാവായ പപ്പമ്മയുടെ ആഭരണങ്ങൾ വിറ്റ് മദ്രാസ് മെഡിക്കൽകോളേജിൽ എൽ എം എസ്(ലൈസൻഷിയേറ്റ് ഇൻ മെഡിക്കൽ സയൻസ്) കോഴ്സിന് ചേർന്നു പഠിച്ചു. ഫീസിനുള്ള തുക സമാഹരണം അത്യന്തം ദുഷ്കരമായ കർമ്മമായി മാറി. പലർക്കും കത്തുകളയച്ചും നേരിൽ കണ്ടും സഹായം അഭ്യർത്ഥിച്ചു. സർ. ടി മാധവറാവു അമ്പതു രൂപയും സർ. ഭാഷ്യമയ്യങ്കാർ പത്തു രൂപയും അയച്ചു കൊടുത്തു. തിരുവിതാംകൂർ മഹാരാജാവായിരുന്ന ശ്രീമൂലം തിരുനാൾ മൂന്നുരൂപ നല്കി. മറ്റു പലരും സഹായിച്ചു. നാലുവർഷത്തെ പഠനം പൂർത്തിയാക്കി, പരീക്ഷ പാസായി.

തിരുവിതാംകൂർ സർക്കാർ നടത്തുന്ന അപ്പോത്തിക്കിരി പരീക്ഷ പാസായവർക്കും സർക്കാർ ജോലി കൊടുത്തിരുന്നു. അലോപ്പതിയിൽ ബ്രിട്ടീഷ് അംഗീകാരമുള്ള എൽ എം എസ് പാസായ ഡോ. പൽപ്പുവിന്റെ ജോലിക്കുള്ള അപേക്ഷ തിരുവിതാംകൂർ സർക്കാർ നിരാകരിക്കുകയാണുണ്ടായത്. ഹതാശനായ ഡോ. പൽപ്പു തൊഴിൽതേടി മദ്രാസിലേക്ക് തിരിച്ചു പോയി. 1890 ൽ അദ്ദേഹത്തിനു മദ്രാസ് സർക്കാർ സ്പെഷ്യൽ വാക്സിൻ ഡിപ്പോ സൂപ്രണ്ടായി നിയമനം നല്കി. ഡിപ്പോ പ്രവർത്തനത്തിലെ അഭിവൃദ്ധി കണക്കിലെടുത്ത് ഡോ. പൽപ്പുവിനെ താമസിയാതെ സീനിയർ സൂപ്രണ്ടാക്കി. ബാംഗ്ളൂരിൽ കാലാവസ്ഥ അനുകൂലമായതിനാൽ ഡിപ്പോ അവിടേക്ക് മാറ്റി. ചുരുങ്ങിയ കാലംകൊണ്ടു തന്നെ ഗോവസൂരി പ്രതിരോധ വാക്സിൻ തിരുവിതാംകൂർ ഉൾപ്പെടെ പല രാജ്യങ്ങളും ഉപയോഗിച്ചു തുടങ്ങി. ആയിടയ്ക്ക് ഉന്നത ബ്രിട്ടീഷ് ഉദ്യോഗസ്ഥന്മാർ തമ്മിലുണ്ടായ സ്പർദ്ധ ഡിപ്പോയുടെ നിർത്തലാക്കലിൽ കലാശിച്ചു. അല്പകാലത്തിനുശേഷം ഡോ. പൽപ്പുവിന്, മൈസൂർ സർക്കാറിന്റെ ബാംഗ്ളൂരിലെ വാക്സിൻ ഡിപ്പോയിലും അനന്തരം അവിടെനിന്നും പിൻവലിച്ച് അവിടത്തെ ഭ്രാന്താശുപത്രി, കുഷ്ഠരോഗാശുപത്രി, മെഡിക്കൽസ്റ്റോർ എന്നിവയുടെ ചുമതല നല്കി. വാക്സിൻ ഡിപ്പോ പുനരുജ്ജീവിപ്പിക്കാനുള്ള തീരുമാനമായപ്പോൾ ഡോ. പൽപ്പുവിനെ അതിന്റെ മേധാവിയാക്കി. മൈസൂർ വാക്സിൻ ഡിപ്പോയുടെ ലിംഫ്, നാട്ടുരാജ്യങ്ങളിലേക്കും അഫ്ഘാൻ, തെക്കെആഫ്രിക്ക, പേർഷ്യ തുടങ്ങിയ രാജ്യങ്ങളിലേക്കും കയറ്റി അയച്ചു. സ്ഥാപനം പ്രസിദ്ധമായതോടെ നാട്ടുരാജ്യങ്ങൾ വാക്സിൻ നിർമ്മാണത്തിൽ പരിശീലനം നേടാൻ ഉദ്യോഗസ്ഥന്മാരെ അയച്ചു തുടങ്ങി. അയിത്തം കല്പിച്ച് ജോലിയിൽനിന്നും ഡോ. പൽപ്പുവിനെ ഒഴിവാക്കിയ തിരുവിതാംകൂറിൽനിന്നും അയച്ച സാനിട്ടറി കമ്മീഷണർ ഡോ. എൻ സുബ്രഹ്മണ്യഅയ്യരും അദ്ദേഹത്തിന്റെ കീഴിൽ

പരിശീലനം നേടി. ആയിടയ്ക്ക് ഉദ്യോഗസ്ഥന്മാർ തമ്മിലുള്ള കിടമത്സരവും പോരും സ്ഥാപനത്തെ സാരമായി ബാധിച്ചു. ഡോ. പൽപ്പുവിനെ തരംതാഴ്ത്തി. ഡോ. പൽപ്പു നാട്ടിലേക്ക് പോന്നെങ്കിലും ദിവാൻ അദ്ദേഹത്തെ തിരിച്ചു വിളിച്ച് വാക്സിൻ ഡിപ്പോയുടെ ചുമതലയോടുകൂടെ ജയിൽ സൂപ്രണ്ടായി നിയമിച്ചു. ഈ അവസരത്തിൽ ബാംഗ്ളൂർ നഗരം മാരകമായ വിഷൂചിക രോഗത്തിന്റെ പിടിയിലമർന്നു. ഡോക്ടറെ പ്ലേഗ് നിവാരണ സ്പെഷ്യൽ ഡ്യൂട്ടി ഓഫീസറായി നിയമിച്ചു. ഫലപ്രദമായ മരുന്നിന്റെ അഭാവവും പ്രത്യേക ക്യാമ്പുകളിൽ കഴിച്ചുകൂട്ടാനുള്ള ചില വിഭാഗം ജനങ്ങളുടെ എതിർപ്പും മറ്റും രോഗത്തിന്റെ പിടിയിൽനിന്നും ജനങ്ങളെ രക്ഷിക്കുവാൻ താമസം നേരിട്ടു. മരിച്ചവരുടെ ശവം കഴുകി മറവു ചെയ്യാൻ നല്ല പ്രതിഫലം കൊടുത്താൽ പോലും ആളിനെ കിട്ടാതായി. പലപ്പോഴും ഡോ. പൽപ്പു തന്നെ അത് ചെയ്തു. രക്ഷകർത്താക്കൾ മരിച്ച് അനാഥരായ കുട്ടികളെ രക്ഷിക്കാൻ അദ്ദേഹം മുന്നിട്ടിറങ്ങി, പ്രത്യേക ക്യാമ്പുണ്ടാക്കി. ആഹാരവും വസ്ത്രവും നല്കി. രോഗപ്രതിരോധ നടപടികളും തുടർനടപടികളും ചിട്ടയിലായിക്കഴിഞ്ഞപ്പോൾ ഡോ. പൽപ്പുവിനെ പ്ലേഗു ചികിത്സയിൽ ഉപരിപഠനത്തിനായി യൂറോപ്പിലേക്കയച്ചു. യൂറോപ്പിലേക്കുള്ള യാത്രയ്ക്കുമുമ്പുതന്നെ അദ്ദേഹം പ്രത്യേക ക്യാമ്പിൽ പോറ്റി വളർത്തിയിരുന്ന അനാഥക്കുട്ടികളെ സർക്കാർ സഹായത്തോടെ ഇന്ത്യക്കാരും വിദേശികളുമായ പലർക്കും ദത്തുകൊടുത്ത് കുട്ടികളുടെ സുരക്ഷിതത്വം ഉറപ്പുവരുത്തിയിരുന്നു.

ഡോ. പൽപ്പു തന്റെ പഠനയാത്രയിൽ പാരീസ്, ജർമ്മനി, ജനീവ, റോം, ഇംഗ്ളണ്ട് തുടങ്ങിയ രാജ്യങ്ങൾ സന്ദർശിച്ചു. കേംബ്രിഡ്ജിൽ നിന്നും പബ്ലിക് ഹെൽത്തിൽ ഡി പി എച്ചും ലണ്ടനിൽനിന്ന് എഫ് ആർ പി എച്ചും നേടി. അക്കാലത്ത് തിരുവിതാംകൂറിലെ ഒരു പ്രജയ്ക്ക് സമ്പാദിക്കാൻ കഴിയുമായിരുന്ന യോഗ്യതകളായിരുന്നില്ല ഇവ. വിദേശപഠനം കഴിഞ്ഞെത്തിയ ഡോ. പൽപ്പുവിനെ ബാംഗ്ളൂർ സിറ്റി മെഡിക്കൽ ഓഫീസർ പോസ്റ്റിൽ നിയമിച്ചു. 1902 ൽ അദ്ദേഹത്തെ ബാംഗ്ളൂർ മുൻസിപ്പാലിറ്റിയുടെ എക്സ് ഒഫിഷ്യോ വൈസ് പ്രസിഡന്റാക്കി. 1907 ൽ ഡെപ്യൂട്ടി സാനിറ്ററിക്കമ്മീഷണറും വാക്സിനേഷൻ ഇൻസ്പെക്ടറുമായി നിയമിച്ചു. അക്കാലത്തും വിഷൂചിക വീണ്ടും ഉണ്ടായി. കുടിവെള്ള വിതരണ പൈപ്പിൽ ഉണ്ടായ രോഗാണുബാധയായിരുന്നു കാരണമെങ്കിലും സാനിറ്ററി വകുപ്പിനെ കുറ്റം ആരോപിച്ച് ഡോ. പൽപ്പുവിനെ തരംതാഴ്ത്തി. ഡോ. പൽപ്പു ജോലി രാജിവച്ച് നാട്ടിലേക്ക് പോന്നു. അക്കാലത്ത് വസൂരിയും പടർന്നുപിടിച്ചു. പൊതുജനാഭിപ്രായം ഭയന്ന് സർക്കാർ ഡോ. പൽപ്പുവിനെ തിരികെ വിളിച്ച് കൂടുതൽ ആനുകൂല്യങ്ങളോടുകൂടെ വാക്സിനേഷൻ ഇൻസ്പെക്ടറും ജയിൽ സൂപ്രണ്ടുമായി നിയമിച്ചു. 1917 ൽ ഡോ. പൽപ്പുവിനെ, ബറോഡ ദിവാൻ വി പി മാധവറാവു ആവശ്യപ്പെട്ടതനുസരിച്ച് അവിടത്തെ സാനിറ്ററി വകുപ്പ് പുനഃസംഘടിപ്പിക്കുന്നതിനായി ബറോഡയിലും ഒരു വർഷം സേവനത്തിനയച്ചു. തിരിച്ചെത്തി അല്പനാളുകൾക്കുശേഷം ലിംഫ് ഇൻസ്റ്റിസ്റ്റ്യൂട്ടിന്റെ ഡയറക്ടറായി സ്ഥാനക്കയറ്റം

ലഭിച്ചു. 35 വർഷത്തെ ദീർഘകാല സേവനത്തിനുശേഷം 1920 ൽ അദ്ദേഹം വിരമിച്ചു. കഠിനാദ്ധ്വാനിയും പരോപകാര തല്പരനും സത്യസന്ധനുമായ ഡോ. പൽപ്പുവിന് ഭിഷഗ്വരവൃത്തി ഒരു വരദാനം തന്നെയായിരുന്നു. നാരായണഗുരു മാർഗ്ഗനിർദ്ദേശം നല്കി തെരഞ്ഞെടുത്ത കർത്തവ്യകർമ്മമായിരുന്നു അത്.

ഡോ. പൽപ്പുവിന്റെ ഗൃഹസ്ഥാശ്രമവും സുഖദുഃഖസമ്മിശ്രമായിരുന്നു. വാരാണപ്പള്ളിയിലെ കൃഷ്ണൻ വൈദ്യരുടെ സഹോദരി ഭഗവതി അമ്മയെ 1891 ൽ അദ്ദേഹം വിവാഹം കഴിച്ചു. ആ വർഷം തന്നെ ബാംഗ്ളൂരിൽ പത്മാലയത്തിൽ താമസം തുടങ്ങി. 1892 ാം ആണ്ടിൽ ഗംഗാധരനും, 1895 ൽ നടരാജനും ജനിച്ചു. 1900 ാംമാണ്ട് ആനന്ദലക്ഷ്മി എന്ന മകളും ജനിച്ചു. പൽപ്പു–ഭഗവതി ദമ്പതിമാർക്ക് അഞ്ചുമക്കളുണ്ടായിരുന്നു. അതിൽ നടരാജൻ ഉന്നത വിദ്യാഭ്യാസം നേടിയ ഉദ്യോഗസ്ഥനായിരുന്നെങ്കിലും നാരായണഗുരു അദ്ദേഹത്തെ തന്റെ അനുയായിയാക്കി കൂടെ കൊണ്ടുപോയി. സമുദായത്തിനു മേന്മ വരിക്കാൻ വേണ്ടി തന്റെ ഏറ്റവും വലിയ സമ്പത്ത് അങ്ങനെ ഡോ. പൽപ്പു അന്ന് ശ്രീനാരായണഗുരുവിന് സമർപ്പിച്ചു. തനിക്ക് മാർഗ്ഗദർശനം തന്ന ഗുരുതന്നെയായിരുന്നു അതിനും കാരണഭൂതൻ. പില്ക്കാലത്ത് കുമാരനാശാൻ എന്ന, കവിത്രയങ്ങളിൽ ഒരാളായിത്തീർന്ന, കായിക്കര തൊമ്മൻ വിളാകത്ത് നാരായണന്റെയും കൊച്ചുപെണ്ണിന്റെയും മകൻ കുമാരനെ നാരായണഗുരുവിന്റെ നിർദ്ദേശപ്രകാരം കൂടെ താമസിപ്പിച്ചു പഠിപ്പിച്ചു. ഡോ. പൽപ്പു ഇംഗ്ലീഷും സംസ്കൃതവും പഠിക്കാൻ വേണ്ട സൗകര്യം ചെയ്തു കൊടുത്തു. ഇത് 1895 ൽ ഡോ. പൽപ്പു ബാംഗ്ളൂരിൽ താമസിക്കുമ്പോഴായിരുന്നു. കുമാരനാശാന് അപ്പോൾ 22 വയസ്സ് പ്രായമായിരുന്നു. സംസ്കൃതത്തിൽ ന്യായവിദ്വാൻ ബിരുദത്തിനു ചേർന്നിരുന്നെങ്കിലും സവർണ്ണരുടെ എതിർപ്പുകാരണം മദ്രാസിലേക്ക് പഠിത്തം മാറ്റേണ്ടിവന്നു. അതിനുശേഷം ഡോക്ടറുടെ മിത്രമായ ഡോ. നഞ്ചുണ്ടറാവുവിന്റെ സഹായത്തോടുകൂടെ കൽക്കട്ടയിലെ സംസ്കൃത കോളേജിലയച്ച് സംസ്കൃതത്തിലെ ഉന്നതബിരുദമായ തർക്കതീർത്ഥ പരീക്ഷയ്ക്ക് പഠിപ്പിച്ചു. കൽക്കട്ടയിലെ ജീവിതം ആശാന്റെ കാവ്യഭാവനയ്ക്ക് നിസ്തുലങ്ങളായ വിഷയങ്ങൾ സംഭാവന ചെയ്തു. രവീന്ദ്രസംഗീതവും ടാഗോറുമായുള്ള പരിചയവും, ബംഗാളി ജീവിതത്തിന്റെ ചൈതന്യം, ശ്രീരാമകൃഷ്ണപരമഹംസരുടെയും വിവേകാനന്ദസ്വാമികളുടെയും ദർശനങ്ങൾ, ബുദ്ധമതവും ശ്രീബുദ്ധന്റെ ദർശനവും അദ്ദേഹത്തിന്റെ കാവ്യഭാവനയ്ക്കു മാറ്റുകൂട്ടിയ ഘടകങ്ങളാണെന്നതിൽ സംശയമില്ല. കാലാന്തരത്തിൽ ഇവയിൽ ഏറിയപങ്കും വിശിഷ്ട ഭോജ്യങ്ങളാക്കി ആശാൻ കേരളീയരെ കൊതിപിടിപ്പിച്ചിട്ടുമുണ്ട്.

വിദേശ സേവന(മറ്റു നാട്ടുരാജ്യങ്ങൾ)ത്തിനിടയ്ക്ക് ഡോ. പൽപ്പുവിന് പല ഉന്നത വ്യക്തികളുമായി പരിചയപ്പെടാനും ഇടപെടാനും ഇടവന്നിട്ടുണ്ട്. അപ്പോഴെല്ലാം അദ്ദേഹം സ്വസമുദായത്തിനെ അയിത്തത്തിൽ നിന്നും മോചിപ്പിക്കാൻ അവരുടെ പദവി വിനിയോഗിക്കാൻ പ്രേരിപ്പിച്ചിട്ടുണ്ട്.

പൊതുവിദ്യാലയങ്ങളിലും സർക്കാർ സർവ്വീസിലും ഈഴവർക്കും

പ്രവേശനം വേണമെന്നും അയിത്താചാരം ഉന്മൂലനം ചെയ്യണമെന്നും ആവശ്യപ്പെട്ട് ദിവാനും മഹാരാജാവിനും പലനിവേദനങ്ങളും ഡോ. പൽപ്പു സമർപ്പിച്ചിരുന്നു. അതിനൊന്നും യാതൊരു ഫലവുമുണ്ടായില്ല. ഈ അവസരത്തിലാണ് പ്രധാന തസ്തികകളെല്ലാം പരദേശി ബ്രാഹ്മണർക്കു കൊടുക്കുന്നതിൽ പ്രതിഷേധിച്ച് നായർ, ഈഴവർ, ക്രിസ്ത്യാനികൾ, മുസൽമാന്മാർ തുടങ്ങിയ എല്ലാ മലയാളി വിഭാഗങ്ങളും ചേർന്ന് *മദ്രാസ് സ്റ്റാൻഡേർഡ്* പത്രത്തിന്റെ പത്രാധിപരായിരുന്ന ബാരിസ്റ്റർ ജി പരമേശ്വരൻ പിള്ള (ജി പി പിള്ള) യുടെയും കെ പി ശങ്കരമേനോന്റെയും നേതൃത്വത്തിൽ മലയാളിപ്രക്ഷോഭം നടന്നത്. വിദ്യാർത്ഥിയായിരുന്ന പൽപ്പുവും അതിൽ പങ്കെടുത്തു. പ്രക്ഷോഭകർ 10000 ത്തിൽപ്പരം പേർ ഒപ്പിട്ട, തങ്ങളുടെ അവശതകൾക്ക് പരിഹാരം ആവശ്യപ്പെട്ടുകൊണ്ടുള്ള ഒരു നിവേദനം 1891 ജനുവരി പതിനൊന്നിന് ശ്രീമൂലം തിരുനാളിനു സമർപ്പിച്ചു. ഇതിൽ ഡോ. പൽപ്പു മൂന്നാം കയ്യൊപ്പുകാരനായിരുന്നു. ഈ നിവേദനമാണ് ചരിത്രപ്രസിദ്ധമായ മലയാളി മെമ്മോറിയൽ. ഈ ഹർജി പ്രകാരം എന്തെങ്കിലും ആനുകൂല്യം ഈഴവർക്കു കൊടുത്താൽ അത് നായർ ഈഴവ സംഘട്ടനത്തിന് കാരണമാകുമെന്ന ചാണക്യ സൂത്രം പ്രയോഗിച്ച് എല്ലാം നിരാകരിക്കുകയാണ് ചെയ്തത്. മറ്റു ജാതിക്കാരും പ്രത്യേകിച്ച് നായന്മാർ കൂടെ ഒപ്പിട്ട് സമർപ്പിച്ച ഹർജിയിൽ ആവശ്യപ്പെട്ട പ്രകാരം നടപടി എടുത്താൽ പരിഹാരം ആവശ്യപ്പെട്ട് നായന്മാർ എതിർക്കുമെന്ന ബാലിശമായ മറുപടിയാണ് ദിവാൻ മുഖാന്തരം ശ്രീമൂലം തിരുനാൾ മഹാരാജാവ് കൊടുത്തത്.

ആ ഹർജിയിലെ ആവശ്യങ്ങൾ എല്ലാം നിരാകരിക്കപ്പെട്ടെങ്കിലും ഡോ. പൽപ്പു തന്റെ ശ്രമങ്ങൾ തുടർന്നുകൊണ്ടിരുന്നു. 1895 മുതൽ അദ്ദേഹം തിരുവിതാംകോട്ടുകാരനായ ഒരു തീയൻ എന്ന് സ്വയം വെളിപ്പെടുത്തിക്കൊണ്ട് ദിവാന് ധാരാളം നിവേദനങ്ങൾ ഈഴവർക്ക് വേണ്ടി സമർപ്പിച്ചുകൊണ്ടിരുന്നു. മദ്രാസിലും ബാംഗ്ളൂരിലുമായിരുന്നു അദ്ദേഹംഅപ്പോൾ താമസിച്ചിരുന്നത്. നിവേദനങ്ങൾക്ക് മറുപടി ലഭിക്കാത്തതിനാൽ 1896 ഫെബ്രുവരിയിൽ ഒരിക്കൽ ദിവാനെ കണ്ട് കാര്യങ്ങൾ ബോദ്ധ്യമാക്കാൻ ശ്രമിച്ചെങ്കിലും നിഷേധാത്മകമായ നിലപാടാണ് ദിവാൻ സ്വീകരിച്ചത്. മദ്രാസ് ഗവർണ്ണറെ സമീപിച്ചെങ്കിലും ഫലവത്തായില്ല. ഈഴവരുടെ അവശതകൾ പരിഹരിച്ചുകിട്ടാൻ ഈഴവ മെമ്മോറിയലെന്ന ഒരു ഭീമ ഹർജിയും സമർപ്പിക്കാൻ അദ്ദേഹം നേതൃത്വം നല്കി. രാജാവ് അതും അവഗണിച്ചതേയുള്ളൂ. ദിവാൻ യുക്തിഹീനങ്ങളായ മറുപടി നല്കി കാര്യം അവസാനിപ്പിച്ചു.

സ്വസമുദായാംഗങ്ങളുടെ ഉദ്ധാരണം നിയതിയുടെ കൈയിലേല്പിച്ച് കർമ്മ വിമുഖനായിരിക്കാൻ ഡോ. പൽപ്പുവിന് കഴിയുമായിരുന്നില്ല. അദ്ദേഹം ബാരിസ്റ്റർ ജി പി പിള്ളയുമായി ആലോചിച്ചു. ബ്രിട്ടീഷ് പാർലമെന്റിൽ വിഷയം ഉന്നയിക്കാൻ വേണ്ടത് ചെയ്യാൻ ഉപദേശിച്ചു. ലണ്ടനിൽ പോകാൻ പിള്ള സമ്മതിച്ചു. ചെലവിനുള്ള തുകയും ഡോക്ടർ കണ്ടെത്തി. ആ അവസരത്തിൽ വിവേകാനന്ദസ്വാമികൾ മൈസൂർ കൊട്ടാരത്തിലെത്തിയതായി അറിഞ്ഞ് അദ്ദേഹത്തെ കണ്ട് സംഗതികൾ ബോധിപ്പിച്ചു.

അദ്ദേഹം തന്റെ ശിഷ്യയായ സിസ്റ്റർ നിവേദിത(മാർഗരറ്റ് നോബിൾ)ക്ക് ഒരു കത്ത് കൊടുത്തു. ജി പി പിള്ള അതുമായി ലണ്ടനിലെത്തി സിസ്റ്റർ നിവേദിതയുടെ സഹായം തേടി. സിസ്റ്റർ നിവേദിതയുടെ സഹായത്താൽ ഹെർബർട്ട് റോബർട്ട്സ് എന്ന പാർലമെന്റ് അംഗത്തെക്കൊണ്ട് ബ്രിട്ടീഷ് പാർലമെന്റാൽ 17–7–1897 ന് രണ്ടു ചോദ്യങ്ങൾ ചോദിപ്പിച്ചു. താഴ്ന്ന ജാതിക്കാരായതിനാൽ തിരുവിതാംകൂറിൽ ഈഴവരെ സർക്കാർ സർവ്വീസിൽ നിന്നും ഒഴിച്ചു നിർത്തിയിരിക്കുകയാണോ എന്നും തിരുവിതാംകൂറിൽ നിന്നും അക്കാരണത്താൽ ബിരുദധാരികളായ രണ്ടുപേർ മദ്രാസിലും മൈസൂറിലും അടുത്ത കാലത്ത് ജോലിക്ക് പോയിട്ടുണ്ടോ എന്നുമായിരുന്നു ചോദ്യങ്ങൾ. പാർലമെന്റ് അതിൽ മദ്രാസ് സർക്കാറിന്റെ ശ്രദ്ധ ക്ഷണിച്ച് നിർദ്ദേശം നല്കി. ഇന്ത്യയുടെ ദേശീയ മാദ്ധ്യമങ്ങൾ ഈ വാർത്തയ്ക്ക് സാധാരണയിൽ കവിഞ്ഞ പ്രധാന്യം നല്കി. ബ്രിട്ടീഷ് സർക്കാറിന്റെ ഇച്ഛയ്ക്കനുസരിച്ച് പ്രവർത്തിച്ചിരുന്ന തിരുവിതാംകൂർ രാജാക്കന്മാർക്ക്, ഈഴവരെ അപമാനിക്കുന്നതിനെതിരെ ഇതൊരു താക്കീതായിരുന്നു.

ഡോ. പൽപ്പു വിദേശ യാത്രയിലായിരുന്നപ്പോൾ ജർമ്മനിയിൽ വച്ച് ഇന്ത്യയിലെ ദേശീയ നേതാവായ ദാദാഭായി നവറോജിയെ പരിചയപ്പെട്ടു. തിരുവിതാംകൂറിൽ താണജാതിക്കാരായ വലിയ ഒരു വിഭാഗം ജനങ്ങളുടെ ദുരിതങ്ങൾ അദ്ദേഹത്തെ ധരിപ്പിച്ച് മഹാരാജാവിന് ഒരു കത്തയപ്പിച്ചു. പൊതുവിദ്യാഭ്യാസ സ്ഥാപനങ്ങളിലും സർക്കാർ സർവ്വീസിലും ഈഴവർക്ക് പ്രവേശനം അനുവദിക്കണമെന്ന് രാജാവിനെ ഉപദേശിക്കുകയായിരുന്നു ലക്ഷ്യം.

ഇന്ത്യയിൽ ഏതുതരം സാമൂഹ്യ പ്രവർത്തനവും മതത്തിന്റെ പിൻബലത്തിൽ പടുത്തുയർത്തുന്നതാണ് നല്ലതെന്ന് വിവേകാനന്ദ സ്വാമികൾ ഡോ. പൽപ്പുവിന് ഉപദേശം നല്കിയിരുന്നു. ഒരാചാര്യന്റെ സന്നിധിയിലെത്തിയാലേ അതിന് പൂർണ്ണത ലഭിക്കുകയുള്ളൂ എന്നായിരുന്നു അദ്ദേഹത്തിന്റെ സുചിന്തിതമായ ദീർഘവീക്ഷണം. ഒറ്റയ്ക്കുള്ള പോരാട്ടങ്ങൾ വിഫലമാണെന്ന് തെളിഞ്ഞ സാഹചര്യത്തിൽ ഈഴവ മഹാസഭ എന്ന പേരിൽ ഒരു സംഘടന രൂപീകരിച്ചു. അതിനും വളരാൻ സാധിച്ചില്ല. ഭൂരിഭാഗം പീഡിതർക്കും സർക്കാറിനോടും മേൽജാതിക്കാരോടും ഭയമായിരുന്നു. 1900 ാം ആണ്ടിൽ ബാംഗ്ളൂരിൽ വച്ച് കഴ്സൺ പ്രഭുവിനെ കണ്ട് നിവേദനം നടത്തിയിരുന്നെങ്കിലും സ്ഥിതിഗതികൾക്ക് മാറ്റമൊന്നും കണ്ടില്ല. ഡോ. പൽപ്പു ഈ സാഹചര്യത്തിൽ അരുവിപ്പുറത്തെത്തി ഗുരുവിനെ സന്ദർശിച്ചു. അരുവിപ്പുറം ക്ഷേത്രയോഗം എന്ന പേരിൽ ഒരു സംഘടന പ്രവർത്തിച്ചുവരികയായിരുന്നു. ജ്യേഷ്ഠന്മാരായ പരമേശ്വരൻ, വേലായുധൻ എന്നിവരും കുമാരനാശാനും അരുവിപ്പുറത്ത് ഗുരുവിന്റെ നേതൃത്വത്തിൽ പല സംരംഭങ്ങളിലും അപ്പോൾ പ്രവർത്തിച്ചുവരികയായിരുന്നു. നാരായണഗുരുവിന്റെ ഇച്ഛാനുസരണം കുമാരനാശാൻ ഈഴവർക്കൊരു കൂട്ടായ്മയുണ്ടാക്കാൻ വേണ്ടി പ്രവർത്തിച്ചു തുടങ്ങിയിരുന്നു. അതിനുവേണ്ടി അദ്ദേഹം പല ഈഴവ പ്രമാണിമാരെയും കണ്ട് ചർച്ച ചെയ്തിരുന്നു. ഡോക്ടറുടെ വരവ് അതിന് പ്രത്യേക ഊർജ്ജം

പകർന്നു. 1902 ൽ പുതിയ സംഘടനയുടെ ആദ്യ ആലോചനായോഗം കുന്നുകുഴിയിലുള്ള കമലാലയം ബംഗ്ളാവിൽ വച്ച് നടന്നു. 1903 ൽ ശ്രീ നാരായണ ധർമ്മപരിപാലന യോഗം (SNDP) എന്ന പേരിൽ ക്ഷേത്ര യോഗത്തെ വിപുലപ്പെടുത്തി രജിസ്റ്റർ ചെയ്തു. നാരായണഗുരുസ്വാമികൾ സ്ഥിരാദ്ധ്യക്ഷനും ഡോ. പൽപ്പു ഉപാദ്ധ്യക്ഷനും (വൈസ് പ്രസിഡന്റ്) കുമാരനാശാൻ ജനറൽ സെക്രട്ടറിയുമായിരുന്നു. ഈ സംഘടനയിൽ ജാതിഭേദമില്ലാതെ ആർക്കും അംഗമാകാം. 1904 ൽ അരുവിപ്പുറത്തുവച്ച് ആദ്യയോഗവും നടന്നു. *വിവേകോദയം* എന്ന പേരിൽ ഒരു മുഖപത്രവും യോഗം ആരംഭിച്ചു. എല്ലാ ചെലവുകളും ഡോക്ടർ വഹിച്ചു. യോഗത്തിന്റെ ആദ്യവാർഷികം അരുവിപ്പുറത്ത് നടന്നു. വാർഷികങ്ങൾ തിരുവനന്തപുരം മുതൽ കണ്ണൂർ വരെയുള്ള വിവിധ സ്ഥലങ്ങളിൽ വച്ചു നടത്തുന്നതിനും അതിനോടനുബന്ധിച്ച് കാർഷികപ്രദർശനങ്ങളും മറ്റും നടത്താനും തീരുമാനിച്ചു. 1905 ൽ കൊല്ലത്തു വച്ചു നടത്തിയ രണ്ടാം വാർഷികത്തിന്റെ മുഴുവൻ ചുമതലയും ഡോ. പൽപ്പുവിനായിരുന്നു. അപ്പോൾ ഒരു പ്രദർശനവും നടത്തപ്പെട്ടു. തിരുവിതാംകൂർ, കൊച്ചി, മലബാർ, മാഹി എന്നിവിടങ്ങളിൽനിന്ന് പ്രദർശന വസ്തുക്കൾ ശേഖരിച്ചു. കോട്ടാർ, ബാലരാമപുരം തുടങ്ങിയ സ്ഥലങ്ങളിൽനിന്നുള്ള വർണ്ണപ്പകിട്ടുള്ള ആകർഷണീയങ്ങളായ കൈത്തറിത്തുണികളും പ്രദർശനത്തിനെത്തിച്ചു. ഈഴവർ കള്ളു വ്യവസായത്തിൽനിന്നും മാറി കൈത്തറിവ്യവസായം സ്വീകരിക്കണമെന്ന ഗുരുവിന്റെ ഉദ്ബോധനം പ്രാവർത്തികമാക്കാനുള്ള കർമ്മപദ്ധതികൂടിയായിരുന്നു ആ പ്രദർശനം. തിരുവിതാംകൂറിൽ നടന്ന ആദ്യത്തെ അത്തരത്തിലുള്ള ഒരത്ഭുതവും ആയിരുന്നു അത്. അദ്ദേഹത്തിനുമേൽ മെഡിക്കൽപ്രവേശന നിരോധനം അടിച്ചേല്പിക്കാതിരുന്നെങ്കിൽ 1910 കളിൽ തന്നെ തിരുവനന്തപുരത്ത് ഒരു മെഡിക്കൽകോളേജ് സ്ഥാപിതമാകുമായിരുന്നു. അതിനുവേണ്ട ഉൾക്കാഴ്ചയും ഭാവനയും നിർവ്വഹണശേഷിയുമുള്ള പ്രഗത്ഭനായിരുന്നു അദ്ദേഹം എന്നതിനു തെളിവാണ് ഈ സംരംഭങ്ങൾ.

1911 ലെ എട്ടാം വാർഷികത്തിന് എടുത്ത തീരുമാനമാണ് ശിവഗിരിയിലെ ശാരദാപ്രതിഷ്ഠാ സ്ഥാപനം. 9 ാം വാർഷികത്തിൽ പ്രതിഷ്ഠ നടത്താനും തീരുമാനിച്ചു. ഡോക്ടർ പൽപ്പുവിനെ നിർവ്വാഹക സമിതി അദ്ധ്യക്ഷനായും കുമാരനാശാനെ സെക്രട്ടറിയായും തിരഞ്ഞെടുത്തു. ഗുരുവിന്റെ പൂർണ്ണ ശ്രദ്ധ വിഗ്രഹ നിർമ്മാണത്തിലായിരുന്നു. സ്വജനങ്ങളിൽനിന്നും പിരിവെടുത്തു പ്രവർത്തികൾ നടത്തി. 1087 മേടം 18 മുതൽ 21 വരെ തീയതികളിൽ വലിയ ഉത്സവാഘോഷങ്ങളോടുകൂടെ ശാരദാപ്രതിഷ്ഠയും നടന്നു. ശിവഗിരിയുടെയും ശാരദാപീഠത്തിന്റെയും യോഗത്തിന്റെയും യശസ്സും വർദ്ധിച്ചു.

1915 ന് വി ജെ റ്റി ഹാളിൽ നടത്തിയ യോഗത്തിനുശേഷം ഡോ. പൽപ്പു യോഗ പ്രവർത്തനങ്ങളിലും ആശ്രമപ്രവർത്തനങ്ങളിലും ശ്രദ്ധിക്കാതെ വിട്ടു നിന്നു. ശാരദാമഠത്തിൽ ചെരിപ്പിട്ട് കയറി എന്നു പറഞ്ഞ് പ്രതിഷ്ഠാദിനത്തിൽ ഒരു സന്യാസി വേഷധാരി വേണ്ട ശല്യം ഉണ്ടാക്കി. ആലുവാ അദ്വൈതാശ്രമത്തിലെ നടത്തിപ്പുകാരും ഡോക്ടർ ആശ്രമകാര്യങ്ങളിൽ

ഇടപെടുന്നതായി പരാതിപ്പെട്ടു. കേരളത്തിലെ ആശ്രമങ്ങളിലെ അന്തേവാസികളായ പല കാവിധാരികളും വേദപാഠങ്ങൾ പഠിച്ചിട്ടുള്ളവരോ ബ്രഹ്മചര്യമോ അവധൂതജീവിതം നയിച്ചിട്ടുള്ളവരോ അല്ല. കാമക്രോധ ലോഭമാത്സര്യങ്ങളിൽനിന്നും മോചിതരുമല്ല. മിക്കവാറും പേർ ജീവിത സായാഹ്നത്തിൽ സന്യാസിമാരോട് പൊതുജനങ്ങൾക്കുള്ള ആദരവും ഭക്തിയും പിടിച്ചു പറ്റാൻവേണ്ടി നുഴഞ്ഞുകയറിയവരാണ്. അന്ധവിശ്വാസങ്ങളെ മഹത്വവൽക്കരിച്ച് സമൂഹത്തിൽ പൗരോഹിത്യാധിപത്യം നിലനിറുത്തുകയാണ് അവരുടെ ലക്ഷ്യം.

1920 ൽ ജോലിയിൽനിന്നും പിരിഞ്ഞശേഷം നന്തൻകോട് പാർക്ക് വ്യൂവിലാണ് അദ്ദേഹം താമസിച്ചിരുന്നത്. 1928 ലെ നാരായണഗുരുവിന്റെ സമാധി അദ്ദേഹത്തെ നഷ്ടബോധത്തിലാഴ്ത്തി. സഹചാരിയും സഹായിയുമായ മാധവന്റെ മരണം നിസ്സഹായതയിലും ഏകാന്തതയിലുമാക്കി. നാരായണഗുരുവിന്റെ വസ്തുക്കൾക്കുവേണ്ടി യോഗവും ആശ്രമവും തമ്മിലുള്ള സിവിൽ കേസ് നശ്വരതയിലും സ്വാർത്ഥതയുടെ നീരാളിപ്പിടിത്തം കാട്ടിക്കൊടുത്തു. ഗാന്ധിജിയുടെ ചരമം അദ്ദേഹത്തിന്റെ ജീവിതത്തിൽ ശോകവും ശൂന്യതാബോധവും ഉളവാക്കി. തന്റെ ശവം ദഹിപ്പിക്കരുതെന്നും കുഴിച്ചുമൂടി കുഴിമാടത്തിനരികിൽ ഒരു ചെമ്പകം നടണമെന്നും മരണാനന്തര ഇച്ഛ വെളിപ്പെടുത്തി അദ്ദേഹം മരണദേവനെക്കാത്തിരുന്നു.

ജീവിതാന്ത്യത്തിൽ രോഗബാധിതനും ശയ്യാവലംബിയുമായിട്ടാണ് മരിക്കുന്നതെങ്കിൽ താനൊരു കള്ളനാണെന്ന് മനസ്സിലാക്കണമെന്ന് മഹാത്മാഗാന്ധി അനുയായികളോട് പറഞ്ഞിട്ടുണ്ടായിരുന്നു. ഗാന്ധിജി ഏതാനും സെക്കന്റുകൾകൊണ്ടാണ് മരിച്ചത്. സമൂഹസേവനവും സ്വജാതിസേവനവും തന്റെ കർത്തവ്യ കർമ്മമായി സ്വീകരിച്ച ഡോ. പൽപ്പു 1950 ജനുവരി 25 ന് രാവിലെ പതിവുപോലെ ഭക്ഷണത്തിനും പത്രവായനയ്ക്കും ശേഷം വിശ്രമിക്കുമ്പോൾ ഏതാനും മിനിറ്റു മാത്രം നീണ്ട വയറുവേദന കൊണ്ട് ദിവംഗതനായി. തിരുവനന്തപുരത്ത് പാളയം നന്തൻകോട് റോഡിന്റെ പടിഞ്ഞാറു വശത്ത് പാർക്ക് വ്യൂവിന്റെ മുറ്റത്ത് മാനവ സമുദായത്തിന് പരിമളം പരത്തിക്കൊണ്ട് അദ്ദേഹത്തിന്റെ ചൈതന്യം ഉൾക്കൊണ്ട ചെമ്പകം പ്രായാധിക്യമുണ്ടെങ്കിലും, ഇപ്പോഴും ജീവിക്കുന്നു.

മനുഷ്യന്റെ നിയന്ത്രണത്തിലല്ലാത്ത കുറ്റത്തിന്, ഈഴവനായി ജനിച്ചതിന് രാജാവിന്റെ ശിക്ഷ ഏല്ക്കേണ്ടി വന്നവൻ. സവർണ്ണർക്കൊപ്പം പഠിക്കാൻ അനുവാദമില്ലാത്തവൻ. ഒരു വലിയ വിഭാഗത്തിന്റെ പ്രതിപുരുഷൻ ആയിരുന്നു ഡോ. പൽപ്പു.

അവലംബം:-

1. കെ ഭാനു, B A BL, Ex. MLA, SNDP യോഗം കനക ജൂബിലിസ്മാരക സോവനീർ.
2. സജീവ് കൃഷ്ണൻ, *ദൈവത്തിന്റെ പടത്തലവൻ*, (ഡോ. പൽപ്പുവിന്റെ ജീവചരിത്രം) സ്റ്റേറ്റ് ഇൻസ്റ്റിറ്റ്യൂട്ട് ഓഫ് ലാംഗ്വേജസ്, കേരള, 2013, തിരുവനന്തപുരം.

4

സ്വദേശാഭിമാനി രാമകൃഷ്ണപിള്ള, മറ്റൊരു ക്രൂശിതൻ (1878–1916)

പത്തൊൻപതാം നൂറ്റാണ്ടിലെ മലയാളപത്രപ്രവർത്തന രംഗത്തെ അതികായന്മാരിൽ പ്രമുഖനായിരുന്നു സ്വദേശാഭിമാനി കെ രാമകൃഷ്ണ പിള്ള. തിരുവനന്തപുരം ജില്ലയിൽ നെയ്യാറ്റിൻകര താലൂക്കിലെ അതിയന്നൂരെന്ന സുന്ദരമായ ഗ്രാമപ്രദേശത്ത് ഒരു പാടശേഖരത്തിന്റെ കരയിലാണ് കൂടില്ലാ വീട് എന്ന പേരുള്ള അദ്ദേഹത്തിന്റെ വീട്. നെയ്യാറ്റിൻകരയിൽനിന്നും അഞ്ചു കിലോമീറ്റർ അകലെ അരംഗമുകളിലുള്ള ഈ ഗൃഹം വളരെ ജീർണ്ണിച്ചതും ഓലമേഞ്ഞതുമാണെങ്കിലും ഇപ്പോഴും പ്രായം വകവയ്ക്കാതെ നിലനില്ക്കുന്നുണ്ട്. അദ്ദേഹത്തിന്റെ അമ്മ നെയ്യാറ്റിൻകര ശ്രീകൃഷ്ണസ്വാമി ക്ഷേത്രത്തിലെ അടിച്ചുതളിക്കാരിയായ ചക്കിയമ്മയും, പിതാവ് ആ ക്ഷേത്രത്തിലെ പൂജാരിയായ നരസിംഹംപോറ്റിയുമായിരുന്നു. നായർ പാരമ്പര്യമനുസരിച്ച് തറവാട്ടിലെ കാരണവരും മാതൃസഹോദരനുമായ വക്കീൽ കേശവപിള്ളയോടൊപ്പമായിരുന്നു രണ്ടുപേരും താമസം. പിന്നീട് കേശവപിള്ള പ്രജാസഭാംഗവുമായി. ഊർജ്ജസ്വലനായ വിദ്യാർത്ഥിയായിരുന്നില്ലെങ്കിലും പഠനത്തിൽ രാമകൃഷ്ണ പിള്ള അതിസമർത്ഥൻ തന്നെയായിരുന്നു. പ്രശസ്തമായ നിലയിൽ സ്കൂൾ വിദ്യാഭ്യാസം പൂർത്തിയാക്കി. മെട്രിക്കുലേഷനും പാസായി. തിരുവനന്തപുരത്ത് മഹാരാജാസ് കോളേജിൽ ഉപരിപഠനം തുടർന്നു. വിദ്യാർത്ഥിയായിരിക്കുമ്പോൾ തന്നെ അദ്ദേഹം ലേഖനങ്ങളെഴുതി പത്രങ്ങൾക്കയച്ച് പ്രസിദ്ധീകരിച്ചിരുന്നു. നെയ്യാറ്റിൻകരയിലെ കൈക്കൂലിക്കാരനായ ഒരു മുൻസിഫിനെതിരെ *മലയാളമനോരമ*യിൽ നെയ്യാറ്റിൻകര കത്തായി അച്ചടിച്ചു പ്രസിദ്ധീകരിച്ച് അഴിമതിക്കും കൈക്കൂലിക്കുമെതിരായ ആദ്യത്തെ അങ്കം കുറിച്ചു. 1894 ൽ മഹാരാജാസ് കോളേജിലെ എഫ് എ വിദ്യാർത്ഥിയായി. അദ്ധ്യാപക ശ്രേഷ്ഠന്മാരായ പലരുടെയും വിദ്യാർത്ഥിയാകാനും പണ്ഡിതശ്രേഷ്ഠന്മാരായ പലരുടെയും സതീർത്ഥ

ൃനാകാനുമുള്ള ഭാഗ്യം രാമകൃഷ്ണപിള്ളയ്ക്കുണ്ടായിരുന്നു. ആദ്യമായി *കേരള ദർപ്പണം* എന്ന വാർത്താപത്രികയുടെ പത്രാധിപത്യം അദ്ദേഹത്തിന് ലഭിച്ചു. ഇതുകൂടെയായപ്പോൾ അദ്ദേഹത്തെ അമ്മാവൻ കേശവ പിള്ള തറവാട്ടിൽനിന്നു ബഹിഷ്കരിച്ചു. അക്കാലത്ത് 1901 ൽ *കേരളദർപ്പണ*ത്തിന്റെ ഉടമസ്ഥൻ പാൽക്കുളങ്ങര പരമേശ്വരൻപിള്ളയുടെ അനന്തരവൾ പാൽക്കുളങ്ങര വെയ്ലൂർ വീട്ടിൽ നാണിക്കുട്ടിയമ്മയെ വിവാഹം കഴിച്ചു. നായന്മാരുടെ ഇടയിൽ തന്നെയുള്ള ഒരു താണ അവാന്തര വിഭാഗത്തിൽ പെട്ടവരായിരുന്നു അവർ. വിധിവൈപരീത്യത്താൽ അവർ 1904 ൽ അകാല ചരമം പ്രാപിച്ചു. അനന്തരം സാഹിത്യകാരി കൂടിയായിരുന്ന വഞ്ചിയൂർ, കുഴിവിള വീട്ടിൽ ബി കല്യാണി അമ്മയെ 1905 ൽ രാമകൃഷ്ണപിള്ള വിവാഹം കഴിച്ചു. ഈ വിവാഹത്തിൽ അദ്ദേഹത്തിന് മൂന്നു സന്താനങ്ങൾ ജനിച്ചു. ഇതിൽ മൂത്ത രണ്ടു കുട്ടികളും നാടുകടത്തുന്നതിനു മുൻപ് ജനിച്ചവരും ഫലത്തിൽ പിതാവിന്റെ നാടുകടത്തൽ ശിക്ഷയിൽ പെട്ടുപോയവരുമാണ്.

ഒൻപതു പത്രങ്ങളിൽ അദ്ദേഹം പ്രവർത്തിച്ചിരുന്നു. എങ്കിലും അദ്ദേഹത്തിന്റെ മുഖ്യ ആയുധം *സ്വദേശാഭിമാനി*യായിരുന്നു. അതിന്റെ മുഖവാചകം 'ഭയകൗടില്യ ലോഭങ്ങൾ വളർക്കില്ലൊരു നാടിനെ' എന്ന ലോകസത്യമായിരുന്നു അദ്ദേഹത്തിന്റെ മുതൽമുടക്ക്, പ്രസ്സുടമയായ വക്കം അബ്ദുൾ ഖാദർ മൗലവിയുടെ വിശ്വാസവും പൊതുജനങ്ങൾക്ക് *സ്വദേശാഭിമാനി*യോടുള്ള സ്വീകാര്യതയുമായിരുന്നു അദ്ദേഹത്തിന്റെ മുതൽക്കൂട്ട്. രാജസേവകന്മാരുടെയും ഉദ്യോഗസ്ഥ ദുഷ്പ്രഭുത്വത്തിന്റെയും നെറികേടും അഴിമതിയും അതിനിശിതമായ ഭാഷയിൽ തുറന്നു കാട്ടുകയും അതിനെതിരെ ജനങ്ങളെ ബോധവല്ക്കരിക്കുകയും ചെയ്യാൻ അദ്ദേഹം തന്റെ ലേഖനങ്ങൾ പരമാവധി ഉപയോഗിച്ചു. ഫൗസ്ദാർ അനന്തരാജയ്യരും കൊട്ടാരം മാനേജർ ശങ്കരൻ തമ്പിയും മത്സരിച്ച് കൈക്കൂലി വാങ്ങുന്നതും സ്വന്തം സാമ്രാജ്യങ്ങൾ കെട്ടിപ്പടുക്കുന്നതും പത്രത്തിൽ വിമർശിക്കപ്പെട്ടു. അത് ദിവാനെക്കൊണ്ട് അന്വേഷിപ്പിക്കണമെന്നും ആവശ്യപ്പെട്ടു.

ദിവാൻ പി രാജഗോപാലാചാരി സ്ഥാനം കൈയേറ്റശേഷം നാട്ടിൽ സദാചാരബോധം നഷ്ടപ്പെട്ടുകൊണ്ടിരുന്ന വിവരം രാമകൃഷ്ണപിള്ള ആവർത്തിച്ച് പ്രതിപാദിച്ചു. ശ്രീമൂലം തിരുനാളിന്റെ കാര്യത്തിലും വസ്തുനിഷ്ഠമായ പ്രതിപാദനങ്ങൾ അദ്ദേഹത്തിന്റെ വിപ്രതിപത്തിക്കു കാരണമായി.

ശ്രീമൂലം തിരുനാൾ മഹാരാജാവ് രാജ്യഭാരം ഏല്ക്കുന്ന 1886 നു മുമ്പ് വിശാഖം തിരുനാൾ മഹാരാജാവിന്റെ കാലത്ത് ഭൂമി സെറ്റിൽമെന്റ് പ്രവർത്തികൾ നടത്തിയപ്പോൾ തന്നെ ജനഹിതം മനസ്സിലാക്കുന്നതിന് ജനങ്ങളിൽ നേതൃത്വമുള്ളവരുമായി ചർച്ചകൾ നടത്തേണ്ടത് ഒരാവശ്യമായി അനുഭവപ്പെട്ടിരുന്നു. അതിൽ ഉരുത്തിരിഞ്ഞു വന്ന ഒരു പ്രസ്ഥാനമായിരുന്നു 1888 ൽ സ്ഥാപിതമായ ലെജിസ്ലേറ്റീവ് കൗൺസിൽ എന്ന

സ്ഥാപനം. ഇതിൽ ദിവാൻ പ്രസിഡന്റും അഞ്ചിനും എട്ടിനുമിടയ്ക്ക് അംഗങ്ങളെയുമാണ് ഉൾക്കൊള്ളിച്ചിരുന്നത്. ഈ കൗൺസിൽ പാസാക്കുന്ന പ്രമേയങ്ങൾക്ക് രാജാവിന്റെ സമ്മതത്തിന് വിധേയമായി നിയമപ്രാബല്യം ലഭിച്ചിരുന്നു. ദിവാന് പ്രശ്നങ്ങളിൽ സംവാദം നടത്തി ഉചിതമായ തീരുമാനങ്ങളെടുക്കുവാനാണ് ഈ കൗൺസിൽ പ്രവർത്തിച്ചിരുന്നത്. എന്നാൽ 1905 ൽ സ്ഥാപിതമായ ശ്രീമൂലം പോപ്പുലർ അസംബ്ലി മഹാരാജാവിന് പ്രജകളുടെ നേതാക്കളിൽനിന്നും അവരുടെ ആവശ്യങ്ങളും ഹിതവും അഹിതവും നേരിട്ട് മനസ്സിലാക്കുന്നതിനും അവരുടെ അഭിപ്രായങ്ങൾ മനസ്സിലാക്കുന്നതിനും വേണ്ടി ഉദ്ദേശിച്ചുള്ളതായിരുന്നു. ഈ സ്ഥാപനം കാലക്രമേണ നിർദ്ദിഷ്ട കരം തീരുവയോ വിദ്യാഭ്യാസ യോഗ്യതയോ ഉള്ളവർക്ക് വോട്ടവകാശം നല്കിക്കൊണ്ട് കൂടുതൽ മെമ്പർമാരെ ഉൾപ്പെടുത്തി വിപുലീകരിച്ചു.

ശ്രീ. രാമകൃഷ്ണപിള്ള നെയ്യാറ്റിൻകര താലൂക്ക് മുഴുവൻ വരുന്ന അസംബ്ലി നിയോജകമണ്ഡലത്തിലെ മെമ്പറായി തെരഞ്ഞെടുക്കപ്പെട്ടു. അസംബ്ലിയിൽ ഒരു സമ്മേളനത്തിൽ രണ്ട് ആവശ്യങ്ങൾ ചോദിക്കാനേ ഒരു മെമ്പർക്കവകാശമുണ്ടായിരുന്നുള്ളൂ. ശ്രീ. രാമകൃഷ്ണപിള്ള ഉന്നയിച്ച ആവശ്യങ്ങൾ (ചോദ്യങ്ങൾ) താഴെപ്പറയുന്നവയായിരുന്നു.

1. വിദേശ തോട്ടമുടമകൾക്ക് നല്കുന്ന ആനുകൂല്യങ്ങൾ നിറുത്തലാക്കുക.
2. കൊട്ടാരം ഉദ്യോഗസ്ഥന്മാരുടെ കൈക്കൂലി അവസാനിപ്പിക്കുക.

ഇതിൽ കുപിതനായ ദിവാൻ ശ്രീ. രാമകൃഷ്ണപിള്ള നെയ്യാറ്റിൻകരയിലെ സ്ഥിരതാമസക്കാരനല്ലെന്ന് ആരോപിച്ച് അദ്ദേഹത്തിന്റെ അസംബ്ലി അംഗത്വം റദ്ദു ചെയ്യുകയാണുണ്ടായത്.

1907 ൽ എസ് ഗോപാലാചാരിയായിരുന്നു ദിവാൻ. ശ്രീമൂലം അസംബ്ലിയെത്തന്നെ അദ്ദേഹം സസ്പെൻഡ് ചെയ്തു. അസംബ്ലി തുടർന്ന് നടത്തുവാൻ മഹാരാജാവിന് ഇടപെടേണ്ടി വന്നു[1].

ഇതിനുശേഷം 1907 മുതൽ 1914 വരെ ദിവാനായിരുന്ന പി രാജഗോപാലാചാരി ജനകീയ പ്രസ്ഥാനങ്ങളെ പൊലീസിനെ ഉപയോഗിച്ച് അടിച്ചമർത്തുക പതിവായിരുന്നു. രാമകൃഷ്ണപിള്ള ഇതിനെതിരെ തുടർച്ചയായി *സ്വദേശാഭിമാനി*യിലും *കേരള*നിലും ലേഖനങ്ങൾ എഴുതി ജനങ്ങളിൽ ഉണർവുണ്ടാക്കി സ്വാതന്ത്ര്യാലുക്കളാക്കി. പൊലീസിന്റെ ഇടപെടൽ കൊണ്ട് പൊറുതിമുട്ടിയ കച്ചവടക്കാർ ഒരു മെമ്മോറാണ്ടം കൊടുത്തിട്ടും നടപടി ഉണ്ടാകാത്തതിൽ പ്രതിഷേധിച്ച് കൊട്ടാരത്തിലേക്ക് മാർച്ച് നടത്തി. പൊലീസ് പ്രകടനക്കാരെ മർദ്ദിച്ചു. അവർ പൊലീസിനെ കല്ലെറിഞ്ഞു. പട്ടാളം ഇടപെട്ട് ലഹള ഒതുക്കി. നിരവധി പേരെ അറസ്റ്റു ചെയ്ത് വിചാരണപോലും നടത്താതെ പൊലീസ് കസ്റ്റഡിയിൽവച്ച് മൃഗീയമായി ദിവസങ്ങളോളം മർദ്ദിച്ചു.

ഇത്തരം പ്രവർത്തനങ്ങളെ രാമകൃഷ്ണപിള്ള പത്രങ്ങളിലൂടെ

---

1 ട്രാ:സ്റ്റേ:മാ: രണ്ട്, പേജ് :699.

നിരന്തരം വിമർശിച്ചു. ദിവാൻ രാജഗോപാലാചാരിയുടെ സ്വേച്ഛാധിപത്യത്തെ പലപ്പോഴും ആ പത്രങ്ങൾ ജനങ്ങൾക്കുമുമ്പിൽ തുറന്നുകാട്ടി. തൽഫലമായി രാമകൃഷ്ണപിള്ള 1910 സെപ്തംബർ മാസം 26 നു നാടുകടത്തപ്പെട്ടു. *സ്വദേശാഭിമാനി* പത്രം അച്ചടിച്ചിരുന്ന വക്കം മുഹമ്മദു മൗലവിയുടെ വിലപിടിപ്പുള്ള പ്രസ്സും ഉപകരണങ്ങളും എല്ലാം സർക്കാർ കണ്ടുകെട്ടി.

സ്വദേശിഭിമാനിയെ നാടുകടത്തുന്നതിന് എന്തെങ്കിലും കാരണം പറയുകയോ കാരണംകാണിക്കൽ നോട്ടീസ് കൊടുക്കുകയോ താക്കീതു ചെയ്യുകയോ ചെയ്തിരുന്നില്ല. അറസ്റ്റുചെയ്തെങ്കിലും വാറണ്ട് കാണിക്കുകയോ ശിക്ഷ എന്താണെന്ന് അറിയിക്കുകയോ ചെയ്തില്ല. 1910 സെപ്തംബർ 26 ന് പകൽ 1 മണിയോടുകൂടെ പൊലീസ് സൂപ്രണ്ട് എഫ് എസ് എസ് ജോർജ്ജ് രണ്ട് ഇൻസ്പെക്ടർമാരും കുറെ പൊലീസുകാരുമായി കോഡർഷാപ്പിനടുത്ത് പ്രവർത്തിച്ചിരുന്ന *സ്വദേശാഭിമാനി*പത്രം ആഫീസും പുത്തൻചന്ത സ്റ്റേഷനുസമീപമുള്ള അദ്ദേഹത്തിന്റെ വീടും പരിശോധിച്ച് പൂട്ടി മുദ്രവച്ചു. അദ്ദേഹത്തിന്റെ നാലും മൂന്നും വയസ്സുണ്ടായിരുന്ന പുത്രിയെയും പുത്രനെയും വാല്യക്കാരിയെയും വീടിനു വെളിയിലാക്കിയിരുന്നു. 11 മണിയോടെ രാമകൃഷ്ണപിള്ളയെ കുതിരവണ്ടിയിൽ നെയ്യാറ്റിൻകരയിലേക്ക് അയച്ചു. അവിടെനിന്നും വില്ലുവണ്ടിയിൽ കുഴിത്തറ, തക്കല, നാഗർകോവിൽ പൊലീസ് ഇൻസ്പെക്ടർമാർ തങ്ങളുടെ അധികാര പരിധി കടത്തി സെപ്തംബർ 28 ന് രാവിലെ 4 മണിക്ക് ആരുവാമൊഴി കടത്തി. പൊലീസ് ഉദ്യോഗസ്ഥർ രാമകൃഷ്ണപിള്ളയുടെ വീട്ടിൽനിന്നും 26 ന് വാങ്ങി വച്ചിരുന്ന ഒരു നേര്യതും അഞ്ചു രൂപയും അദ്ദേഹത്തിന് കൊടുത്ത് തിരുനെൽവേലിക്ക് പൊയ്ക്കൊള്ളാൻ നിർദ്ദേശവും കൊടുത്തു. അപ്പോൾ മാത്രമാണ് *സ്വദേശാഭിമാനി* പത്രാധിപർ രാമകൃഷ്ണപിള്ളയെ മഹാരാജാവിന്റെ നാടുകടത്തൽ ഉത്തരവ് കാണിച്ചത്. രാമകൃഷ്ണപിള്ളയെ നാടുകടത്തുന്നുവെന്നും ഇനി ഒരുത്തരവുണ്ടാകുന്നതുവരെ അദ്ദേഹം തിരുവിതാംകൂറിൽ പ്രവേശിക്കരുതെന്നുമാണ് വിളംബരത്തിന്റെ ചുരുക്കം. കോടതിയിൽ ഇത് ചോദ്യം ചെയ്യുന്നതും തടഞ്ഞിരുന്നു.

രാമകൃഷ്ണപിള്ളയുടെ നാടുകടത്തലിനുശേഷം അത്ര തീക്ഷ്ണമായി ആരും ദിവാന്മാർക്കെതിരെയോ മഹാരാജാക്കന്മാർക്കെതിരെയോ പേന ചലിപ്പിച്ചില്ല. സ്വാതന്ത്ര്യസമര പ്രസ്ഥാനത്തിന് തിരുവിതാംകൂറിൽ ശക്തിപ്രാപിക്കുവാൻ അത്രകണ്ട് താമസം നേരിടുകയും ചെയ്തു.

ഇപ്രകാരം ഒരു ലെജിസ്ലേറ്റീവ് അംഗത്തിന്റെ അംഗത്വമോ മഹാരാജാവ് തന്നെ തന്റെ പേരിൽ സ്ഥാപിച്ച പരമോന്നതമായ ഭരണസ്ഥാപനങ്ങളിലൊന്നിനെയോ റദ്ദുചെയ്യാൻ രണ്ടാമതൊന്നാലോചിക്കാത്ത വിദേശി ദിവാന്മാരെ ആവേശത്തോടെ വാഴിച്ചിരുന്ന രാജാക്കന്മാർ തിരുവിതാംകൂറിലെ പ്രഗത്ഭരായ പ്രജകൾക്ക് നീതി നിഷേധിക്കാതിരിക്കാൻ പോലും തയ്യാറായില്ല.

ഭാര്യയും മക്കളും എത്തുന്നതുവരെ രാമകൃഷ്ണപിള്ള തിരുനെൽവേലിയിൽ താമസിച്ചു. അതിനുശേഷം അവർ മദിരാശിയിലും കുന്നുംകുളം, തേങ്കുറിശ്ശി, കോട്ടക്കൽ, തൃശ്ശൂർ, പാലക്കാട് എന്നിവിടങ്ങളിലും താമസിച്ചു. പാലക്കാട് വച്ച് ആ കുടുംബത്തിന് സാഹിത്യകാരിയായിരുന്ന തരവത്തെ അമ്മാളുഅമ്മയുടെയും മക്കളുടെയും അകമഴിഞ്ഞ സഹായം ലഭിച്ചു. അവിടെ എത്തുന്നതിനു മുൻപു തന്നെ രാമകൃഷ്ണയ്പിള്ളയ്ക്കു ക്ഷയരോഗം ബാധിച്ചിരുന്നു. രോഗശാന്തിക്കായി അദ്ദേഹത്തെ നീലഗിരിയിലും കൊണ്ടുപോയി താമസിപ്പിച്ചിരുന്നു.

ഭാര്യ കല്യാണിയമ്മയ്ക്ക് കണ്ണൂരിൽ ഉദ്യോഗം ലഭിച്ചപ്പോഴാണ് ആ കുടുംബം അങ്ങോട്ടു മാറിയത്. രോഗബാധിതനായതിനാൽ പുസ്തകമെഴുത്തും രോഗശാന്തിക്കായി വിശ്രമവും ആയിരുന്നു ഇവിടെ പ്രധാനമായും ചെയ്തിരുന്നത്. പയ്യാമ്പലത്തെ കടപ്പുറമായിരുന്നു അദ്ദേഹത്തിന്റെ സ്വകാര്യ വിശ്രമകേന്ദ്രം. രോഗം മൂർച്ഛിച്ച് അദ്ദേഹം 1916 മാർച്ച് 28 ാം തീയതി ദിവംഗതനായി. പയ്യാമ്പലത്തെ കടപ്പുറത്ത് അന്നുതന്നെ അദ്ദേഹത്തെ സംസ്കരിച്ചു. അദ്ദേഹത്തിന്റെ ഭൗതികാവശിഷ്ടം 1948 ൽ കൊണ്ടുവന്നെങ്കിലും അതും പ്രതിമയും സ്ഥാപിക്കാൻ അന്നത്തെ സർക്കാർ അനുവദിച്ചില്ല. 1957 ൽ കമ്യൂണിസ്റ്റ് സർക്കാറാണ് അവ സ്ഥാപിക്കാൻ അനുവാദം കൊടുത്തത്.

പത്രപ്രവർത്തകനായിരുന്നപ്പോൾ അദ്ദേഹം ഒൻപത് പത്രങ്ങളിൽ വിവിധകാലങ്ങളിൽ പ്രവർത്തിച്ചിരുന്നു. *സ്വദേശാഭിമാനി* പത്രമുടമയായ വക്കം അബ്ദുൾ ഖാദർ മൗലവിയുടെയും കുടുംബത്തിന്റെയും രാമകൃഷ്ണപിള്ളയിലുള്ള വിശ്വാസവും പൊതുജനങ്ങൾക്ക് ആ പത്രത്തിനോടുള്ള സ്വീകാര്യതയുമായിരുന്നു രാമകൃഷ്ണപിള്ളയുടെ മുതൽമുടക്ക്. പത്രപ്രവർത്തനരംഗത്ത് ജി പി പിള്ളയുടെ മരണം 1903 ൽ സൃഷ്ടിച്ച നഷ്ടം കുറേക്കാലത്തേക്കെങ്കിലും നികത്തുവാൻ രാമകൃഷ്ണപിള്ളയ്ക്കു കഴിഞ്ഞിരുന്നു.

സാഹിത്യ നഭോമണ്ഡലത്തിലും രാമകൃഷ്ണപിള്ള നല്ല തിളക്കമുള്ള ഒരു നക്ഷത്രമായിരുന്നു. 38 വർഷത്തെ ജീവിതത്തിനുള്ളിൽ അദ്ദേഹം 29 പുസ്തകങ്ങളെഴുതി. *കാറൽ മാർക്സ്* എന്ന കൃതിയും *മോഹൻദാസ് ഗാന്ധിയും* പ്രസിദ്ധപ്പെടുത്തി, മലയാളികൾക്ക് മാർക്സിസത്തെയും ഗാന്ധിജിയെയും ആദ്യമായി പരിചയപ്പെടുത്തിയത് സ്വദേശാഭിമാനി രാമകൃഷ്ണപിള്ളയായിരുന്നു.

അവലംബം:

എന്റെ നാടുകടത്തൽ, സ്വദേശാഭിമാനി കെ രാമകൃഷ്ണപിള്ള കേരള സർക്കാർ പ്രസിദ്ധീകരണം, 2009 സെപ്തംബർ തിരുവനന്തപുരം.

5

ബാരിസ്റ്റർ ജി പി പിള്ളയുടെ നാടുവിടൽ (1864–1903)

പ്രതിഭാശാലികളും പ്രഗത്ഭരുമായിരുന്നാലും തദ്ദേശീയരെ അവഗണിക്കുകയും ഭരണത്തിൽനിന്നും നാട്ടിൽനിന്നും അകറ്റിനിർത്തുവാൻ ആസക്തി പ്രകടിപ്പിക്കുകയും ചെയ്തിരുന്ന രാജഭരണമായിരുന്നു 1800 ാം മാണ്ടിനുശേഷം തിരുവിതാംകൂറിൽ നിലനിന്നിരുന്നത്. ഈ ദുർഭരണത്തിന്റെ തിക്തഫലങ്ങൾ അനുഭവിക്കേണ്ടിവന്നവരിൽ ഒരാളായിരുന്ന ഡോ. പി പൽപ്പുവിന്റെ സമകാലികനായിരുന്ന ബാരിസ്റ്റർ ജി പി പിള്ള എന്ന് പ്രസിദ്ധിയാർജ്ജിച്ച ശ്രീ. ജി പരമേശ്വരൻ പിള്ള. അദ്ദേഹം 1864 ൽ തിരുവനന്തപുരത്തിനടുത്ത് പള്ളിപ്പുറത്ത് ജനിച്ചു. പള്ളിപ്പുറത്ത് വലകക്കുന്നിൽ കാർത്ത്യായനി അമ്മയായിരുന്നു അദ്ദേഹത്തിന്റെ മാതാവ്. സംസ്കൃതപണ്ഡിതനും കൊട്ടാരം വാല്യക്കാരനുമായിരുന്ന ഹരിഹരയ്യരായിരുന്നു പിതാവ്. ബാല്യത്തിൽ തന്നെ മാതാപിതാക്കൾ നഷ്ടപ്പെട്ടു. അദ്ദേഹത്തിന്റെ 150 ാം ജന്മവാർഷികം ആഘോഷിക്കപ്പെടുന്ന വർഷമാണ് 2014.

ചാല സർക്കാർ സ്കൂളിലും അതിനുശേഷം തിരുവനന്തപുരം രാജകീയകലാലയത്തിലും പഠിച്ചു. വിശാഖം തിരുനാളിന്റെയും ശ്രീമൂലം തിരുനാളിന്റെയും കാലത്തായിരുന്നു അദ്ദേഹത്തിന്റെ കോളേജ് വിദ്യാഭ്യാസം. പ്രഗത്ഭനായ ഭരണാധികാരിയും നാഞ്ചിനാട്ടിൽ നെല്ലുല്പാദനം വർദ്ധിപ്പിക്കുന്നതിന് ജലസേചനസൗകര്യത്തിനായി പുതിയ ചാനലുകളും കുളങ്ങളും നിർമ്മിച്ച ദിവാൻ നാണുപിള്ളയെ മാറ്റി വിശാഖം തിരുനാൾ നിയമിച്ച രാമയ്യങ്കാരായിരുന്നു അപ്പോൾ ദിവാൻ. അദ്ദേഹത്തിന്റെ ഭരണം ജനങ്ങളിൽ തികഞ്ഞ അസംതൃപ്തിയുളവാക്കി. ജി പി പിള്ള ദിവാന്റെ ദുർഭരണത്തെ വിമർശിച്ചുകൊണ്ട് *കൊച്ചിൻ ആർഗസ്സ്, വെസ്റ്റേൺ സ്റ്റാർ* എന്നീ പത്രങ്ങളിൽ പേരുവയ്ക്കാതെ ഉജ്ജ്വല ലേഖനങ്ങൾ പ്രസിദ്ധീകരിച്ചു. ഇത് ജനങ്ങളിൽ ദുർഭരണത്തിനെതിരെയുള്ള പ്രതികരണശേഷി വർദ്ധി

പ്പിച്ചു. മുൻ ദിവാനായിരുന്ന ശ്രീ. നാണുപിള്ളയുടെ മകൻ എൻ രാമൻപിള്ളയും ദിവാൻ പേഷ്കാരായിരുന്ന രങ്കനാഥറാവുവിന്റെ മകൻ രങ്കരായരും ജി പി യുടെ കോളേജിലെ സതീർത്ഥ്യരായിരുന്നു. ലേഖനങ്ങൾ തയ്യാറാക്കുന്നതിന് ഈ സഹപ്രവർത്തകർ വിലപ്പെട്ട സഹായ സഹകരണങ്ങൾ നല്കിക്കൊണ്ടിരുന്നു. വിമർശനങ്ങൾ വസ്തുനിഷ്ഠമായിരുന്നെങ്കിലും ശക്തവും രൂക്ഷവുമായപ്പോൾ ലേഖനങ്ങളുടെ രചയിതാക്കളെ കണ്ടെത്തിയ സർക്കാർ മൂവരേയും കോളേജിൽനിന്നും പുറത്താക്കി. അറസ്റ്റു ചെയ്ത് ശിക്ഷിക്കാനുള്ള സർക്കാറിന്റെ തീരുമാനം മനസ്സിലാക്കിയ അവർ ഒളിവിൽ പോയി മദിരാശി പ്രസിഡൻസി കോളേജിൽനിന്നും വിദ്യാഭ്യാസം പൂർത്തിയാക്കി. മദിരാശിയിൽ കോളേജിൽ പഠിക്കുന്ന കാലത്ത് തിരുവിതാംകൂർ പൊലീസ് അറസ്റ്റ് ചെയ്യാൻ ഉദ്ദേശിച്ച് അവിടെയുമെത്തി. ജി പി പിള്ളയ്ക്ക് വിദ്യാർത്ഥിയായിരിക്കെ തന്നെ അപ്രകാരം ഒളിവിൽ പോകേണ്ടിയും വന്നിട്ടുണ്ട്.

ഭരണകൂടത്തിന്റെ എതിർപ്പു കാരണം അദ്ദേഹത്തിന് മദ്രാസ് തന്നെ തന്റെ പ്രവർത്തനമണ്ഡലമാക്കേണ്ടിവന്നു. *മദ്രാസ് സ്റ്റാൻഡേർഡ്* പത്രത്തിന്റെ പത്രാധിപർ എന്ന നിലയ്ക്ക് പ്രവർത്തിച്ചു തുടങ്ങി. അതിന്റെ ഉടമസ്ഥനുമായി. *ദി മെയിൽ, ദി ഹിന്ദു* എന്നീ പത്രങ്ങളിലും അദ്ദേഹം മുഖപ്രസംഗങ്ങളെഴുതുന്നുണ്ടായിരുന്നു. ഗാന്ധിജിയുടെ തെക്കേ ആഫ്രിക്കയിലെ പ്രവർത്തനങ്ങളെയും അനുഭവങ്ങളെയും സൂക്ഷ്മമായി നിരീക്ഷിച്ച് തന്റെ പത്രത്തിൽക്കൂടെ ഭാരതീയർക്ക് വിവരിച്ചു കൊടുത്തു. മദ്രാസിൽ തനിക്കു ലഭിച്ച ഏറ്റവും വലിയ പ്രചോദനം *മദ്രാസ് സ്റ്റാൻഡേർഡി*ന്റെ പത്രാധിപരായിരുന്ന ജി പി പിള്ളയിൽ നിന്നായിരുന്നു എന്നും പ്രസ്തുത പത്രത്തിന്റെ പംക്തി തനിക്കിഷ്ടാനുസരണം കൈകാര്യം ചെയ്യുന്നതിനുള്ള സാഹചര്യം ജി പി പിള്ള സൃഷ്ടിച്ചിരുന്നതായും മഹാത്മാഗാന്ധി ആത്മകഥയിൽ രേഖപ്പെടുത്തിയിട്ടുണ്ട്. കൽക്കത്താ കോൺഗ്രസ് സമ്മേളനത്തിൽ 1896 ൽ ദക്ഷിണാഫ്രിക്കയിലെ ഇന്ത്യക്കാരുടെ ദുരിതപൂർണ്ണമായ ജീവിതം ജി പി അവതരിപ്പിച്ചു. ജി പി യുടെ ഈ ലേഖനങ്ങളിൽനിന്നും ഗാന്ധിജിയുടെ സമരനേതൃത്വപാടവം ഭാരതീയർക്ക് ബോദ്ധ്യമായി. ഈ വിവരങ്ങളുടെ അടിസ്ഥാനത്തിൽ ഗാന്ധിജി ഭാരതസ്വാതന്ത്ര്യസമരത്തിൽ ബ്രിട്ടീഷുകാരെ സമർത്ഥമായി നേരിടുമെന്ന് സ്വദേശാഭിമാനി രാമകൃഷ്ണപിള്ളയ്ക്ക് ദീർഘദർശനം ചെയ്യാൻ സാധിച്ചു. പത്രപ്രവർത്തകനെന്ന നിലയിൽ ജി പി ക്ക് ധാരാളം കേസുകൾ അഭിമുഖീകരിക്കേണ്ടി വന്നു. വിജ്ഞാനദാഹിയായ അദ്ദേഹം ബാരിസ്റ്റർ പരീക്ഷയ്ക്ക് പഠിക്കാൻ ഇംഗ്ലണ്ടിൽ പോയി. തന്നെക്കാൾ അഞ്ചു വയസ്സു കുറവായിരുന്ന മോഹൻദാസ് കരംചന്ദ് ഗാന്ധി 1887 ൽ ബാരിസ്റ്റർ പരീക്ഷയും പാസായി, കോടതിയിൽ പരിശീലനവും തുടങ്ങി. എന്നാൽ ജി പി പിള്ള കോളേജ് വിദ്യാഭ്യാസം കഴിഞ്ഞ് കുറെക്കാലം പത്രപ്രവർത്തനത്തിലും പൊതുപ്രവർത്തനത്തിലും കഴിച്ചുകൂട്ടിയശേഷം 1897 ലാണ് ബാരിസ്റ്റർ പരീക്ഷയ്ക്കായി ഇംഗ്ലണ്ടിലെത്തിയത്. 1902 ൽ

പരീക്ഷപാസായി മദ്രാസ് ഹൈക്കോടതിയിൽ പ്രാക്ടീസും തുടങ്ങി. ഗാന്ധിജിയുടെ ആത്മകഥയിൽ പ്രതിപാദിച്ചിട്ടുള്ള തിരുവിതാംകൂറിലെ രാഷ്ട്രീയ പ്രവർത്തകൻ, തിരുവിതാംകൂറിലെ ഒന്നാമത്തെ ബാരിസ്റ്റർ, രാഷ്ട്രീയകാരണങ്ങളാൽ ഒളിവിൽ പോകേണ്ടിവന്ന ആദ്യത്തെ കുറ്റാരോപിതൻ ഇങ്ങനെ പല ഒന്നാം സ്ഥാനവും അദ്ദേഹത്തിനുണ്ട്.

നായന്മാർ, ഈഴവർ, ക്രിസ്ത്യാനികൾ, മുസ്ലീങ്ങൾ എന്നിവർ തൊഴിൽരഹിതരായി കഴിയുമ്പോൾ അതിനെ അവഗണിച്ച് വിദേശികൾക്ക് സർക്കാർ ജോലി കൊടുക്കുന്നതിനെതിരെ രാജാവിന് സമർപ്പിച്ച മലയാളി മെമ്മോറിയൽ, ഈഴവ മെമ്മോറിയൽ ബ്രിട്ടീഷ് പാർലമെന്റിൽ തിരുവിതാംകൂറിലെ ഈഴവരുടെ ശോചനീയാവസ്ഥ സംബന്ധിച്ച് ചോദ്യങ്ങൾ ഉന്നയിക്കുവാൻ ഡോ. പൽപ്പുവുമായി ചേർന്ന് അദ്ദേഹം നടത്തിയ പ്രയത്നം എന്നിവ മൂന്നാമദ്ധ്യായത്തിൽ പ്രതിപാദിച്ചിട്ടുണ്ട്. 1887 ൽ മദ്രാസ് ഗവർണ്ണർ കണ്ണിമേറ തിരുവനന്തപുരം സന്ദർശിച്ചപ്പോൾ തിരുവിതാംകൂറിലെ ഭരണവൈകല്യങ്ങളെയും നീതിനിഷേധത്തെയും കുറിച്ചും മറ്റും അദ്ദേഹത്തിന് കൊടുത്ത തുറന്ന കത്ത് വളരെ ഒച്ചപ്പാടുണ്ടാക്കിയ സംഭവമായിരുന്നു.

അദ്ദേഹം തികഞ്ഞ ഒരു ദേശാഭിമാനിയും ഉജ്ജ്വല വാഗ്മിയുമായിരുന്നു. 1885 ൽ കോൺഗ്രസ് രൂപംകൊണ്ടപ്പോൾ അദ്ദേഹത്തിന് 21 വയസ്സുമാത്രമേ പ്രായമുണ്ടായിരുന്നുള്ളൂവെങ്കിലും അദ്ദേഹം ആ പ്രസ്ഥാനവുമായി ബന്ധപ്പെട്ടു. അഞ്ചാമത്തെ കോൺഗ്രസ് സമ്മേളനത്തിൽ ജി പി പിള്ള കോൺഗ്രസ് അഖിലേന്ത്യാ സെക്രട്ടറിയായി തിരഞ്ഞെടുക്കപ്പെട്ടു. അത് ദേശീയ തലത്തിൽ തിരുവിതാംകൂർ ശ്രദ്ധിക്കപ്പെടാൻ ഇടയായി. മഹാത്മാഗാന്ധി ആദ്യമായി കോൺഗ്രസ് പ്രസ്ഥാനവുമായി ബന്ധപ്പെടുന്നത് 1901 ലെ കൽക്കത്താ കോൺഗ്രസിൽ വച്ചാണ്. ആ സമ്മേളനത്തിൽ വച്ച് ഗാന്ധിജി ദക്ഷിണാഫ്രിക്കയിലെ ഇന്ത്യാക്കാരെ സംബന്ധിക്കുന്ന ഒരു പ്രമേയം ഗോപാലകൃഷ്ണ ഗോഖലെയുടെ സഹായത്തോടുകൂടെ പാസാക്കുന്നതിൽ വിജയം വരിക്കുകയും ചെയ്തു. ഗാന്ധിജിയെക്കാൾ മുൻപുതന്നെ കോൺഗ്രസിൽ പ്രവർത്തിച്ചു തുടങ്ങുകയും ഔദ്യോഗിക സ്ഥാനം അലങ്കരിക്കുകയും ചെയ്ത ഒരു ദീർഘദർശിയും പ്രതിഭാധനനുമായിരുന്നു ജി പി പിള്ള.

സാഹിത്യരംഗത്തും ജി പി പിള്ള സ്വന്തം വ്യക്തിമുദ്ര പതിപ്പിച്ചു. ഭാരതത്തിലെ മഹാന്മാരായ 36 ദേശീയ നേതാക്കളുടെ ലഘുജീവചരിത്രം *റെപ്രസന്റ് ഇന്ത്യ* എന്ന പുസ്തകത്തിൽ ഉൾക്കൊള്ളിച്ചിരിക്കുന്നു. ഭാരതത്തെയും ഇവിടുത്തെ മഹാന്മാരെയും അവഗണിച്ചിരുന്ന വിദേശീയരെ ബോധവല്ക്കരിക്കാനായി ഇത് ബ്രിട്ടനിലും പ്രസിദ്ധീകരിച്ചു. ബ്രിട്ടീഷ് പ്രധാനമന്ത്രിയായിരുന്ന ഗ്ലാഡ്സ്റ്റൺ ഈ പുസ്തകത്തിന്റെ രചയിതാവായ ജി പി പിള്ളയെ പുകഴ്ത്തിയിട്ടുണ്ട്. കോൺഗ്രസ് നേതാക്കളുടെ തൂലികാചിത്രമായ *ഇന്ത്യൻ നാഷണൽ കോൺഗ്രസ്മെൻ* എന്ന പുസ്തകവും പിന്നീട് പ്രസിദ്ധീകരിക്കുകയുമുണ്ടായി.

ദേശീയ നേതാക്കളായിരുന്ന ലോകമാന്യ ബാലഗംഗാധരതിലകൻ, ഗോപാലകൃഷ്ണ ഗോഖലെ, ദാദാഭായി നവറോജി എന്നിവർ അദ്ദേഹത്തിന്റെ അടുത്ത മിത്രങ്ങളായിരുന്നു. ഗാന്ധിജി ജി പിയുടെ പത്രത്തിലൂടെ ലേഖനങ്ങൾ പ്രസിദ്ധീകരിച്ച് ഭാരതീയരെ തന്റെ സന്ദേശങ്ങളും തെക്കേ ആഫ്രിക്കയിലെ ഇന്ത്യക്കാരുടെ ശോചനീയാവസ്ഥയും അറിയിച്ചുകൊണ്ടിരുന്നു. ബാരിസ്റ്റർ ജി പി പിള്ള രോഗബാധിതനായിരുന്നതിനാൽ തിരുവനന്തപുരത്ത് തിരിച്ചെത്തി. പൂജപ്പുരയിലുള്ള ഗ്ലാഡ്സ്റ്റൺ എന്ന തന്റെ ഗൃഹത്തിൽ കുടുംബസമേതം താമസം തുടങ്ങി. സീതാലക്ഷ്മി അദ്ദേഹത്തിന്റെ സഹധർമ്മിണിയും ജി പി ശേഖർ, പി ഭാസ്കര പിള്ള എന്നിവർ പുത്രന്മാരുമായിരുന്നു. 1903 ൽ അദ്ദേഹം 39 ാം വയസ്സിൽ തിരുവനന്തപുരത്തുവച്ച് ഇഹലോകവാസം വെടിഞ്ഞു.

ജീവിതത്തിൽ ഇത്രയേറെ അഗാധമായ ആത്മബന്ധം പുലർത്തിയിരുന്ന അധികംപേരില്ലെന്ന് ഗാന്ധിജി അദ്ദേഹത്തെക്കുറിച്ച് പറഞ്ഞിരുന്നു. സ്വാതന്ത്ര്യ സമരരംഗത്തും പത്രപ്രവർത്തനരംഗത്തും സാമൂഹിക സമത്വ പ്രചരണരംഗത്തും ഊർജ്ജസ്വലനായിരുന്ന പടയാളിയുടെ തിരോധാനം സ്വാതന്ത്ര്യസമരരംഗത്ത് ഒരു തീരാനഷ്ടംതന്നെ ഉളവാക്കി.

ജി പി പിള്ളയെക്കാൾ 14 വയസ്സ് കുറവായിരുന്നെങ്കിലും സ്വദേശാഭിമാനി രാമകൃഷ്ണപിള്ള ജി പിയുടെ സമകാലികനായിരുന്ന ഒരു മഹാനായ പത്രപ്രവർത്തകനും രാജ്യസ്നേഹിയും സാഹിത്യകാരനുമായിരുന്നു. ജി പി സ്വയം നാടുവിട്ടു പോയി. രാമകൃഷ്ണപിള്ള നാടുകടത്തപ്പെട്ടു. രണ്ടുപേരുടെയും ജീവിതദൈർഘ്യം ഏകദേശം 39 വർഷമായിരുന്നു.

അവലംബം:

1. *30 ദേശീയ നേതാക്കൾ സാംസ്കാരിക നായകന്മാർ*, പട്ടം ജി രാമചന്ദ്രൻനായർ, ഭാരത പ്രിന്റിങ് ആൻഡ് പബ്ലിഷിങ് കമ്പനി, (പ്രൈ)ലി, തിരുവനന്തപുരം.
2. *ആൻ ആട്ടോ ബയോഗ്രഫി,* എം കെ ഗാന്ധി, ജിതേന്ദ്ര റ്റി ദേശായി 1987 എഡിഷൻ, അഹമ്മദാബാദ്.
3. ദി ട്രാവൻകൂർ സ്റ്റേറ്റ് മാനുവൽ, ഗവൺമെന്റ് ഓഫ് ട്രാവൻകൂർ, 1940, തിരുവനന്തപുരം.

6

വിദേശികളോടുള്ള മമത

സ്വാതന്ത്ര്യ പ്രാപ്തിക്കുമുൻപ് തിരുവിതാംകൂർ ഒരു സ്വതന്ത്രരാജ്യമായിരുന്നപ്പോൾ മദ്രാസ്, മൈസൂർ തുടങ്ങിയ നാട്ടുരാജ്യങ്ങളിലുള്ളവരേയും വിദേശികൾ എന്നാണ് വിളിച്ചിരുന്നത്. അവിട്ടം തിരുനാൾ ബാലരാമവർമ്മയുടെ മരണം (1810) വരെ തിരുവിതാംകൂർ സ്വദേശികൾ തന്നെയാണ് ദിവാൻ പദവിയിൽ ഇരുന്നത്. അതിനുശേഷം സ്വാതിതിരുനാൾ മഹാരാജാവിന്റെ മാതാവ് ഗൗരിലക്ഷ്മീഭായിയുടെ ഭരണകാലം മുതൽ ചിത്തിരതിരുനാൾ മഹാരാജാവ് സ്ഥാനമൊഴിഞ്ഞ 1947 വരെയുള്ള കാലം പരിശോധിച്ചാൽ തിരുവിതാംകൂറിൽ ജനിച്ചു വളർന്നിരുന്നവർ ദിവാന്മാരാകാൻ പൊതുവെ കഴിവില്ലാത്ത ശുഷ്കമസ്തിഷ്കന്മാരാണെന്ന് തോന്നിപ്പോകും.

തിരുവിതാംകൂർകാരനായ ശ്രീ. ഉള്ളൂർ എസ് പരമേശ്വര അയ്യർ 1903 ൽ ബി എ ബിരുദവും 1904 ൽ തമിഴിലും മലയാളത്തിലും എം എ ബിരുദവും 1904 ൽ മലയാളം – സംസ്കൃതം എം എ യും കൂടി പാസായ ഒരു പണ്ഡിതനും, ബി എൽ ബിരുദധാരിയായ നിയമജ്ഞനും, മഹാകവിയുമായിരുന്നു. അദ്ദേഹം ഡിസ്ട്രിക്ക് മുനിസിഫ് പദവിയിലും മറ്റു പല ഉയർന്ന പദവികളിലും പ്രവർത്തിച്ചശേഷം സെക്രട്ടറിയേറ്റിൽ അസിസ്റ്റന്റ് സെക്രട്ടറിയായി പ്രവേശിച്ച് രണ്ട് ദശാബ്ദക്കാലത്തോളം പല തസ്തികകളിലായി സേവനമനുഷ്ഠിച്ചു. ശ്രീമൂലം പ്രജാസഭയുടെ സെക്രട്ടറിയായും പ്രവർത്തിച്ചു. എന്നിട്ടുപോലും ഒരു ദിവാനാകാനുള്ള അവസരം നിഷേധിക്കപ്പെട്ടു. ഉള്ളൂരിനെപ്പോലെ എത്രയോപേർ തിരുവിതാംകൂറിൽ വേറെയും ഉണ്ടാകാം. 1810 മുതൽ 1947 വരെ 137 വർഷത്തെ ചരിത്രം എടുത്ത് വിശകലനം ചെയ്താൽ ഇക്കാലത്ത് 33 ദിവാന്മാരുണ്ടായിരുന്നതായും അതിൽ 25 പേരും വിദേശികളായിരുന്നു എന്നും തിരുവിതാംകൂറുകാരായ എട്ടുപേരെ മാത്രമേ പൊന്നുതമ്പുരാന്മാർക്ക് ദിവാന്മാരാക്കാൻ ലഭിച്ചുള്ളൂ

എന്നുമുള്ള ഭീകരസത്യത്തോട് മനസ്സിനെ പൊരുത്തപ്പെടുത്താൻ ആർക്കായാലും അല്പം ആയാസം വേണ്ടി വരും. ദിവാന്മാരുടെ ദേശം കാണിക്കുന്ന പട്ടിക താഴെ ചേർക്കുന്നു.

1. **റാണി ഗൗരിലക്ഷ്മീഭായി (1810 – 1814)**
    1. കേണൽ മൺറോ :വിദേശി
    2. ദേവൻ പത്മനാഭൻ :സ്വദേശി
    3. ബാപ്പുറാവു :വിദേശി
2. **റാണി പാർവ്വതീ ഭായി (1814 – 29)**
    1. സുബ്ബയ്യൻ :വിദേശി
    2. ശങ്കരനാരായണൻ :സ്വദേശി
    3. രാമൻ മേനോൻ :സ്വദേശി
    4. റെഡ്ഡിറാവു :വിദേശി
    5. വെങ്കിട്ടറാവു :വിദേശി
3. **സ്വാതിതിരുനാൾ രാമവർമ്മ (1829 – 1846)**
    1. സുബ്ബറാവു :വിദേശി
    2. രംഗറാവു :വിദേശി
    3. കൃഷ്ണറാവു :വിദേശി
    4. റെഡ്ഡിറാവു :വിദേശി
    5. ശ്രീനിവാസറാവു :വിദേശി
4. **ഉത്രം തിരുനാൾ മാർത്താണ്ഡവർമ്മ (1847 – 1860)**
    1. ശ്രീനിവാസറാവു :വിദേശി
    2. കൃഷ്ണറാവു :വിദേശി
    3. സർ. ടി മാധവരായർ :വിദേശി
5. **ആയില്യം തിരുനാൾ രാമവർമ്മ (1860 – 1880)**
    1. സർ. ടി മാധവരായർ :വിദേശി
    2. ശേഷയ്യാ ശാസ്ത്രി :വിദേശി
    3. നാണുപിള്ള :സ്വദേശി
6. **വിശാഖം തിരുനാൾ രാമവർമ്മ (1880 –1885)**
    1. നാണുപിള്ള :സ്വദേശി
    2. രാമയ്യങ്കാർ :വിദേശി
7. **ശ്രീമൂലം തിരുനാൾ രാമവർമ്മ (1886 – 1924)**
    1. രാമയ്യങ്കാർ :വിദേശി
    2. രാമറാവു :വിദേശി
    3. ശങ്കര സുബ്ബയ്യർ :വിദേശി

4. കൃഷ്ണസ്വാമിരായർ :വിദേശി
5. വി പി മാധവറാവു :വിദേശി
6. രാജാരാമറാവു :വിദേശി
7. എസ് ഗോപാലാചാരി :വിദേശി
8. പി രാജഗോപാലാചാരി :വിദേശി
9. എം കൃഷ്ണൻ നായർ :സ്വദേശി
10. രാഘവയ്യ :വിദേശി

8. സേതു ലക്ഷ്മീഭായി (റീജന്റ്) (1925 – 1931)

1. രാഘവയ്യ :വിദേശി
2. അമ്പലപ്പുഴ കൃഷ്ണപിള്ള :സ്വദേശി
3. എം ഇ വാട്സ് :വിദേശി
4. വി എസ് സുബ്രമണ്യയ്യർ :വിദേശി

9. ശ്രീചിത്തിര തിരുനാൾ ബാലരാമവർമ്മ (1932 – 1947)

1. വി എസ് സുബ്രമണ്യ അയ്യർ :വിദേശി
2. എം ഹബീബുള്ള :വിദേശി
3. ഡോ. എൻ കുഞ്ഞൻപിള്ള :സ്വദേശി
4. സർ. സി പി രാമസ്വാമി അയ്യർ :വിദേശി

ഇങ്ങനെ കിട്ടിയ വിദേശി ദിവാന്മാരിൽ വളരെ കുറച്ചു പേർക്ക് മാത്രമേ ഈ മണ്ണിനോടുകൂറും തൊഴിലിനോട് ആത്മാർത്ഥതയും ജനഹിതത്തോട് ബഹുമാനവും ഉണ്ടായിരുന്നുള്ളൂ. സർ. ടി മാധവരായർ അതിലൊരാളായിരുന്നു. ചിലർ പദവിക്കുവേണ്ടിയാണെങ്കിൽ മറ്റു ചിലർ ഔദ്യോഗിക ജീവിതത്തിന്റെ ഭാഗമെന്ന നിലയിൽ എത്തി ദിവാന്മാരായി. ഭൂരിഭാഗംപേരും ഭാഗ്യാന്വേഷികളായും ധനസമ്പാദന മാർഗ്ഗമെന്ന നിലയിലും മറ്റു നാട്ടുരാജ്യങ്ങളിൽനിന്നും എത്തിയവരാണ്. പലരും ബന്ധുക്കളെയും സ്നേഹിതരെയുംവരെ ഇവിടെ കൊണ്ടുവന്ന് ഉയർന്ന ഉദ്യോഗങ്ങളിൽ പ്രതിഷ്ഠിച്ചു. ഇതിന് തെളിവായി പല ഉദാഹരണങ്ങളും ചരിത്രത്തിലുണ്ട്.

സ്വാതിതിരുനാളിന്റെ കാലത്ത് റെഡ്ഡിറാവുവിനെ ദിവാനായി നിയമിച്ചപ്പോൾ റസിഡന്റ് ജനറൽ കല്ലൻ റെഡ്ഡിറാവുവിനയച്ച കത്തിൽ റാവു കച്ചേരി നിറയ്ക്കാൻ വേണ്ട ബന്ധുക്കളെയും ആശ്രിതരെയും ഇങ്ങോട്ടുകൊണ്ടുവരേണ്ടെന്നും അദ്ദേഹത്തിന്റെ കുടുംബകാര്യങ്ങൾ നടത്തിപ്പോകുന്നതിന് ആവശ്യവും യുക്തവുമായ വിധത്തിൽ കൂടെ വരുന്നവരുടെ എണ്ണം നിയന്ത്രിക്കുവാനും നിർദ്ദേശിച്ചിരുന്നു.[1] ഉന്നത നിലവാരത്തിലുള്ള ഭരണ നിർവ്വഹണത്തിൽ താൻ ബദ്ധശ്രദ്ധനാണെന്ന് കാണിക്കുവാനുള്ള നാട്യമാണിതെന്ന് ഗ്രന്ഥകാരൻ ഉറപ്പിച്ചു പറയുന്നു.[2]

---

1. ട്രാ:സ്റ്റേ:മാ:വാല്യം 2 പേജ് 557
2. ട്രാ:സ്റ്റേ:മാ:വാല്യം 2 പേജ് 557

ഈ കത്തിനു വിരുദ്ധമായി റെസ്റ്റി റാവു ധാരാളം ബന്ധുക്കളെ കൊണ്ടു വന്ന് ഇവിടെ ജോലി കൊടുത്തു. രണ്ടു പുത്രന്മാരെ അദ്ദേഹത്തിന്റെ ഓഫീസിൽ തന്നെ നിയമിച്ചു. ഇവരെ 1845 ൽ ഗവർണ്ണറുടെ നിർദ്ദേശ പ്രകാരം തിരുവിതാംകൂർ സർവ്വീസിൽനിന്നും പിരിച്ചുവിട്ടു. മറ്റു മറുനാടൻ ദിവാന്മാരും സർക്കാർ ഉദ്യോഗ നിയമനങ്ങളിൽ കടുത്ത സ്വജനപക്ഷ പാതം തന്നെ തുടർന്നു. വിദ്യാഭ്യാസം വ്യാപകമായി ലഭിച്ചു തുടങ്ങിയ തോടുകൂടെ തിരുവിതാംകൂറിലെ വിദ്യാസമ്പന്നരും സർക്കാർ ജീവനം മോഹിച്ചു തുടങ്ങി തുല്യ വിദ്യാഭ്യാസമുള്ള നാട്ടുകാരെ ഒഴിവാക്കി വിദേശികളെ ഗുമസ്തപ്പണിക്കു പോലും ഇറക്കുമതി ചെയ്യുന്ന പ്രവണത നിർത്തി നാട്ടുകാർക്ക് സർക്കാർ ജോലി നല്കാൻ സമ്മർദ്ദമേറി. ഇതി നുവേണ്ടി 1891 ൽ മദ്രാസ് ഹൈക്കോടതിയിലെ വക്കീലായ ശ്രീ. കെ പി ശങ്കരമേനോന്റെ നേതൃത്വത്തിൽ 10,000 പേർ ഒപ്പിട്ട ഒരു മെമ്മോറിയൽ മഹാരാജാവിനു നല്കി. ഇതിന് ഒരു എതിർ മെമ്മോറിയൽ ഉണ്ടായതി നാലും മറ്റും പ്രശ്നം ശക്തിപ്പെടാതെ സമാധാനിപ്പിച്ചു നിർത്തുകയാ ണുണ്ടായത്.

പരദേശി ദിവാന്മാരിൽ ദേശീയരെ സ്നേഹിച്ച്, വാങ്ങിയ ശമ്പളത്തിന് നിസ്തുലമായ സേവനം കാഴ്ചവച്ച ഒരു ദിവാനായിരുന്നു സർ. ടി മാധ വരായർ. അദ്ദേഹത്തിനെയും ഈ ബന്ധുദോഷാപഹാരം ബാധിച്ചിരുന്നു. അദ്ദേഹം മലയാളഭാഷ വ്യാപകമാക്കാൻ മലയാളം വിദ്യാലയങ്ങൾ തുടങ്ങി. പഠിപ്പിക്കാനുള്ള പുസ്തകങ്ങളുടെ അഭാവം പരിഹരിക്കാൻ ഒരു പാഠപുസ്തക കമ്മിറ്റിയും ഉണ്ടാക്കി. കമ്മിറ്റിയുടെ അദ്ധ്യക്ഷൻ അദ്ദേഹത്തിന്റെ ബന്ധുവായ അണ്ണാജിരായർ എന്ന മലയാളം തീരെ അറിയാത്ത ഇംഗ്ലീഷ് പണ്ഡിതനായിരുന്നു. അദ്ദേഹത്തിനുശേഷം അദ്ധ്യക്ഷനായ വലിയകോയിത്തമ്പുരാനാണ് പാഠപുസ്തക രചനയ്ക്ക് മാർഗ്ഗദർശകനായതും പുരോഗതി കൈവരിച്ചതും.

ദിവാന്മാരെ തിരഞ്ഞെടുക്കുന്നതിൽ 1810 നു ശേഷമുള്ള രാജാക്കന്മാർ ജനഹിതത്തിന് എന്തു പ്രാധാന്യം നല്കിയിരുന്നുവെന്ന് ഒരു ഏകദേശ രൂപം ഇപ്രകാരം നമുക്കു ലഭിക്കുന്നു.

1907 ൽ ദിവാനായിരുന്ന എസ് ഗോപാലാചാരി, 1908 മുതൽ 1914 വരെ ദിവാനായിരുന്ന പി രാജഗോപാലാചാരി, 1937 മുതൽ 1947 വരെ ദിവാനായിരുന്ന സർ. സി പി രാമസ്വാമി അയ്യർ എന്നിവരുടെ കാര്യത്തിൽ പ്രത്യേക പരാമർശം ആവശ്യമാണ്.

വിശാഖംതിരുനാൾ മഹാരാജാവിന്റെ കാലത്ത് ഭൂമി പതിച്ച് നല് കുന്ന പ്രവർത്തനങ്ങൾക്ക് തുടക്കം പരിഗണനയിലായിരുന്നപ്പോൾ സർ ക്കാറിന്റെ ഉദ്ദേശ്യം ചർച്ച ചെയ്യുന്നതിന് രാജ്യത്തിന്റെ വിവിധ ഭാഗങ്ങളിൽ നിന്നും പരിജ്ഞാനവും നേതൃത്വഗുണവുമുള്ള പൊതുപ്രവർത്തകരെ വിളിച്ച് ചർച്ച നടത്തിയിരുന്നു. വളരെ പ്രോത്സാഹജനകമായ ഒരു പ്രതികരണമാണ് ഇതിന് ലഭിച്ചത്. തൽഫലമായി 1063 (1888) ൽ ഒരു കൗൺസിൽ രൂപീകരിച്ചു. നിയമനിർമ്മാണപരമായ ഏതു കാര്യവും ഈ

കൗൺസിലിൽ ചർച്ച ചെയ്തു വേണം ദിവാൻ മഹാരാജാവിന് തുല്യം ചാർത്താൻ സമർപ്പിക്കേണ്ടത്. ഈ കൗൺസിലിൽ വകുപ്പദ്ധ്യക്ഷന്മാരും പൊതുജനങ്ങളിൽനിന്നും തിരഞ്ഞെടുക്കുന്ന അഞ്ചു മുതൽ എട്ടുവരെ അംഗങ്ങളും ഉണ്ടായിരിക്കണമെന്നും നിഷ്കർഷിച്ചു. കൗൺസിൽ പാസാക്കാത്ത ഒരു ബില്ലും മഹാരാജാവ് അംഗീകരിച്ചിരുന്നില്ല. ഈ കൗൺസിൽ കാര്യക്ഷമമായി പ്രവർത്തിച്ചുപോന്നു.

1905 ൽ ദിവാൻ വി പി മാധവറാവുവിന്റെ ഉപദേശപ്രകാരം മറ്റൊരു സ്ഥാപനമായ അസംബ്ലി നിലവിൽ വന്നു. ജനങ്ങളുടെ ആവശ്യങ്ങളും അഭിപ്രായങ്ങളും നേരിട്ട് മഹാരാജാവിനെ അറിയിക്കുന്നതിനുള്ള ഒരു സ്ഥാപനമായി പ്രവർത്തിക്കുകയാണ് അതിന്റെ ഉദ്ദേശ്യം.

ശ്രീമൂലം പോപ്പുലർ അസംബ്ലിയും കാര്യക്ഷമമായി പ്രവർത്തിച്ചു വന്നു. എന്നാൽ 1907 ൽ (1082) ദിവാനായിരുന്ന ശ്രീ. എസ് ഗോപാലാചാരി ശ്രീമൂലം പോപ്പുലർ അസംബ്ലിയുടെ സമ്മേളനം സസ്പെന്റ് ചെയ്തു. മഹാരാജാവ് ഇടപെട്ട് പ്രശ്നം പരിഹരിച്ച് പോപ്പുലർ അസംബ്ലി വീണ്ടും പ്രവർത്തിക്കുകയായിരുന്നു. ദിവാന് ശ്രീമൂലം പോപ്പുലർ അസംബ്ലി പോലുള്ള സ്ഥാപനങ്ങളുടെ പ്രവർത്തനത്തെക്കുറിച്ച് അവബോധമില്ലാത്തതാണ് കാരണമെന്ന് മാനുവലിന്റെ കർത്താവ് വിലയിരുത്തുന്നു.

അതിനുശേഷം ദിവാനായി അവരോധിക്കപ്പെട്ട ശ്രീ. പി രാജഗോപാലാചാരിയാണ് സ്വദേശാഭിമാനി കെ രാമകൃഷ്ണപിള്ളയെ 1910 സെപ്തംബർ 26 ന് നാടുകടത്തിയത്. ദിവാനെ എതിർക്കുന്നവരെ ഒഴിവാക്കുന്നതിന് അവരുടെ അസംബ്ലി അംഗത്വം റദ്ദുചെയ്യുകയും ചെയ്തിരുന്നു. സ്വദേശാഭിമാനി രാമകൃഷ്ണപിള്ളയ്ക്ക് പിറന്ന മണ്ണ് ഉപേക്ഷിച്ച് ജീവിതാവസാനം വരെ വിദേശത്ത് കഴിയേണ്ടി വന്നു.[3] രാമകൃഷ്ണപിള്ളയുടെ നാടുകടത്തലിന്റെ വിശദാംശങ്ങൾ അന്യത്ര ചേർത്തിട്ടുണ്ട്.

രാജകുമാരന്മാരുടെ ട്യൂഷൻമാസ്റ്ററും നിയമ-ഭരണ ഉപദേഷ്ടാവും പ്രഗത്ഭനായ ഭരണാധികാരിയുമായിരുന്ന സർ. സി പി രാമസ്വാമി അയ്യർ ദിവാനായി 1937 ൽ നിയമിക്കപ്പെട്ടു. അദ്ദേഹത്തിന്റെ ജനങ്ങളോടുള്ള സമീപനം എങ്ങനെയായിരുന്നുവെന്നും അതിന് അദ്ദേഹം എന്തു വില കൊടുക്കേണ്ടി വന്നുവെന്നും ശ്രീ. മലയിൻകീഴ് ഗോപാലകൃഷ്ണൻ 'നഗരപ്പഴമ' എന്ന ലേഖനത്തിൽ (23-2-2013 തിങ്കളാഴ്ചത്തെ *മാതൃഭൂമി*) താഴെ പറയും പ്രകാരം പ്രതിപാദിച്ചു കാണുന്നു.

> പ്രഗത്ഭനായ ഒരു ഭരണാധികാരിയായിരുന്നു സർ. സി പി രാമസ്വാമി അയ്യർ. അദ്ദേഹത്തിന്റെ പ്രവർത്തനം ഏകാധിപതിയെപ്പോലെ ആയിരുന്നു. തന്ത്രങ്ങൾകൊണ്ട് നേതാക്കളെ പാവകളാക്കി തമ്മിൽ തല്ലിക്കാൻ അദ്ദേഹം വിദഗ്ദ്ധനായിരുന്നു. തന്റെ അഭിപ്രായങ്ങൾക്കപ്പുറത്ത് ശബ്ദിക്കുന്നവരെ ശത്രുക്കളായി അദ്ദേഹം കണ്ടു. വിമർശിക്കുന്ന പത്രങ്ങളെ നിരോധിച്ചു. അഭിപ്രായസ്വാ

3 ട്രാ:സ്റ്റേ:മാ: വാല്യം രണ്ടാം പേജ് 701.

തന്ത്ര്യം അദ്ദേഹത്തിന്റെ നിഘണ്ടുവിൽ ഇല്ലായിരുന്നു. ഭരണയന്ത്രത്തെയും പരിമിത അധികാരമുള്ള നിയമസഭയെയും സ്വതന്ത്രാധികാരമുണ്ടെന്ന് അറിയപ്പെട്ടിരുന്ന ജുഡീഷറിയെയും എല്ലാം അദ്ദേഹത്തിന്റെ ഇംഗിതമനുസരിച്ച് പ്രവർത്തിക്കുന്ന സ്ഥാപനങ്ങളാക്കി മാറ്റി.[4]

ഇങ്ങനെ ഭരണം നടത്തുമ്പോൾ തിരുവിതാംകൂർ സ്റ്റേറ്റ് കോൺഗ്രസ് രൂപീകരണം സ്വാതന്ത്ര്യസമരത്തിന്റെ ഭാഗമായുള്ള ചെറുസമരങ്ങളുടെ ഒരു വേലിയേറ്റവുമുണ്ടാക്കി. ഐക്യകേരളത്തിന് വേണ്ടി ദിവാൻ ഭരണം അവസാനിപ്പിക്കാനുള്ള ജനകീയ സമരങ്ങളായി ഇവ രൂപാന്തരപ്പെട്ടു. സമാന്തരമായി തന്നെ കമ്യൂണിസ്റ്റ് പ്രത്യയശാസ്ത്രപരമായ പ്രവർത്തനങ്ങളും ഉടലെടുത്തു. ഇവയെ നേരിടാൻ ദിവാൻ നേതാക്കളെ കൂട്ടത്തോടെ ജയിലിലടച്ചു. പല സ്ഥലങ്ങളിലും ക്രൂരമായ മർദ്ദനങ്ങളും വെടിവയ്പ്പും നടന്നു. 1938 ആഗസ്ത് 31 ന് നെയ്യാറ്റിൻകരയിൽ നടന്ന വെടിവയ്പ്പിൽ ഏഴുപേർ മരിച്ചു. വെടിവയ്പു നടന്ന അന്നത്തെ ബസ് സ്റ്റാൻഡിനു സമീപമുള്ള ഒരു വീട്ടിൽ ഉണ്ടായിരുന്ന കാളി എന്ന സ്ത്രീയും വെടിയേറ്റു മരിച്ചതായി പറയപ്പെടുന്നു. 1938 സെപ്തംബർ 2 ന് കൊല്ലത്തു നടന്ന വെടിവയ്പിലും ഏഴുപേർ മരിച്ചു. സെപ്തംബർ 4 ന് കോട്ടയത്ത് പുതുപ്പള്ളിയിലും ഒരാൾ മരിച്ചു.[5]

പുന്നപ്ര-വയലാർ സമരത്തിൽ വെടിയേറ്റു മരിച്ചവരുടെ എണ്ണം പോലും നിശ്ചയമില്ലാത്ത അവസ്ഥയായിരുന്നു. സർക്കാർ കണക്ക് പ്രകാരം 190 ആയിരുന്നു. മഹാരാജാവ് ഇതിനെതിരെ ജനങ്ങളെ രക്ഷിക്കാൻ യാതൊന്നും ചെയ്തില്ല. സി പി യുടെ ഭരണകാലത്തുടനീളം നടന്നിരുന്ന ഭീകരഭരണം അവസാനിച്ചത് 1947 ജൂലൈ 25 ന് അദ്ദേഹത്തിനെതിരെയുണ്ടായ വധോദ്യമത്തോടുകൂടെയാണ്. ശ്രീഉത്രാടം തിരുനാൾ മാർത്താണ്ഡവർമ്മ *തൃപ്പടിദാന*ത്തിന്റെ 264-ാം പുറത്ത് സർ. സി പി രാമസ്വാമി അയ്യരെക്കുറിച്ച് പറയുന്നത് താഴെ ചേർക്കുന്നു.

'തിരുവിതാംകൂറിനുവേണ്ടി അവിരാമം യത്നിച്ച വ്യക്തി. അവസാനം വേദനയോടെയാണ് വിടപറഞ്ഞത്. സത്യം അറിയാതെ പലരും അദ്ദേഹത്തെ വിമർശിച്ചു. വേണ്ടാത്തത് പ്രചരിപ്പിച്ചു, തെറ്റിദ്ധരിപ്പിച്ചു'.[6]

നാട്ടുരാജ്യമായ തിരുവിതാംകൂറിലെ ജനങ്ങളോട് പൊതുവെ രാജാക്കന്മാർക്ക് അവജ്ഞയാണുണ്ടായിരുന്നതെന്ന് തോന്നുമാറാണ് ദിവാൻ, ജഡ്ജിമാർ, ഉയർന്ന പൊലീസുദ്യോഗസ്ഥർ എന്നിവരുടെ നിയമനം. ദിവാനാകാൻ യോഗ്യർ തിരുവിതാംകൂറുകാരല്ലാത്ത അയ്യർ, അയ്യങ്കാർ, റാവു, ആചാരി എന്നിവരാണ്. രാജകുമാരന്മാരുടെ ട്യൂഷൻ

---

4 *നഗരപ്പഴമ,* മാതൃഭൂമി 23.02.2013.

5 *നെയ്യാറ്റിൻകരയുടെ സാംസ്കാരിക ചരിത്രം,* പേജ് 122 മുതൽ 12- ശ്രീ. സി വി സുരേഷ് രചിച്ച പുസ്തകം.

6 *തൃപ്പടി ദാനം,* 264-ാംപേജ്. ശ്രീ. ഉത്രാടം തിരുനാൾ മാർത്താണ്ഡവർമ്മ.

മാസ്റ്റർ പദവികൂടെയുണ്ടെങ്കിൽ ഉയർന്ന പദവിയും ഉദ്യോഗക്കയറ്റവും അയത്നലളിതവും സുനിശ്ചിതവുമായിരിക്കും.

സർ. സി പിയുടെയും ചിത്തിര തിരുനാളിന്റെയും സ്വതന്ത്ര നാട്ടുരാജ്യ പദവി എന്ന വ്യാമോഹം സഫലമായിരുന്നെങ്കിൽ ഇപ്പോഴും തഞ്ചാവൂരിലെയോ കുംഭകോണത്തെയോ ഒരു റാവുവോ അയ്യരോ തിരുവിതാംകൂറിലെ പ്രൈംമിനിസ്റ്ററായും കൂടാതെ സെക്രട്ടറിമാരായും ജസ്റ്റിസ്മാരായും അദ്ദേഹത്തിന്റെ കുറെ ബന്ധുക്കളും ഉണ്ടാകുമായിരുന്നു എന്നു വിചാരിക്കുന്നതിൽ അതിശയോക്തി ഉണ്ടാകുമോ? അച്ചൻ കോവിലാറിൽ അണകെട്ടി വെള്ളം കിഴക്കോട്ടൊഴുക്കി 999 വർഷത്തേക്ക് പാട്ടത്തിനു കൊടുക്കുവാനുമുള്ള സാദ്ധ്യതയും തള്ളിക്കളയാനാവില്ല.

7

ക്ഷേത്രത്തിലെ ഉന്നത പദവിക്കാർ

ഭരണരംഗത്തെ നിയന്ത്രിച്ച് ഭരണം നടത്തിയിരുന്ന ദിവാൻ, പേഷ്കാർ, ജഡ്ജിമാർ എന്നീ ഉദ്യോഗങ്ങളിൽ വിദേശീയരെ ഏല്പിച്ചിരുന്നതുപോലെ ശ്രീപത്മനാഭസ്വാമിക്ഷേത്രത്തിലെ ഉന്നതപദവികൾ ഒന്നൊഴികെ എല്ലാം വിദേശികളായ തുളു ബ്രാഹ്മണർക്ക് മാത്രം നിശ്ചയിച്ചിട്ടുള്ളതാണ്.

തന്ത്രികൾ: ഒരു ക്ഷേത്രത്തിലെ ദേവന്റെ എല്ലാക്കാര്യങ്ങളും ചിട്ടപ്രകാരം നടത്തിക്കാനും കൂടാതെ വേദങ്ങളും ശാസ്ത്രങ്ങളും വരെ ആ ക്ഷേത്രത്തിന്റെ കാര്യത്തിൽ എങ്ങനെ പ്രസക്തമാകുമെന്ന് വ്യാഖ്യാനിച്ചു പറയാനുമുള്ള അധികാരം ആ ക്ഷേത്രത്തിലെ തന്ത്രിക്കുള്ളതാണ്. ദേവനെ പൂജിക്കേണ്ട മൂലമന്ത്രം അദ്ദേഹം നിശ്ചയിക്കും. പൂജാരിമാരുടെ കർമ്മങ്ങൾ എല്ലാം നിയന്ത്രിക്കാനുള്ള അധികാരം അദ്ദേഹത്തിനാണ്. ശ്രീപത്മനാഭസ്വാമി ക്ഷേത്രത്തിലെ തന്ത്രിമാർ ഇരിങ്ങാലക്കുടയിൽ തരണനല്ലൂർ നമ്പൂതിരി കുടുംബത്തിലുള്ളവർ ആണ്. ഈ ക്ഷേത്രം സ്ഥാപിച്ച കാലം മുതൽ ഈ കുടുംബത്തിന്റെ അവകാശമാണ് തന്ത്രിപദം. മുറജപം, ലക്ഷദീപം തുടങ്ങിയവ നടത്തുന്നത് തന്ത്രിമാരുടെ നിർദ്ദേശങ്ങൾക്ക് വിധേയമായിട്ടാണ്. പുഷ്പാഞ്ജലി സ്വാമിയാരെ നിയമിക്കുന്നതിലും അവർ പങ്കു വഹിക്കുന്നു.

പുഷ്പാഞ്ജലി സ്വാമിയാർ: തൃശ്ശൂരിലെ നടുവിൽമഠത്തിൽനിന്നും ഇപ്പോഴത്തെ കന്യാകുമാരി ജില്ലയിലെ മുഞ്ചിറമഠത്തിൽ നിന്നുമാണ് ഇവരെ തിരഞ്ഞെടുക്കുന്നത്. ആറുമാസം വീതം ഇവർ ഈ സ്ഥാനം വഹിക്കുന്നു. പത്മനാഭസ്വാമിക്ക് നിത്യവും പുഷ്പാഞ്ജലി നടത്തുകയാണ് ഇദ്ദേഹത്തിന്റെ ജോലി.

നമ്പിമാർ: ശ്രീപത്മനാഭസ്വാമിക്ക് ദീപാരാധനകളും ദൈനംദിന അനുഷ്ഠാനങ്ങളും ബലിയും മറ്റും നടത്തുന്നതിന് പ്രധാന പൂജാരിമാ

രായി നാലുപേർ ഉണ്ട്. ഇവരെ നമ്പിമാർ എന്ന് സ്ഥാനപ്പേർ പറഞ്ഞ് വിളിക്കുന്നു. തെക്കേടത്തുനമ്പി, തിരുവമ്പാടുനമ്പി എന്നൊക്കെ അവർക്ക് പ്രത്യേക സ്ഥാനപ്പേരും നല്കിയിട്ടുണ്ട്. ഇവർ കൂടാതെ ഏകദേശം ഇരുപതോളം പോറ്റിമാർ ശാന്തിക്കാരായും ഉണ്ട്. ഇവരെല്ലാം തന്നെ കാസർഗോഡ് ജില്ലയിൽ കാസർഗോഡ് പട്ടണത്തെ രണ്ടായി തിരിച്ചു കൊണ്ട് സമുദ്രത്തിൽ പതിക്കുന്ന ചന്ദ്രഗിരി പുഴയുടെ രണ്ടു തീരങ്ങളിൽ താമസിക്കുന്നവരാണ്. പുഴയുടെ വടക്കെക്കരയിലുള്ളവരെ അക്കരദേശ ക്കാരെന്നും തെക്കെക്കരയിലുള്ളവരെ ഇക്കരദേശക്കാരെന്നും വിളിക്കുന്നു.

കാട്ടിൽ ഉപേക്ഷിക്കപ്പെട്ട ദിവ്യത്വം പ്രകടമായിരുന്ന ഒരു ശിശുവിനെ ഒരു പുലയ സ്ത്രീ എടുത്തു വളർത്തിയെന്നും ആ ശിശു പില്ക്കാലത്ത് ക്ഷേത്രം പണി നടന്നപ്പോൾ ഒരു ദിവ്യദീപ്തിയായി ക്ഷേത്രത്തിനുള്ളിൽ വിലയം ചെയ്തു എന്നും പറയുന്നു.[1] എന്നാൽ ക്ഷേത്രം പണിതശേഷം എടുത്തു വളർത്തിയ പുലയ സ്ത്രീക്കോ അവരുടെ വർഗ്ഗത്തിനോ ശ്രീപത്മനാഭനിൽ ഒരവകാശവും ഇല്ലാതായി. പത്മനാഭനെ സേവിക്കാനുള്ള അവകാശം തുളു ബ്രാഹ്മണർക്കായി. പത്മനാഭനെ രാജകുടുംബത്തിന്റെ പരദേവതയാക്കി. രാജ്യം പത്മനാഭന് തൃപ്പടിദാനം ചെയ്ത് പത്മനാഭന്റെ സ്വത്തുക്കൾ രാജകുടുംബത്തിന്റേതാക്കി ഒരു കോട്ടയുണ്ടാക്കി. പത്മനാഭനെ വളർത്തിയ പുലയ സ്ത്രീയുടെ പിൻഗാമികളെ പോലും അതിനു വെളിയിലാക്കി.

ശ്രീപത്മനാഭസ്വാമിക്ഷേത്രം സ്ഥിതിചെയ്യുന്ന കോട്ടയ്ക്കകത്ത് ഒരു കാലത്ത് അയിത്തം കല്പിച്ച് വലിയൊരു വിഭാഗം ജനങ്ങൾക്ക് പ്രവേശനം നിഷേധിച്ചിരുന്നു. ഇത്തരം ആളുകൾ കോട്ടയ്ക്കകത്ത് പ്രവേശിക്കുന്നത് കണ്ടുപിടിക്കാൻ ശക്തമായ കാവൽ ഏർപ്പെടുത്തിയിരുന്നു. ശ്രീപത്മനാഭസ്വാമിക്ഷേത്രം സ്ഥിതിചെയ്യുന്ന കോട്ടയ്ക്കകത്തു മാത്രമല്ല പ്രധാനക്ഷേത്രങ്ങളിലേക്കുള്ള വഴികളിൽ പോലും അയിത്തം കല്പിച്ചവർക്ക് സഞ്ചരിക്കാൻ അനുവാദമില്ലായിരുന്നു.[2]

സ്വാതിതിരുനാൾ മഹാരാജാവ് (1829–1846) അധികാരം ഏറ്റെടുത്തതോടെയാണ് ഹജൂർകച്ചേരി കൊല്ലത്തുനിന്നും സ്ഥിരമായി തിരുവനന്തപുരത്തേക്ക് മാറ്റിയത്. ഹജൂർകച്ചേരി കോട്ടയ്ക്കകത്ത് സ്ഥാപിച്ചതിലുള്ള വിഷമതകൾ അതുമുതൽ അനുഭവപ്പെട്ടു തുടങ്ങി. അയിത്തം കല്പിച്ച ജാതിക്കാർക്ക് ഹജൂർകച്ചേരി സ്ഥിതി ചെയ്യുന്ന കോട്ടയ് ക്കകത്ത് പ്രവേശനം ഇല്ലാതിരുന്നതുതന്നെ ഇതിനു കാരണം. ഉത്രം തിരുനാളിന്റെ (1847 – 1860)കാലത്ത് ഇപ്പോഴത്തെ സെക്രട്ടേറിയറ്റിനടുത്ത് ആനക്കച്ചേരി എന്നറിയപ്പെട്ടിരുന്ന കെട്ടിടം പണിയിച്ച് ഹജൂർ കച്ചേരിയുടെ ഒരു ഭാഗം അങ്ങോട്ടു മാറ്റി പ്രശ്നം പരിഹരിച്ചു. അയിത്തം കല്പിച്ചവർക്ക് കോട്ടയ്ക്കകത്തു കയറാൻ വീണ്ടും 1936 ൽ ക്ഷേത്രപ്ര വേശന വിളംബരം വരുന്നതുവരെ കാത്തിരിക്കേണ്ടി വന്നു.

1. *ശ്രീ പത്മനാഭസ്വാമി ക്ഷേത്രം,* 295,30 പേജുകൾ.
2 *നഗരപ്പഴമ, മാതൃഭൂമി.* 14.01.2013.

എന്തുകൊണ്ടാണ് തുളുബ്രാഹ്മണരെ തന്നെ പത്മനാഭന് പൂജാദികർമ്മങ്ങൾ ചെയ്യാൻ അധികാരപ്പെടുത്തിക്കൊണ്ട് ആചാരങ്ങളും അനുഷ്ഠാനങ്ങളും ഉണ്ടാക്കിയത്? ഇന്നും തുടരുന്നത്? ശ്രീപത്മനാഭനെ ശൈശവദശയിൽ പരിപാലിച്ച അനന്തൻകാട്ടിലെ പുലയസ്ത്രീക്ക് മാന്യമായി അവരുടെ ഓർമ്മ നിലനിർത്തുന്ന ഒരു സ്ഥാനം നല്കാത്തത്? അവരുടെ വർഗ്ഗത്തിന് ശ്രീപത്മനാഭനെ ദിവസം ഒരു പ്രാവശ്യമെങ്കിലും പൂജിക്കാനുള്ള അവസരം നല്കാത്തതെന്താണ്? പുറംകൈകൊണ്ട് തള്ളി മാറ്റി വ്യസനിപ്പിച്ച (കാസർഗോഡെ) അനന്തപുരത്തെ വില്വമംഗലം സ്വാമിയാരുടെ ദേശത്തിലെ അക്കരദേശക്കാരെയും ഇക്കരദേശക്കാരെയും മാത്രം ക്ഷേത്രകാര്യങ്ങൾ എന്തുകൊണ്ട് ചുമതലപ്പെടുത്തി? തിരുവിതാം കൂറിലെ ബ്രാഹ്മണരെ എന്തിന് ഒഴിച്ചു നിറുത്തി? ഭരണരംഗത്ത് നില നിന്നിരുന്ന അയ്യർ, റാവു, ആചാരി മേല്ക്കോയ്മയുടെ ഗർഭഗൃഹത്തിലെ അന്തർനാടകങ്ങളായി ഈ പ്രതിഭാസത്തെയും കണക്കാക്കി കൂടെ? ഈ ആചാരങ്ങൾ ശങ്കരാചാര്യരുടെ തീർപ്പായി കണക്കാക്കി രക്ഷപ്പെടുക യാണ് സ്ഥാപിത താല്പര്യക്കാർ ചെയ്യുന്നത്. ആദ്ധ്യാത്മികമോ ഭൗതികമോ ആയ യുക്തി ഇതിനുണ്ടോ?

കാസർഗോഡുകാരനായ വില്വമംഗലം സ്വാമി, തന്റെ നാട്ടുകാരായ അക്കരദേശക്കാരും ഇക്കരദേശക്കാരുമായ ബ്രാഹ്മണർക്ക് തെക്കൻ നാട്ടു കാരായ ബ്രാഹ്മണരുടെ മത്സരമില്ലാത്ത ആജീവാനന്ത തൊഴിൽ, പാര മ്പര്യാവകാശമാക്കിക്കൊടുക്കാനുള്ള തന്ത്രങ്ങൾ വേണ്ടപ്പോൾ തന്നെ പ്രയോഗിച്ച് ഫലിപ്പിച്ചു. നൂറ്റാണ്ടുകളായി അത് തുടരുന്നു.

8

രാജകുടുംബത്തിലെ ദത്തെടുപ്പുകൾ

വേണാടിന്റെയും തിരുവിതാംകൂറിന്റെയും ചരിത്രത്തിൽ രാജാധികാരത്തിനുവേണ്ടിയുള്ള അവകാശത്തർക്കങ്ങളും മത്സരങ്ങളും ഇല്ലായിരുന്നു എന്ന് പറയാൻ സാധിക്കുകയില്ല. മക്കത്തായ സമ്പ്രദായമാണോ മരുമക്കത്തായ സമ്പ്രദായമാണോ രാജകുടുംബം സ്വീകരിക്കേണ്ടതെന്ന സമസ്യക്ക് ശാശ്വതസമാധാനം നല്കിയ ഒരേയൊരു സന്ദർഭം ഉണ്ടായത് വീരമാർത്താണ്ഡവർമ്മയുടെ സ്ഥാനാരോഹണകാലത്തായിരുന്നു. ഇത് ഒരു ആഭ്യന്തരകലഹത്തിന്റെയും യുദ്ധത്തിന്റെയും രൂപം കൈവരിച്ച് ഭരണത്തിൽ പ്രതിഫലിച്ചത് അപ്പോഴായിരുന്നു. എന്നാൽ രാജാവാകാൻ അവകാശികളെ ലഭിക്കാൻ വേണ്ടി പെൺകുട്ടികളെ മറ്റു രാജകുടുംബങ്ങളിൽനിന്നും ദത്തെടുക്കുന്ന സമ്പ്രദായം നിരവധി അവസരങ്ങളിലുണ്ടായി.

ഇന്നത്തെ തിരുവിതാംകൂർ രാജകുടുംബത്തിലേക്ക് കൊല്ലവർഷം 480 ൽ (1305 എ ഡി) ആദിത്യവർമ്മ മഹാരാജാവ് കോലത്തിരി രാജകുടുംബത്തിൽനിന്ന് രണ്ട് രാജകുമാരിമാരെ ദത്തെടുത്തു. ആറ്റിങ്ങലിൽ ഒരു കൊട്ടാരം പണിത് അവിടെ താമസിപ്പിച്ച് ഒരു ഭൂവിഭാഗം കൊട്ടാരത്തിന്റെ വരവിനായി പതിച്ചു നല്കി. അവർ ആറ്റിങ്ങൽ മൂത്തതമ്പുരാനെന്നും ഇളയതമ്പുരാനെന്നും അറിയപ്പെട്ടു.[1] ഇവരിൽ മൂത്ത റാണിയുടെ മകനാണ് വീരരാമഉദയമാർത്താണ്ഡവർമ്മ[2].

കൊല്ലവർഷം 805 ൽ (1630 എ ഡി)രണ്ടു രാജാക്കന്മാരെ കൊച്ചി രാജകുടുംബത്തിലെ വെള്ളാരപ്പള്ളി ശാഖയിൽനിന്നും ഉണ്ണികേരളവർമ്മ ദത്തെടുത്തു. അദ്ദേഹവും കൊച്ചി രാജകുടുംബത്തിൽനിന്ന് ദത്തെടുക്ക

---

1. പേജ് 121 ട്രാ:സ്റ്റേ:മാ.
2 പേജ് 123 ട്രാ:സ്റ്റേ:മാ.

പ്പെട്ടവനായിരുന്നു. ഇപ്പോൾ ദത്തെടുക്കപ്പെട്ട രാമവർമ്മയും, ആദിത്യ വർമ്മയും ഉണ്ണികേരളവർമ്മയുടെ സഹോദരി ലക്ഷ്മിയമ്മയുടെ മക്കളായിരുന്നു[3].

കൊല്ലവർഷം 853 (1678 എ ഡി)ൽ ഉമയമ്മറാണി ഒരു രാജകുമാരനെയും, രണ്ട് രാജകുമാരിമാരെയും കോലത്തുനാട്ടിൽനിന്ന് ദത്തെടുത്തു. കൂടാതെ പുരളിയിലെ പുരവലിയനാട് രാജകുമാരൻ കേരളവർമ്മയെയും ദത്തെടുത്തു[4]. കൊല്ലവർഷം 893 ൽ (1718 എ ഡി) രവിവർമ്മ കോലത്തുനാട്ടിൽനിന്നും ഒരു രാജകുമാരിയെ ദത്തെടുത്തു. മഹാരാജാവീരമാർത്താണ്ഡവർമ്മയും രാജകുടുംബത്തിനെ ശക്തിപ്പെടുത്തുന്നതിന് കൊല്ലവർഷം 923(1748 എ ഡി)ൽ കോലത്തുനാട്ടിൽനിന്നും നാലു രാജകുമാരിമാരെ ദത്തെടുത്തിരുന്നു[5].

കൊല്ലവർഷം 964 ൽ (1789 എ ഡി) രാമവർമ്മ മഹാരാജാവും കോലത്തുനാട്ടിൽനിന്നും രണ്ടു രാജകുമാരിമാരെ ദത്തെടുത്തിരുന്നു (പാർവ്വതീഭായിയും ഉമാഭായിയും)[6]. ശ്രീ. ഉള്ളൂർ എസ് പരമേശ്വരയ്യരുടെ പിതാമഹനായ ചിറയ്ക്കൽ ദേശത്ത് വെങ്കിട്ടരാമയ്യർ, കോലത്തിരി രാജാവുമായി വളരെക്കാലം അടുത്തബന്ധം പുലർത്തിയിരുന്ന കുടുംബസുഹൃത്തായിരുന്നു. അദ്ദേഹവും അന്ന് ആ രാജകുമാരിമാരോടൊപ്പം തിരുവനന്തപുരത്ത് മാറി താമസിച്ച ആളാണ്[7].

1857 ൽ സേതുലക്ഷ്മീഭായിയെയും സേതുപാർവ്വതീഭായിയെയും തിരുവിതാംകൂർ രാജകുടുംബത്തിലേക്ക് ദത്തെടുത്തു. ഇവർ മാവേലിക്കര ഉത്സവമഠം കൊട്ടാരത്തിലെ രാജകുമാരിമാരായിരുന്നു. എന്നാൽ ഈ ദത്ത് നിഷ്ഫലമായിരുന്നു[8].

റാണിലക്ഷ്മീഭായിയുടെ ഭർത്താവ് വലിയകോയിത്തമ്പുരാനെ ആയില്യം തിരുനാൾ മഹാരാജാവ് തടവിൽ വച്ചിരുന്നതായും അത്രയും കാലം റാണിക്ക് വിരഹജീവിതം നയിക്കേണ്ടി വന്നതായും വിശാഖം തിരുനാൾ രാജാവായപ്പോൾ വലിയകോയിത്തമ്പുരാനെ മോചിപ്പിച്ചതായും പ്രതിപാദിച്ചിട്ടുണ്ട്[9].

ശ്രീമൂലം തിരുനാൾ മഹാരാജാവിന്റെ കാലത്ത് കൊല്ലവർഷം 1076 (1901 എ ഡി) ൽ സേതുലക്ഷ്മീഭായി, സേതുപാർവ്വതീഭായി എന്നീ രാജകുമാരിമാരെ മാവേലിക്കര ഉത്സവമഠം കൊട്ടാരത്തിൽനിന്നും ദത്തെടുത്ത

---

3 പേജ് 186 ട്രാ:സ്റ്റേ:മാ.

4 പേജ് 228 ട്രാ:സ്റ്റേ:മാ:.

5 ട്രാ:സ്റ്റേ:മാ: പേജ് 347.

6 ട്രാ:സ്റ്റേ:മാ: പേജ് 399

7 പേജ് 11 ലേഖനം *മഹാകവി ഉള്ളൂർ*, സമാഹാരം 'നവകേരള ശില്പികൾ', കേരള ഹിസ്റ്ററി അസോസിയേഷൻ.

8 ട്രാ:സ്റ്റേ:മാ: പേജ് 582.

9 ട്രാ:സ്റ്റേ:മാ: പേജ് 637.

തായി കാണുന്നു[10]. ഇവർ ലോകപ്രശസ്തചിത്രകാരൻ രാജാരവിവർമ്മയുടെ ദൗഹിത്രിമാരായിരുന്നു[11].

ഇതുകൂടാതെ കൊച്ചിയിലെ വെള്ളാരപ്പള്ളിയിൽനിന്നും കൊല്ലവർഷം 847 (1672 എ ഡി) ൽ രാമൻകോയിൽ എന്ന കുമാരനെ ദത്തെടുത്തിരുന്നു[12].

ദത്തുകളുടെ പട്ടിക

കൊ:വ:	ക്രി.വ.	മാനുവലിലെ പേജ്	ദത്തെടുക്കപ്പെട്ടവരുടെ എണ്ണം	സ്ത്രീ/ പു:
480	1305	121	2	സ്ത്രീ
805	1630	186	3	പു:
847	1672	220	1	പു:
853	1678	228	4	സ്ത്രീ/പു:
893	1718	241	1	സ്ത്രീ
923	1748	347	4	സ്ത്രീ
964	1789	399	2	സ്ത്രീ
1033	1857	582	2	സ്ത്രീ
1076	1901	706	2	സ്ത്രീ

ഇതിൽ പതിനെട്ടോളംപേർ കോലത്തുനാട്ടിൽനിന്നും മൂന്നുപേർ കൊച്ചിയിൽനിന്നുമാണ് ദത്തെടുക്കപ്പെട്ടതായി കാണുന്നത്.

തിരുവിതാംകൂർ രാജകുടുംബത്തിലേക്ക് ദത്തെടുക്കപ്പെടുന്നതായ മാവേലിക്കര ഉത്സവമഠം കൊട്ടാരത്തിലെയും രാജകുടുംബാംഗങ്ങളുമായി വിവാഹബന്ധത്തിലേർപ്പെടുന്ന കിളിമാനൂർ കൊട്ടാരത്തിലെയും പൂർവ്വികർ കോലത്തുനാട്ടിലെ രാജകുടുംബാംഗങ്ങൾ പിരിഞ്ഞുണ്ടായ ശാഖകളാണെന്ന വിവരം മേല്പറഞ്ഞ പുസ്തകങ്ങളിൽനിന്നും മനസ്സിലാക്കാം.

അവകാശികളില്ലാതെ വരുമെന്ന് തോന്നുമ്പോൾ കോലത്തുനാട് രാജകുടുംബത്തിലെ അവിവാഹിതകളായ കുമാരിമാരെ ദത്തെടുക്കണമെന്നും പടിയേറ്റം കഴിച്ച് തൃപ്പാപ്പൂർ കുടുംബത്തിൽ മുറയനുസരിച്ച് ചേർക്കണമെന്നുമാണ് പ്രമാണമെന്നും കാണുന്നു[13].

എ ഡി 1305 ന് ശേഷം 1901 വരെ പത്തൊൻപതു കുമാരിമാരെ തിരുവിതാംകൂർ രാജകുടുംബത്തിൽ കോലത്തുനാട്ടിലെ കോലത്തിരി രാജകുടുംബത്തിൽനിന്നും ദത്തെടുത്തിട്ടുണ്ട്. മരുമക്കത്തായ പിന്തുടർച്ചാവ

10 ട്രാ:സ്റ്റേ:മാ: പേജ് 706.

11 ട്രാ:സ്റ്റേ:മാ: പേജ് 220.

12 ട്രാ: സ്റ്റേ:മാ:പേജ് 220

13 ട്രാ: സ്റ്റേ:മാ:പേജ് 289

കാശം നിലനില്ക്കുന്ന ഒരു കുടുംബത്തിൽ ഇവരുടെ മക്കൾ കോലത്തിരി വംശമോ ചിലർ പറയുന്നതുപോലെ ചേരവംശമോ?

പഴയ മൂഷകരാജ്യം 14 ാം നൂറ്റാണ്ടിൽ കോലത്തുനാട് എന്നറിയപ്പെടുകയും കോലത്തിരിമാർ എന്ന രാജാക്കന്മാർ അവിടെ ഭരണം നടത്തുകയും ചെയ്തു[14].

കോലത്തിരി രാജവംശം പരമാധികാരത്തിലിരുന്നതായി കരുതപ്പെടുന്ന കോലത്തുനാടിന്റെ പരിധിയിൽ ആധുനിക ചിറയ്ക്കൽ താലൂക്കിന്റെ ഭാഗമായ താഴെ പറയുന്ന അംശങ്ങൾ പെടുന്നു.

പയ്യന്നൂർ, വെള്ളൂർ, കരിവള്ളൂർ, കോറോം, എരമം, കുറ്റൂർ, കുറ്റ്യേരി, ചൂഴലി, കാഞ്ഞിലേരി, കല്യാട്ട്, മലപ്പട്ടം, കൊല്ലം, കുറുമാത്തൂർ, തളിപ്പറമ്പ്, പട്ടുവം, എഴോം, ചെറുതാഴം, കുഞ്ഞിമംഗലം, മാടായി, മാട്ടൂൽ, ചെറുകുന്ന്, കണ്ണപുരം, ഇരിണാവ്, പാപ്പിനിശ്ശേരി, കല്യാശ്ശേരി, മൊറാഴ, കയരളം, കുറ്റ്യാട്ടൂർ, മണിയൂർ, മുണ്ടേരി, ചേലേരി, കണ്ണാടിപ്പറമ്പ്, ചിറയ്ക്കൽ, അഴീക്കോട്, പൂഴാതി, എളയാവൂർ[15].

കൂടാതെ ചേരരാജാക്കന്മാരുടെ വംശാവലി രാമകുലശേഖര (എഡി 1089–1102) ന് ശേഷം ആരെയും എടുത്തു പറയുന്നില്ല[16].

---

14 *കേരളചരിത്രം* പേജ് 174. പ്രൊഫ. എ ശ്രീധരമേനോൻ, ഡി സി ബുക്ക്.

15 *മലബാർ മാന്വൽ* പേജ് 386, വില്യം ലോഗൽ.

16 *കേരളചരിത്രം* പേജ് 174. പ്രൊഫ. എ ശ്രീധരമേനോൻ, ഡി സി ബുക്ക്.

9

സർക്കാറിന്റെയും രാജാക്കന്മാരുടെയും ക്ഷേത്രത്തിന്റെയും വരവുകൾ

ക്ഷേത്രത്തിലെ വരവിൽ വലിയ ഭാഗവും ഭൂസ്വത്തുക്കളിൽ നിന്നുള്ളതാണ്. ക്ഷേത്രത്തിന് സ്ഥാവരവസ്തുക്കളും പണവും പലവിധത്തിലും ലഭിച്ചിരുന്നു.

1345 ാംമാണ്ടിടയ്ക്ക് അന്നത്തെ രാജാവായ കേരളവർമ്മ 157 പറനിലം ക്ഷേത്രത്തിന് നല്കി. (ഒരു പറ =14 സെന്റ്). ചില സ്വദേശി ബ്രാഹ്മണർക്ക് മരണം സംഭവിച്ചതിന് അദ്ദേഹം കാരണക്കാരനായതിനാൽ 30,000/- പണം പ്രായശ്ചിത്തമായി നല്കിയതിന് പുറമെയാണിത്.[1]

രവിവർമ്മ എന്ന രാജാവ് 1484 ൽ 12 വെള്ളിക്കലങ്ങളും കുറെ ഭൂമിയും ക്ഷേത്രത്തിന് ദാനം ചെയ്തു. മറ്റൊരവസരത്തിൽ അദ്ദേഹം രണ്ടു ദേശങ്ങൾ നശിപ്പിച്ചതിന് ഗർവ്വക്കെട്ട് ആയി 15,000/- പണവും ദാനം ചെയ്തു.[2]

1740 കളിൽ കുരുമുളക്, അടയ്ക്ക, വനവിഭവങ്ങൾ തുടങ്ങിയ കയറ്റുമതി സാധനങ്ങൾക്ക് കുത്തക വ്യാപാരമാണ് നടന്നിരുന്നത്. സർക്കാർ അവ സംഭരിച്ച് വിദേശികൾക്ക് വിറ്റിരുന്നു. അതിനുവേണ്ടി നാട്ടിൽ പല സ്ഥലങ്ങളിലും സംഭരണശാലകൾ സ്ഥാപിച്ചിരുന്നു. കയറ്റുമതി ഇറക്കുമതി ചുങ്കം ചുമത്തി പിരിക്കുന്നതിന് ചൗക്കികളും സ്ഥാപിച്ചിരുന്നു. ഉപ്പ് വിതരണവും ഇതുപോലെ സർക്കാർ കുത്തകയിൽ പെടുത്തിയിരുന്നു[3]. ഈ കുത്തക സംഭരണം ജനങ്ങളെ അതികഠിനമായി ചൂഷണം ചെയ്ത് വരവുണ്ടാക്കി. ഒരു തുലാം കുരുമുളകിന് 8 പണം മുതൽ 10 പണം വരെ മാത്രമേ കർഷകർക്ക് കൊടുത്തിരുന്നുള്ളൂ. അതിനാൽ കുരുമുളക് കൊച്ചിയിലേക്കും മറ്റും കള്ളക്കടത്ത് തുടങ്ങിയപ്പോൾ 1860 ൽ

1 ട്രാ:സ്റ്റേ:മാ:പേജ്:123

2 ട്രാ:സ്റ്റേ:മാ:പേജ്:134

3 ട്രാ:സ്റ്റേ:മാ:പേജ്:345

റസിഡന്റ് ഇടപെട്ട് കുത്തക അവസാനിപ്പിച്ചു. അതിനുപകരം ഒരു കണ്ടി കുരുമുളകിന് 75 രൂപ വില നിശ്ചയിച്ച് അതിന്മേൽ 20 ശതമാനം എന്ന നിരക്കിൽ ഒരു കണ്ടിക്ക് 15 രൂപ കയറ്റുമതി ചുങ്കം ചുമത്താൻ തീരുമാനിച്ച് പ്രശ്നം പരിഹരിച്ചു. കുത്തക സംഭരണം നടന്ന ഒരു നൂറ്റാണ്ടിൽ കൂടുതൽ കാലം മുഴുവൻ കർഷകർക്ക് കുരുമുളകിന്റെ വിലയുടെ ഒരു ചെറിയ ഭാഗമേ ലഭിച്ചിരുന്നുള്ളൂ എന്ന് മനസ്സിലാക്കാം. 1860 വരെ ഇതു തുടർന്നതായും കാണുന്നു.

കുരുമുളകിന്റെയും ഏലത്തിന്റെയും മറ്റും കുത്തകസംഭരണവും വിദേശികൾക്കുള്ള വില്പനയും സർക്കാറിൽ നിക്ഷിപ്തമായിരുന്നത് ജനങ്ങളെ വളരെ കഷ്ടതയിലേക്കും ദുരിതത്തിലേക്കും തള്ളിവിട്ടു. കുരുമുളകിന്റെ വില ജനങ്ങൾക്ക് കൊടുക്കാൻ വളരെ കാലതാമസമുണ്ടാവുകയും പലപ്പോഴും വില പണമായി നല്കുന്നതിന് പകരം വളരെ ഗുണനിലവാരം കുറഞ്ഞ പുകയിലയായി കൊടുക്കുകയും ചെയ്തു. ഉത്രം തിരുനാൾ മാർത്താണ്ഡവർമ്മയുടെ കാലത്ത് (1847–1860) ദിവാനായിരുന്ന കൃഷ്ണറാവുവിന്റെ (1848–1858) കാലത്താണ് ഇത് സംഭവിച്ചത്.

പുകയില ഇറക്കുമതിയിലും വളരെക്കാലം സർക്കാർ കുത്തകയും ജനങ്ങളിൽനിന്നും അമിതവില ഈടാക്കുന്ന പ്രക്രിയയും നിലനിന്നുപോന്നു.

പഞ്ഞിയുടെ ഇറക്കുമതി ചുങ്കവും ഒരു കണ്ടിക്ക് മുപ്പത്തിയഞ്ചു മുതൽ നാല്പതു രൂപ വരെ ഉണ്ടായിരുന്നതായും, 1811 നും 1815 നും ഇടയ്ക്ക് 15 രൂപയായി കുറച്ചതായും കാണുന്നു. നെയ്ത്തുകാർ തൊഴിൽ രഹിതരായതിനാലാണ് ഇങ്ങനെ കുറച്ചത്[4]. രൂപയുടെ അന്നത്തെ മൂല്യം കണക്കാക്കിയാൽ മാത്രമേ ചുങ്കം എത്ര കൂടുതലാണെന്ന് മനസ്സിലാവുകയുള്ളൂ.

പലവിധത്തിലുള്ള നികുതികൾ ജനങ്ങളുടെ മേൽ ചുമത്തിയിരുന്നു. ഈഴവർ, വണ്ണാർ, കാവുതികൾ, ചെട്ടികൾ തുടങ്ങിയവർ സ്വർണ്ണം, വെള്ളി ഇവയിലുണ്ടാക്കിയ ആഭരണങ്ങൾ ധരിക്കണമെങ്കിൽ രാജാവിന് കരം കൊടുക്കണമായിരുന്നു. ഇതിനെ അടിയറ എന്നു പറഞ്ഞിരുന്നു[5]. ഇത് 1815 നും 1829 നും ഇടയ്ക്ക് ഗൗരിപാർവ്വതീഭായിത്തമ്പുരാട്ടിയുടെ കാലത്താണ് നിർത്തലാക്കിയത്.

ഇവകൂടാതെയും പലവിധ കരങ്ങൾ തൊഴിലാളികളുടെ മേൽ ചുമത്തപ്പെട്ടിരുന്നു.

മരത്തിൽ കയറാൻ	–	തളക്കാണം, ഏണിക്കാണം
മൺപാത്രനിർമ്മാണത്തിന്	–	ചെക്കിറ
സ്വർണ്ണപ്പണിക്ക്	–	തട്ടാരപ്പണം
നെയ്ത്തിന്	–	തറിക്കടം

4 ട്രാ:സ്റ്റേ:മാ:പേജ്:513

5 ട്രാ:സ്റ്റേ:മാ:പേജ്:533

അലക്കിന്	–	വണ്ണാരപ്പാറ
മത്സ്യബന്ധനം	–	ഊന്നിപ്പാട്ടം
ആഭരണം അണിയാൻ	–	മേനിപ്പൊന്ന്
പുരയിടത്തിന്	–	കടമവരി
തൊഴിലിന്	–	തലവരി
കള്ളുചെത്തുന്നതിന്	–	പനച്ചാട്ടം
ചാരായം വാറ്റുന്നതിന്	–	പനത്തീരുവ
വധുവിനെ ലഭിക്കുന്നതിന്	–	കാണപ്പണം

തൊഴിലടിസ്ഥാനത്തിൽ വിശകലനം ചെയ്യുമ്പോൾ കൂടുതൽ നികുതികൾ കൊടുക്കേണ്ടി വരുന്നത് ഈഴവരാണ്. വിവാഹം, മരണം തുടങ്ങിയവയുമായി ബന്ധപ്പെട്ട പ്രധാന ചടങ്ങുകൾക്കും പല്ലക്ക് ഉപയോഗിക്കുന്നതിനും തലപ്പാവ് ധരിക്കുന്നതിനും കരം ഈടാക്കിയിരുന്നു. ഇതും നിർത്തലാക്കി[6].

അരി, നെല്ല്, മറ്റു ഭക്ഷ്യധാന്യങ്ങൾ എന്നിവയ്ക്ക് കയറ്റുമതിചുങ്കം ഉണ്ടായിരുന്നു. അവ ഗൗരിപാർവ്വതീഭായിത്തമ്പുരാട്ടി (1815–1829) നിർത്തലാക്കി. ഭൂനികുതിയും സെറ്റിൽമെന്റും മുൻപ് ഉണ്ടായിരുന്നെങ്കിലും നെൽകൃഷി ചെയ്തിരുന്ന ഭൂമി മാത്രമാണ് അളന്ന് തിട്ടപ്പെടുത്തിയിരുന്നത്. അതിനാൽ നെൽകൃഷി ചെയ്യുന്ന സ്ഥലം കൂടാതെ തെങ്ങു തുടങ്ങിയവ കൃഷിചെയ്യുന്ന സ്ഥലവും അളന്ന് അളവ് ഏക്കറിലും സെന്റിലും രേഖപ്പെടുത്തി. ഓരോ ഫലവൃക്ഷത്തിനും നാലു ചക്രമോ മുൻപ് ഉണ്ടായിരുന്നതിനേക്കാൾ ഒരു ചക്രം കുറച്ചോ നിശ്ചയിച്ചു. കണ്ടുകൃഷി ഭൂമിയും(രാജകുടുംബത്തിന്റെ വക ഭൂമി) അളന്നു തിട്ടപ്പെടുത്തി. ഈ സർവ്വേയും കരം പുനർനിർണ്ണയവും വളരെ നിർണ്ണായകമായ അധികവരവുണ്ടാക്കി. ശ്രീമൂലം തിരുനാളിന്റെ കാലത്ത് വി പി മാധവറാവു ദിവനായിരുന്നപ്പോഴാണ് ഇത് നടന്നത്. കൃഷിഭൂമി അല്ലാതിരുന്ന ഭൂമിയും ആവശ്യക്കാർക്ക് പ്രതിഫലത്തിനും കരം പിരിവ് കൂടാനും വേണ്ടി പതിച്ചു നല്കി. ഇതിനെ പുതുവൽ എന്നു വിളിച്ചിരുന്നു.

ഇവ കൂടാതെ പണ്ടാരപ്പാട്ടം ഭൂമി, കുത്തകപ്പാട്ടം ഭൂമി എന്നിങ്ങനെ വിവിധ തരത്തിൽപ്പെടുത്തിയിട്ടുള്ള വസ്തുക്കൾ ജനങ്ങൾക്ക് കൃഷിക്ക് നല്കിയിരുന്നു. കുത്തകപ്പാട്ടത്തിന് വളരെ ഉയർന്ന പാട്ടത്തുകയായിരുന്നു സർക്കാറിനു ലഭിച്ചിരുന്നത്. ഏറ്റവും കൂടുതൽ തുകയ്ക്ക് ലേലം കൊള്ളുന്നവർക്കാണ് പാട്ടം നല്കിയിരുന്നത്. ഈ വസ്തുക്കൾ കൈവശക്കാർക്ക് പണ്ടാരപ്പാട്ടത്തിന്റെ പത്തിരട്ടി വിലയർത്ഥം കൊടുക്കുകയാണെങ്കിൽ പതിച്ചു നല്കിയിരുന്നു. 1858 ൽ ദിവാനായ ടി മാധവറാവു രണ്ടു ലക്ഷം ഏക്കർ ഭൂമി പതിച്ചു നല്കി ഒന്നരക്കോടി രൂപ അതിന്റെ വിലയായി വസൂലാക്കി*.

---

6 ആയില്യം തിരുനാൾ മഹാരാജാവിന്റെ 1865 ാം മാണ്ടത്തെ 194 ാം വിളംബരം *തിരഞ്ഞെടുത്ത രാജകീയ വിളംബരങ്ങൾ'.*

* പേജ് 220 *നായർ മേധാവിത്വത്തിന്റെ പതനം.*

ഇതുപോലെ തന്നെ നെൽകൃഷി ചെയ്തിരുന്ന സ്ഥലങ്ങൾ തെങ്ങ് നട്ടാൽ അത് തൈവയ്പ് പുരയിടമായി രജിസ്റ്റർ ചെയ്യുന്നതിന് പണ്ടാരപ്പാട്ടത്തിന്റെ കരത്തിന്റെ മുപ്പതര ഇരട്ടിവിലയർത്ഥം സർക്കാർ ഈടാക്കിയിരുന്നു[7].

കൃഷിഭൂമിയുടെ വിസ്താരം വർദ്ധിക്കുന്നതനുസരിച്ച് സർക്കാറിന്റെ വരവും വർദ്ധിച്ചിരുന്നു.

ദേവസ്വം വസ്തുക്കളും പ്രത്യേകം പേരിൽ അറിയപ്പെട്ടിരുന്നെങ്കിലും ദേവസ്വം വസ്തുക്കൾ റവന്യൂ വകുപ്പിന്റെ കീഴിൽനിന്ന് ദേവസ്വം ഫണ്ട് ഉണ്ടാക്കി വേർതിരിച്ച് ഭരിച്ചത് 1923 മുതലാണ്. അതിനാൽ ഈ വസ്തുക്കളിൽനിന്നുള്ള വരവ് ചെലവ് കൃത്യമായി വകതിരിച്ച് ഭാഗിച്ചിരുന്നു എന്ന് കരുതാൻ നിവൃത്തിയില്ല.

1888 വരെ മരിച്ചു പോകുന്ന ഒരാളിന്റെ സ്വത്തുക്കൾ അടുത്ത ബന്ധുക്കൾ ഇല്ലാതെ അകന്ന ബന്ധുക്കൾക്കാണ് ലഭിക്കുന്നതെങ്കിൽ അവർ വസ്തുക്കൾ ലഭിക്കുന്നതിന് പ്രത്യേക കരം കൊടുക്കണമായിരുന്നു. അതുപോലെ അതുവരെ ഒരു പാട്ടക്കാരന് അവകാശികളില്ലാതെ മരിച്ചുപോയാൽ ആ വസ്തുവിന്റെ അവകാശങ്ങളും സർക്കാറിൽ നിക്ഷിപ്തമായിരുന്നു.1888 മുതൽ പാട്ടക്കാരന്റെ അവകാശങ്ങൾ മാത്രം സർക്കാറിൽ നിക്ഷിപ്തമാകുന്നവിധം നിയമഭേദഗതി വരുത്തി[8].

സനാതന ധർമ്മതത്ത്വങ്ങൾ അനുശാസിക്കുന്നത് രാജാവ് (ക്ഷത്രിയൻ) ജനങ്ങൾക്കുവേണ്ടി രാജ്യഭാരം നടത്തുകയാണ്. ബാഹ്യാക്രമണങ്ങളിൽനിന്നും രാജ്യത്തിനെ രക്ഷിക്കാൻ വേണ്ട നടപടികൾ എടുക്കുക, അക്രമികളിൽനിന്നും അത്യാചാരികളിൽനിന്നും ജനങ്ങളെ രക്ഷിച്ച് സ്വൈരജീവിതം ഉറപ്പു വരുത്തുക, ദുഷ്പ്രവർത്തികൾ ചെയ്യുന്നവരെ നിയമാനുസരണം ശിക്ഷിക്കുക എന്നിവയാണ്. രാജ്യം ജനങ്ങളുടേതാണെന്നും രാജധർമ്മം (ക്ഷത്രിയധർമ്മം) ഭരണനിർവ്വഹണം മാത്രമാണെന്നുമുള്ള സങ്കല്പത്തിലാണ് ജനകമഹാരാജാവിനെയും ശ്രീരാമനെയും വാല്മീകി അവതരിപ്പിച്ചിരിക്കുന്നത്. സനാതന മത വിശ്വാസികളായ രാജാക്കന്മാരെല്ലാം ഈ തത്ത്വങ്ങൾ ഉൾക്കൊണ്ടവരാണ്. അവർക്കാർക്കും പ്രജാസുഖത്തിനേക്കാൾ സ്വസുഖത്തിനോ പ്രജാഹിതത്തിനുപരിയായി സ്വഹിതത്തിനോ പ്രാധാന്യമില്ല. എന്നാൽ തിരുവിതാംകൂർ മഹാരാജാക്കന്മാർ ഭൂമി തങ്ങൾക്കു വേണ്ടി പതിച്ചു വാങ്ങുന്നു. പാട്ടത്തിന് കൊടുക്കുന്നു. കരം ഈടാക്കുന്നു. പൂർവ്വികരുടെ വിലക്കിനെ മറികടന്ന് അന്യാധീനപ്പെടുത്തുന്നു, കുരുമുളക് കച്ചവടം നടത്തുന്നു. ഇത് വൈശ്യന്മാർക്ക് വിധിച്ചിട്ടുള്ള തൊഴിലാണ്. ഈ പ്രതിഭാസത്തെ എങ്ങനെയാണ് തൃപ്തികരമായി ന്യായീകരിക്കുന്നത്?

ഇതു കൂടാതെ വനവിഭവങ്ങളിൽനിന്നുമുള്ള വിവിധ ഇനം വരവുകളും സർക്കാറിനുണ്ടായിരുന്നു. പന്തളം രാജകുടുംബം തിരുവി

---

7 പേജ്:652 മുതൽ 658 വരെ ട്രാ:സ്റ്റേ: മാ:

8 (ട്രാ:സ്റ്റേ:മാ: പേജ് 696).

താംകൂർ രാജകുടുംബവുമായി സൗഹാർദ്ദത്തിലും സഹകരിച്ചും ജീവിച്ചിരുന്നു. ഒരു യുദ്ധം കൂടാതെ തന്നെ പന്തളം രാജാവ് വീരമാർത്താണ്ഡവർമ്മയുടെ മേല്ക്കോയ്മ സ്വീകരിച്ചിരുന്നു. ഇതുമൂലം പത്തനംതിട്ട, പത്തനാപുരം തുടങ്ങിയ പ്രദേശങ്ങളിലെ വനവിഭവങ്ങളിൽനിന്നും സർക്കാറിന് വരവ് ലഭിച്ചു. 1924 ൽ ഈ വരവ് 13 ലക്ഷമാണെന്ന് കാണുന്നു[9]. കാട്ടുതടികൾ, ഇലവങ്ങം തുടങ്ങി പലവിധ വനവിഭവങ്ങളും അന്യദേശത്തേക്ക് കയറ്റുമതി ചെയ്തിരുന്നതായി കാണുന്നു.

ദിവാൻ രാഘവയ്യയുടെ കാലത്ത് (1920 –1925) ഇൻകംടാക്സ് നിലവിൽ വന്നു. ഇതും സർക്കാറിന് നല്ലൊരു വരുമാന മാർഗ്ഗമായിരുന്നു. അക്കാലത്ത് സ്കൂൾഫീസും വർദ്ധിപ്പിച്ചു.[10]

അഞ്ചുതെങ്ങിലെ ബ്രിട്ടീഷ് മേധാവി സ്പെൻസർ വീരമാർത്താണ്ഡവർമ്മയെ കുറിച്ച് പറഞ്ഞ പരാതി, കരാറിനു വിപരീതമായി മുഴുവൻ കുരുമുളകും ജനങ്ങളിൽനിന്നും കുത്തകസംഭരണം നടത്തി ഏറ്റവും കൂടിയ വിലയ്ക്ക് സിലോണിലും മറ്റും പോകുന്ന ബോട്ടുകൾക്ക് വില്ക്കുന്നു എന്നാണ്. ഒരു തരി കുരുമുളകെങ്കിലും കർഷകർ മറ്റാർക്കെങ്കിലും രാജാവിന്റെ ലൈസൻസില്ലാതെ വിറ്റാൽ അവന് മരണം ഉറപ്പാണെന്നും സ്പെൻസർ പറയുന്നു. അങ്ങനെ പത്തുകൊല്ലത്തോളമായി വീരമാർത്താണ്ഡവർമ്മ മഹാരാജാവ് തന്റെ രാജ്യത്തിലെ ഏക കുരുമുളക് കച്ചവടക്കാരനായി മാറിയിരുന്നു എന്ന് അദ്ദേഹം പരിഹസിക്കുകയും ചെയ്യുന്നു. അങ്ങനെ കുരുമുളക് സംഭരണം 1730 എ ഡി മുതൽ പൂർണ്ണ തോതിൽ നടന്നുവന്നു എന്ന് നിർണ്ണയിക്കാം. ഈ കുത്തക വ്യാപാരാവകാശത്തിന് മാറ്റം വന്നത് 1811 ന് ശേഷമാണെന്ന് കാണുന്നു. അപ്പോൾ കുത്തക സംഭരണത്തിനു പകരം 20 ശതമാനം കയറ്റുമതി ചുങ്കമായി കുറച്ചു.

എ ഡി 1–ാം ശതകത്തിൽപോലും മുസിരിസ് (കൊടുങ്ങല്ലൂർ) തുറമുഖത്തിൽനിന്നും ചേരരാജാക്കന്മാരുടെ ഭരണകാലത്തു തന്നെ റോം ഉൾപ്പെടെയുള്ള പടിഞ്ഞാറൻ രാജ്യങ്ങളിലേക്ക് കുരുമുളക്, ഏലം, ജീരകം, ചുക്ക് എന്നിവയും മറ്റു സുഗന്ധവ്യഞ്ജനങ്ങളും കയറ്റി അയച്ചിരുന്നു. ഇതിന്റെ വില സ്വർണ്ണത്തിൽ മാത്രമാണ് സ്വീകരിച്ചിരുന്നതെന്നത് വ്യക്തമാണ്. ഈ വ്യാപാരബന്ധം റോമൻ സാമ്രാജ്യത്തിൽനിന്നും 1–ാം നൂറ്റാണ്ടിൽ തന്നെ 100 മില്യൺ സെർസ്റ്റിസസിൽ(റോമിലെ അക്കാലത്തെ നാണയം)കുറയാത്ത തുകയ്ക്കുള്ള സ്വർണ്ണം കിഴക്കൻ നാടുകൾ ഒഴുക്കിക്കൊണ്ടു പോയെന്ന് കണക്കാക്കിയിട്ടുണ്ടായിരുന്നതായി പ്ലിനി പരിതപിക്കുന്നു.[11]

'പ്ലിനി ദ എൽഡർ' എന്ന ചുരുക്കപ്പേരിൽ അറിഞ്ഞിരുന്ന ഗേയിയസ് പ്ലിനിയസ് സെക്കൻഡസ്, എ ഡി ഒന്നാം നൂറ്റാണ്ടിൽ റോമാ സാമാജ്യത്തിന്റെ ആർമി, നേവൽ വിഭാഗങ്ങളുടെ സുപ്രീംകമാൻഡറും പ്രകൃതി

---

9 ട്രാ:സ്റ്റേ:മാ: പേജ് 665.

10 ട്രാ:സ്റ്റേ:മാ: പേജ് 701.

11 ട്രാ:സ്റ്റേ:മാ: പേജ് 10.

ശാസ്ത്രദാർശനിക ഗ്രന്ഥകർത്താവുമായിരുന്നു. റോമാസാമ്രാജ്യവുമായി ഭാരതത്തിന്റെ പുരാതന വ്യാപാര ബന്ധം തെളിയിക്കുന്നതാണ് മലബാർ, കൊച്ചി, തിരുവിതാംകൂർ പ്രദേശങ്ങളിൽനിന്നും കണ്ടെടുത്തിട്ടുള്ള റോമൻ നാണയങ്ങൾ. എംപെറർ ആഗസ്റ്റസ് മുതൽ നീറോ ചക്രവർത്തി വരെയുള്ളവരുടെ കാലത്ത് തെക്കേഇന്ത്യയുമായുള്ള വ്യാപാരം വളരെ ഔന്നത്യത്തിലായിരുന്നതിന് വേറെയും തെളിവുകളുണ്ട്[12].

കയറ്റുമതിച്ചുങ്കം ഏർപ്പെടുത്താൻ അധികാരമുണ്ടായിരുന്ന ചുരുക്കം ചില ഇന്ത്യൻ രാജ്യങ്ങളിൽ ഒന്നായിരുന്നു തിരുവിതാംകൂർ. തിരുവിതാംകൂർ ഭരണാധിപന്മാർ ഈ അധികാരം അമിതമായി ഉപയോഗിക്കുകയും ചെയ്തിരുന്നു[13]. ഇത് കുരുമുളക് കയറ്റുമതിക്ക് ചുങ്കം ഏർപ്പെടുത്താൻ അവർക്ക് അവസരം നല്കി.

പുരാതനകാലം മുതൽ തന്നെ തിരുവിതാംകൂർ രാജാക്കന്മാർ ചെമ്പ്, വെള്ളി, സ്വർണ്ണനാണയങ്ങളും, കൊല്ലവർഷം 1113 മുതൽ അഞ്ചൽ സ്റ്റാമ്പുകളും രജിസ്ട്രേഷൻ സ്റ്റാമ്പുകളും നിർമ്മിച്ചിരുന്നു[14]. ഈ പ്രക്രിയയിൽ സർക്കാറിന് നല്ലൊരു വരവ് ലഭിക്കുന്നുണ്ടായിരുന്നു. ഒരു സ്വർണ്ണ നാണയം നിർമ്മിക്കുമ്പോൾ അതിൽ അടങ്ങിയിരിക്കുന്ന സ്വർണ്ണത്തിന്റെ മൂല്യത്തേക്കാൾ എത്രയോ മടങ്ങ് അധികമാണ് അതിന്റെ വ്യാപാരമൂല്യമായി നിർണ്ണയിച്ചിട്ടുള്ളത്. വിലയും വ്യാപാരവിലയും തമ്മിലുള്ള വ്യത്യാസം സർക്കാറിന്റെ വരവാണ്. മുദ്രണം ചെയ്യുന്ന ഒരു നാണയം ഒരു വ്യക്തി കൊടുത്ത സേവനത്തിന്റെ അഥവാ വസ്തുവിന്റെ പ്രതിഫലമായി കൊടുക്കുമ്പോൾതന്നെ സർക്കാറിന് ഈ അധികമൂല്യം വസൂലാകുന്നു.

നൂറുരൂപ വിലയുള്ള ഒരു സ്റ്റാമ്പ് പേപ്പർ മുദ്രണം ചെയ്ത് വില്ക്കുമ്പോൾ അതിന്റെ നിർമ്മാണ ചെലവായ ഏകദേശം മൂന്നുരൂപ ഒഴികെ ബാക്കി സർക്കാറിന്റെ വരവാണ്. സ്റ്റാമ്പ് പേപ്പർ വിതരണം ചെയ്യുന്ന സമയം തന്നെ സർക്കാർ ഖജനാവിൽ അതിന്റെ മുഴുവൻ വിലയും എത്തുന്നു. ഒരു പ്രത്യക്ഷവരവായി കാണുന്നില്ലെങ്കിലും ഇത് സർക്കാറിന് വരവായി ലഭിക്കുമായിരുന്നു.

1855 ന് മുമ്പ് തിരുവിതാംകൂറിൽ സർക്കാറും വ്യക്തികളും അടിമകളുടെ സേവനം ഉപയോഗപ്പെടുത്തിയിരുന്നതായി കാണാം. 1853 ൽ സർക്കാർ സേവനത്തിലുള്ള അടിമകൾക്ക് അതിനുശേഷം ജനിക്കുന്ന കുട്ടികൾ സ്വതന്ത്രരായിരിക്കുമെന്ന് ഒരു രാജകീയ വിളംബരം പുറപ്പെടുവിച്ചു. ജീവിച്ചിരിക്കുന്ന ഒരാൾക്കും ഒരു ഗുണവും പ്രദാനം ചെയ്യാത്ത ഈ വിളംബരം, ഒരു രാജകീയ ഹാസ്യം തന്നെയായി പരിണമിച്ചു[15]. ബ്രിട്ടീഷ് സർക്കാറിന്റെ അധികാരപരിധിയിൽ വരുന്ന ഒരാഫീസും അടിമ

12 ട്രാ:സ്റ്റേ:മാ: പേജ് 11.

13 ട്രാ:സ്റ്റേ:മാ: പേജ് 801.

14 ട്രാ:സ്റ്റേ:മാ: പേജ് 793..

15 ട്രാ:സ്റ്റേ:മാ: പേജ് 568.

ത്തത്തെ സഹായിക്കുന്ന ഒരു തീരുമാനമോ മറ്റു ഉത്തരവുകളോ നടപ്പാക്കാൻ പാടില്ലെന്ന് ഒരു പ്രമേയം ബ്രിട്ടീഷ് പാർലമെന്റ് 1843 ൽ പാസാക്കിയിരുന്നു. തുടർന്ന് 1855 ൽ അടിമക്കച്ചവടവും അടിമസമ്പ്രദായവും തിരുവിതാംകൂറിൽ എന്നെന്നേയ്ക്കുമായി അവസാനിപ്പിച്ചുകൊണ്ട് ഒരു രാജകീയ വിളംബരവും പുറപ്പെടുവിച്ചു[16].

ഒരു മനുഷ്യൻ ചെയ്യുന്ന പ്രയത്നത്തിന്റെ പ്രതിഫലമാണ് അവന് അവന്റെ തൊഴിൽദാതാവ് നല്കുന്നതായ ശമ്പളം. ഒരു അടിമയ്ക്ക് പ്രതിഫലം കൊടുത്തിരുന്നത് അവന്റെ അടിസ്ഥാന ആവശ്യമായ ആഹാരത്തിനും വസ്ത്രത്തിനും വേണ്ടതുമാത്രമായിരുന്നു. അവർക്ക് കൂലികൊടുക്കണമെന്ന നിയമം തന്നെ 1855 ലാണ് നിലവിൽ വന്നത്.[17]

ഇപ്രകാരം അടിമകളെക്കൊണ്ട് ജോലി ചെയ്യിച്ചിരുന്നതിനാൽ സർക്കാറിന് ഗണ്യമായ ഒരു തുക ചെലവ് കുറയ്ക്കാൻ സാധിച്ചിരുന്നു. കൂടാതെ അവരെ വൻകിട കർഷകർക്ക് വാടകയ്ക്കു നല്കിയും ധനസമാഹരണം നടത്തിയിരുന്നു.

മേല്പറഞ്ഞ ഇനങ്ങളിൽ സർക്കാറിനുള്ള വരവ് രാജാക്കന്മാർ തങ്ങൾക്കു തുലാപുരുഷദാനം നടത്തുന്നതിനും മറ്റും വിനിയോഗിച്ചിരുന്നതായി അനുമാനിക്കുന്നതിൽ തെറ്റില്ല.

തിരുവിതാംകൂറിൽ നിലനിന്നിരുന്ന ഉയർന്ന നിരക്കിലുള്ള നികുതി കൊടുത്തു തീർക്കാൻ കഴിയാതെ കൃഷിഭൂമി ദേവസ്വങ്ങൾക്ക് ദാനമായി നല്കി കൃഷിക്കാർ ധനനഷ്ടം ഒഴിവാക്കിയിരുന്നതിനും ഉദാഹരണങ്ങളുണ്ട്.

ഈ വരവുകൾ പ്രത്യേകം കണക്കാക്കാൻ സാദ്ധ്യമല്ലാത്ത വിധത്തിലാണ് സൂക്ഷിച്ചിരുന്നതെന്ന് മാനുവലിൽനിന്നും വെളിപ്പെടുന്നു.

മേൽവിവരിച്ച വിധം കുരുമുളക് മൊത്തക്കച്ചവടം, കയറ്റുമതി, ഇറക്കുമതി എന്നിവയിലുള്ള ചുങ്കം, ജനങ്ങൾ സ്വീകരിച്ചിരുന്ന തൊഴിലുകളിലും, വിവാഹം, മരണം തുടങ്ങിയ ചടങ്ങുകളിലും മറ്റും ചുമത്തിയിരുന്ന നികുതി, വിവിധതരം ഭൂനികുതികൾ, ഭൂസ്വത്ത് ജനങ്ങൾക്ക് വിറ്റുകിട്ടിയ വില, വനവിഭവങ്ങൾ വിറ്റുകിട്ടുന്ന തുക, കറൻസി വിതരണം ചെയ്യുന്നതിലുള്ള ലാഭം അടിമകളെ വാടകയ്ക്ക് കൊടുത്ത് കിട്ടുന്ന തുക, അടിമകളെക്കൊണ്ട് ജോലിചെയ്യിച്ച് ആർജ്ജിക്കുന്ന വരവ്, ഇവ അതാതു കാലത്ത് സർക്കാർ ചെലവും കൊട്ടാരത്തിലെ ചെലവും കഴിച്ച് ബാക്കി സ്വർണ്ണക്കട്ടികളും സ്വർണ്ണാഭരണങ്ങളും പാത്രങ്ങളും പൂജാപാത്രങ്ങളും നാണയങ്ങളുമാക്കി ശ്രീപത്മനാഭന് സമർപ്പിച്ചു. അവതന്നെയാണ് ശ്രീഉത്രാടം തിരുനാൾ മാർത്താണ്ഡവർമ്മ ഇളയരാജാവ് ഇപ്പോൾ അവകാശപ്പെടുന്ന സമർപ്പണശേഖരം.

തിരുവിതാംകൂർ രാജാക്കന്മാർക്ക് കണ്ടുകൃഷി വസ്തുക്കളിൽനിന്നുള്ള പരിമിതമായ വരവല്ലാതെ മറ്റു വസ്തുക്കളുള്ളതായി സ്വാതന്ത്ര്യ

---

16 ട്രാ:സ്റ്റേ:മാ: പേജ് 567.

17 ട്രാ:സ്റ്റേ:മാ: പേജ് 568.

പ്രാപ്തിവരെയുള്ള ചരിത്രരേഖകളിൽ കാണുന്നില്ല. ഇതല്ലാതെ ഒരിക്കൽ കൊച്ചിരാജാവ് സംഭാവനയായി നല്കിയ ഒന്നരലക്ഷം രൂപമാത്രമാണ് മറ്റു വരവ്. ഭാരതത്തിലെ മറ്റു നാട്ടുരാജ്യങ്ങളിലെ രാജകുമാരന്മാർ വിവാഹം കഴിക്കുന്നത് ഏതെങ്കിലും നാട്ടുരാജ്യത്തിലെ രാജകുമാരിമാരെ ആയിരിക്കും. സ്വർണ്ണമായും പണമായും ധാരാളം ധനം വരന്മാർക്ക് വിവാഹാവസരത്തിൽ ലഭിക്കുക സാധാരണമാണ്. അനിഴം തിരുനാൾ മാർത്താണ്ഡവർമ്മയുടെ വിശിഷ്ടമരുമക്കത്തായ വ്യവസ്ഥ നിലവിൽ വന്നതോടുകൂടി തിരുവിതാംകൂറിൽ രാജാക്കന്മാർക്കും രാജാവാകാൻ സാദ്ധ്യതയുള്ള രാജകുമാരന്മാർക്കും നായർ സ്ത്രീകളെ മാത്രമേ വിവാഹം കഴിക്കാവൂ എന്ന് വന്നതോടുകൂടെ ആ വഴിക്കും രാജാക്കന്മാർക്ക് സ്വന്തമായി വരവില്ലാതായി.

രാജകുമാരിമാരുടെ പള്ളിക്കെട്ട് അത്യാഡംബരപൂർവ്വം നടത്തിയിരുന്നു. ഓരോ പള്ളിക്കെട്ടിനും പുതിയ പല്ലക്കും ആഭരണങ്ങളും പണിതിരുന്നു. കാർത്തിക തിരുനാൾ തമ്പുരാട്ടിയുടെ പള്ളിക്കെട്ടിന് 100 സർണ്ണപ്പണിക്കാരെ ഏർപ്പെടുത്തിയിരുന്നതായി *തൃപ്പടിദാന*ത്തിൽ പറയുന്നു.

ശ്രീസ്വാതിതിരുനാൾ മഹാരാജാവ് ശ്രീപത്മനാഭന്റെ നടയ്ക്കുവച്ച ദ്രവ്യങ്ങൾ അസംഖ്യമാണ്.[18]

1. അമൂല്യ രത്നങ്ങളും പട്ടുകളും തുകകളും.
2. ഒരു ലക്ഷം സൂരത്ത് രൂപ
3. പണമായി കഴിച്ച വഴിപാടുകൾ 30 ലക്ഷം രൂപ(ഒരവസരത്തിൽ)
4. ഷോഡശദാനങ്ങൾ നടത്തുമ്പോഴുള്ള സ്വർണ്ണം (തുലാപുരുഷദാനം, ഹിരണ്യഗർഭം).
5. ഒരു സ്വർണ്ണത്തട്ടവും രണ്ടു വെള്ളിത്തട്ടങ്ങളും.
6. മനോഹരമായി നിർമ്മിച്ച രത്നഖചിതമായ ഒരു സിംഹാസനം.
7. ഒരു രത്നപ്പതക്കം.
8. സഞ്ചരിക്കാൻ അർജ്ജുനരഥത്തിന്റെ മാതൃകയിൽ ധാരാളം സ്വർണ്ണത്തകിടു കൊണ്ടു പൊതിഞ്ഞ രഥം(രാജാവിന് ക്ഷേത്ര ദർശനത്തിന്).
9. സ്വർണ്ണംകൊണ്ട് ഒരു പുതിയ ശീവേലി വിഗ്രഹം

   (34 ലക്ഷം രൂപ സർക്കാർ ഖജനാവിൽനിന്നും കൊട്ടാരം ഖജനാവിലേക്ക് മാറ്റിയിരുന്നു.)

   സർക്കാറിന്റെ നികുതിവരവ് വിവേചനരഹിതമായി ശ്രീപത്മനാഭന് സമർപ്പിച്ചു എന്നതിന് വേറെ തെളിവ് വേണോ?

---

18 *ശ്രീപത്മനാഭസ്വാമി ക്ഷേത്രം* അശ്വതി തിരുനാൾ ഗൗരിലക്ഷ്മീഭായി, കേരളഭാഷാ ഇൻസ്റ്റിറ്റ്യൂട്ട്.

10

രാജാക്കന്മാരുടെ സംഭാവനകളും പിഴകളും

കുന്നുമ്മൽ വീരകേരളവർമ്മയ്ക്ക് (579മുതൽ) തന്റെ ഭരണകാലത്ത് ക്ഷേത്രസേവകരും രാജാവിന്റെ സേവകരും തമ്മിൽ നടന്ന ഒരു ഏറ്റുമുട്ടലിനെത്തുടർന്ന് പ്രായശ്ചിത്തമായി 3,000 പണം കൊടുക്കേണ്ടിവന്നതായും കുടിയേറ്റബ്രാഹ്മണരെക്കൊന്നതിന് അവരിൽ അവശേഷിച്ചവർക്കു വസ്തുക്കൾ ദാനമായി കൊടുത്തതിനു പുറമേ 30,000 പണം പിഴ അടയ്ക്കേണ്ടി വന്നതായും വിവരിച്ചിട്ടുണ്ട്.[1]

474 മുതൽ 488 വരെ രാജാവായിരുന്ന സംഗ്രാമധീര വീരമാർത്താണ്ഡവർമ്മ കുലശേഖരൻ കൊപ്പാറ എന്നു പേരുള്ള 2000 തോല സ്വർണ്ണംകൊണ്ടു തീർത്ത ഒരു പാത്രം ശ്രീപത്മനാഭന് സമർപ്പിച്ചതായി കാണുന്നു[2].

1469(644 കൊ. വ.)ൽ രാജാവായിരുന്ന രാമമാർത്താണ്ഡവർമ്മ 13,000 പണവും (സ്വർണ്ണംകൊണ്ട് ഒരാനയെ നിർമ്മിക്കുന്നതിന്) 5 വെള്ളിക്കുടങ്ങൾ നിർമ്മിക്കുന്നതിന് 360 പണവും ക്ഷേത്രത്തിന് സംഭാവന നല്കി[3]. 1503 ൽ രാജാവായിരുന്ന രവിവർമ്മ 15,000 പണവും ഒരു വെള്ളിപ്പാത്രവും 'ഗർവ്വക്കെട്ടായി' ക്ഷേത്രത്തിന് സമർപ്പിച്ചു.[4] ഇക്കാലത്ത് സ്വർണ്ണത്തിന് വില ഏതാനും പണം മാത്രം വരാനേ സാദ്ധ്യതയുള്ളൂ.

1829 മുതൽ 1847 വരെ രാജാവായിരുന്ന ശ്രീ. സ്വാതിതിരുനാൾ മഹാരാജാവ് ശ്രീപത്മനാഭസ്വാമിക്ക് ദീപാരാധനയ്ക്കായി ഒരു സ്വർണ്ണത്തട്ടവും നരസിംഹസ്വാമിക്കും ശ്രീകൃഷ്ണനും വേണ്ടി രണ്ടു വെള്ളിത്തട്ടങ്ങളും

---

1 *ശ്രീപത്മനാഭസ്വാമിക്ഷേത്രം* പേജ് 103.

2 *ശ്രീപത്മനാഭസ്വാമിക്ഷേത്രം* പേജ് 97.

3 *ശ്രീപത്മനാഭസ്വാമിക്ഷേത്രം* പേജ് 109.

4 'ട്രാ:സ്റ്റേ:മാ:.' പേജ് 134.

നടയ്ക്ക് വച്ചു. മനോഹരമായി നിർമ്മിച്ചതും രത്നഖചിതവുമായ ഒരു സിംഹാസനം പെരുമാളിനു സമർപ്പിച്ചതായും പറയുന്നു. ഏതാനും വർഷങ്ങൾക്കുള്ളിൽ പണമായി അദ്ദേഹം കഴിപ്പിച്ച വഴിപാടുകളുടെ ആകത്തുക 30 ലക്ഷം രൂപയാണെന്ന് രേഖപ്പെടുത്തിയിരിക്കുന്നു[5]. 1846 ൽ സ്വർണ്ണംകൊണ്ട് ഒരു ശീവേലി വിഗ്രഹം പണിയിച്ചതായും അടുത്ത പേജിൽ പറയുന്നു. ഇക്കാലത്തു പൊതുഖജനാവിൽ മിച്ചമായി അവശേഷിച്ചിരുന്ന 34 ലക്ഷം രൂപ കൊട്ടാരം ഖജനാവിലേക്കു മാറ്റി.[6]

സ്വാതിതിരുനാൾ സ്വർണ്ണനാണയങ്ങൾ അടിച്ച് രാജ്യത്തിന്റെ നാണയമാക്കി പ്രചരിപ്പിച്ചു. 1821 ൽ റാണി ഗൗരിപാർവ്വതീഭായി ശ്രീപത്മനാഭസ്വാമിക്ക് ചാർത്താനായി ഒരു തങ്കഅങ്കിയും ആദിശേഷന് ഒരു വെള്ളിഅങ്കിയും പണിയിച്ചുകൊടുത്തിരുന്നു..

1860 മുതൽ 1880 വരെ ഭരിച്ചിരുന്ന ആയില്യം തിരുനാൾ മഹാരാജാവും വംശീയ ഭക്തിയുടെ പ്രതീകം പതിച്ച സ്വർണ്ണനാണയങ്ങൾ സർക്കാർ കമ്മട്ടത്തിൽനിന്നും അടിച്ചിറക്കിയതായി വിവരിച്ചിട്ടുണ്ട്.

1885 മുതൽ 1924 വരെ ഭരിച്ചിരുന്ന ശ്രീമൂലം തിരുനാൾ 1888 ൽ ശ്രീപത്മനാഭസ്വാമി ക്ഷേത്രത്തിലേക്ക് സ്വർണ്ണം, വെള്ളി, ദന്തം എന്നിവയിൽ സിംഹാസനങ്ങൾ ഉണ്ടാക്കാൻ കല്പന കൊടുത്തു.[7]

1931 മുതൽ 1947 വരെ മഹാരാജാവായിരുന്ന ശ്രീചിത്തിര തിരുനാൾ സ്വർണ്ണത്തളിക, സ്വർണ്ണദീപാരാധനത്തട്ടം, ഒരു കൂട്ടം പൂജാപാത്രങ്ങളും മറ്റും സ്വർണ്ണത്തിൽ തീർപ്പിച്ചതായി കാണുന്നു.

ഇത്തരം പിഴകളും പ്രായശ്ചിത്തങ്ങളും കൊല്ലവർഷം 592 ൽ സീനിയർ തൃപ്പാപ്പൂർ തിരുവട്ടിയാർ ആയിരുന്ന രവിവർമ്മയുടെ കാലത്തും നടന്നു കാണുന്നു. തിരുനെൽവേലിയിലെ കരുവേലങ്കുളം, നിത്യനടൈ തുടങ്ങിയ സ്ഥലങ്ങളിൽ ആക്രമണകാരികളുടെ ജീവനാശം വരുത്തിയതിന് അദ്ദേഹം ഒരാനയും ആറു വെള്ളിപ്പാത്രങ്ങളും ഒരു വലിയ തുകയും പാപമോചനത്തിനായി നല്കിയതായി രേഖപ്പെടുത്തിയിരിക്കുന്നു[8].

ചില ദിവാൻപേഷ്കാർമാരും ദിവാൻ പദവി കാംക്ഷിച്ച് തങ്ങളുടെ കാര്യശേഷി തെളിയിച്ച് മഹാരാജാവിന്റെ ഇഷ്ടം നേടാൻ സ്വീകരിച്ചിരുന്ന കുറുക്കുവഴി ശ്രീപത്മനാഭന് സ്വർണ്ണാഭരണങ്ങൾ പണിയിക്കുകയും പത്മനാഭസ്വാമിക്ഷേത്രത്തിന് അനുബന്ധകെട്ടിടങ്ങൾ ഉണ്ടാക്കുകയുമാണ്. സർക്കാർ ധനം തന്നെയാണ് ഇതിനും ചെലവഴിച്ചിരുന്നത്.

സ്വാതിതിരുനാളിന് വേണ്ടി റീജന്റായി ഭരിച്ചിരുന്ന റാണി ഗൗരിപാർവ്വതീഭായി (കൊ. വ. 990–1004 വരെ)യുടെ കാലത്ത് ദിവാൻ പദവിയിലെത്തിയ ഗുൺണ്ടോപണ്ഡിത വെങ്കടറാവു ശ്രീപത്മനാഭന് സ്വർണ്ണാഭരണം ഉണ്ടാക്കിയതായി പ്രതിപാദിക്കുന്നു.[9]

---

5 *ശ്രീപത്മനാഭസ്വാമിക്ഷേത്രം* പേജ് 216.

6 പേജ് 372. *തിരുവിതാംകൂർചരിത്രം' ദിവാൻ പേഷ്കാർ* പി ശങ്കുണ്ണിമേനോൻ.

7 *ശ്രീപത്മനാഭസ്വാമിക്ഷേത്രം* പേജ് : 499

8 'ട്രാ:സ്റ്റേ:മാ:.' പേജ് 128.

9 'ട്രാ:സ്റ്റേ:മാ:.' പേജ് 529.

വലിയ ദിവാൻജി രാജാകേശവദാസൻ(കേശവപിള്ള) ദിവാനായിരുന്നപ്പോൾ ശ്രീപത്മനാഭസ്വാമിക്കുവേണ്ടി ഇന്ദ്രവാഹനം എന്ന പേരിൽ ഒരു സ്വർണ്ണരഥം ഉണ്ടാക്കി സമർപ്പിച്ചു[10]. ഇത് മഹാരാജ രാമവർമ്മയുടെ കാലത്ത് 1770 കളിൽ ആയിരുന്നു.

വീരമാർത്താണ്ഡവർമ്മയുടെ കാലത്ത് സാമൂതിരിരാജാവ് തിരുവിതാംകൂറുമായി നിരന്തരമായ സമാധാനം നിലനില്ക്കുന്നതിനാഗ്രഹിച്ചിരുന്നു. അതിനായി സാമൂതിരി കൊ. വ. 938 ൽ(1763 എ.ഡി) പത്മനാഭപുരം സന്ദർശിച്ച് രാമവർമ്മയുമായി കരാർ ഉണ്ടാക്കി. അതിനായി 1,50,000 രൂപയും നല്കി[11].

കൊ.വ. 964(ക്രി:വ:1789) കാർത്തിക തിരുനാൾ രാമവർമ്മ മഹാരാജാവ് ഏറ്റുമാനൂർ ശിവക്ഷേത്രത്തിലേക്ക് ഒരേ വലിപ്പത്തിലുള്ള ഏഴും അവയുടെ പകുതി വലിപ്പമുള്ള ഒന്നും ആനകളെ സ്വർണ്ണത്തിൽ ഉണ്ടാക്കി സമർപ്പിച്ചു. ഇവയാണ് ഏഴരപ്പൊന്നാന എന്നറിയപ്പെടുന്നത്.

ശ്രീചിത്തിര തിരുനാൾ മഹാരാജാവ് ശ്രീപത്മനാഭസ്വാമിക്ക് ഒരു സ്വർണ്ണ അലങ്കാര മണ്ഡപം സമർപ്പിച്ചതായി രേഖപ്പെടുത്തിയിട്ടുണ്ട്.[12]

തന്റെ തൂക്കത്തോളം സ്വർണ്ണം നല്കുന്ന ഒരു ആചാരമാണ് തുലാപുരുഷദാനം.[13] മാർത്താണ്ഡവർമ്മ മഹാരാജാവിന്റെ കാലം മുതൽ മിക്കവാറും എല്ലാ രാജാക്കന്മാരും ഈ ചടങ്ങ് നടത്തിയിട്ടുള്ളതായും വിവരിച്ചു കാണുന്നു.

ശ്രീപത്മനാഭനുള്ള മറ്റു ചില ഉപഹാര സമർപ്പണങ്ങൾ വിവരിച്ചിട്ടുള്ളത് താഴെ ചേർക്കുന്നു.

മാർത്താണ്ഡവർമ്മ മഹാരാജാവ് സ്വർണ്ണക്കലശങ്ങൾ ധാരാളം നടയ്ക്കു വച്ചു. അത് പിൻഗാമികളും തുടരുന്നു.[14]

കൊ. വ. 940 ൽ അനന്തന് ഒരു സ്വർണ്ണഅങ്കി കാർത്തിക തിരുനാൾ മഹാരാജാവ് നിർമ്മിച്ചു നല്കി.[15]

ഒരു സ്വർണ്ണ സിംഹാസനവും വെള്ളി വാഹനവും അദ്ദേഹം വാങ്ങി നല്കി. രത്നഖചിതവും സമാന്യം വലിപ്പമുള്ളതുമായ ഒരു സ്വർണ്ണപ്പാത്രം കാർത്തിക തിരുനാൾ കൊ.വ. 943 ൽ നടയ്ക്കുവച്ചു[16].

അദ്ദേഹം ഒരു സ്വർണ്ണത്തളികയും ഒരു വെള്ളിത്തളികയും ശ്രീപത്മനാഭന് സമർപ്പിച്ചു. കൊ. വ. 949 ൽ ഒരു വൈരക്കല്ലും പണവും പത്മനാഭന് സമർപ്പിച്ചു.[17]

---

10 'ട്രാ:സ്റ്റേ:മാ:.' പേജ് 440.

11 'ട്രാ:സ്റ്റേ:മാ:.'പേജ് 361.

12 *ശ്രീപത്മനാഭസ്വാമിക്ഷേത്രം* പേജ് : 375

13 *ശ്രീപത്മനാഭസ്വാമിക്ഷേത്രം* പേജ് : 233

14 *ശ്രീപത്മനാഭസ്വാമിക്ഷേത്രം* പേജ് : 175

15 *ശ്രീപത്മനാഭസ്വാമിക്ഷേത്രം* പേജ് : 184

16 *ശ്രീപത്മനാഭസ്വാമിക്ഷേത്രം* പേജ് : 185

17 *ശ്രീപത്മനാഭസ്വാമിക്ഷേത്രം* പേജ് : 187

മാമൂലിന്റെ ഭാഗമായി അധികാരവും ആധിപത്യവും ആറ്റിങ്ങൽ മൂത്ത തമ്പുരാട്ടിയിൽ നിക്ഷിപ്തമായിരുന്നു. സംഭാവനകൾകൊണ്ടും നേർച്ച കൾകൊണ്ടും ഭണ്ഡാരം പെരുപ്പിക്കേണ്ടതും തമ്പുരാട്ടിയുടെ ചുമതല കളുടെ പട്ടികയിൽ പെടുത്തിയിരുന്നു.[18] കൊ. വ. 928(1753) ൽ മാർത്താ ണ്ഡവർമ്മ തുലാപുരുഷദാനവും കൂടാതെ ഷോഡശ മഹാദാനങ്ങളിൽ 14 എണ്ണവും ഒന്നിച്ച് 1,21,000/- രൂപ ചെലവഴിച്ച് നടത്തുകയുണ്ടായി. അമ്പലത്തിൽ ഭക്ഷണദാനത്തിന് മാർത്താണ്ഡവർമ്മയുടെ കാലത്ത് രാജകീയ മാനങ്ങൾ കൈവന്നു. (1752 ക്രി. വ.) പുതിയ ഊട്ടുപുര പണിയിച്ചു. 92 പറ അരി ദിനംപ്രതി പാചകം ചെയ്തു വന്നു. ഇതിൽ 50 പറയരി ദിവസം മൂന്നു നേരം വീതം ബ്രാഹ്മണർക്ക് ഭോജനം കൊടുക്കുന്ന തിനായി നീക്കിവച്ചിരുന്നു.[19] കൊ. വ. 943 ൽ കൊച്ചി രാജാവ് നേരത്തെ ഉണ്ടാക്കിയ കരാറനുസരിച്ച് ആലങ്ങാടും പറവൂരും തിരുവിതാംകൂറിന് വിട്ടു കൊടുത്തു. അതു ശ്രീപത്മനാഭന് തൃപ്പടിദാനമായി സമർപ്പിച്ചിരുന്ന തായും അതിനോടൊപ്പം മൂന്നു നിര മുത്തുള്ളതും വൈരക്കല്ലു പതിച്ചതുമായ ഒരു മാലയും അവിടന്നു നടയ്ക്കുവച്ചതായും പറയുന്നു.[20]

മഹാരാജാ ബാലരാമവർമ്മയ്ക്ക് ശേഷം കൊ. വ. 986 മുതൽ 990 വരെ ഗൗരി ലക്ഷ്മീഭായിത്തമ്പുരാട്ടിയായിരുന്നു രാജ്യം ഭരിച്ചിരുന്നത്. അക്കാലത്ത് രാജ്യത്തിലെ വിവിധ ക്ഷേത്രഭരണാധികാരികളുടെ ഇടയിലു ണ്ടായ പിണക്കങ്ങളും ക്ഷേത്രമുതലുകൾ സ്വന്തമാക്കുന്ന പ്രവണതയും അനിയന്ത്രിതമായതിനാൽ സർക്കാർ ഇടപെട്ട് ക്ഷേത്രങ്ങളുടെ വരവു ചെലവുകൾ തിട്ടപ്പെടുത്തി നീക്കി ബാക്കി സർക്കാർ ഏറ്റെടുത്തുതുടങ്ങി. 348 പ്രധാന ക്ഷേത്രങ്ങളും 1171 ചെറുക്ഷേത്രങ്ങളും അവയുടെ സ്വത്തു ക്കളായ 62,000 ഏക്കർ കരകൃഷി ഭൂമിയും 5,48,000 പറ നിലവും ഉൾപ്പെടെ സർക്കാർ ഏറ്റെടുത്തു. ഇവയിൽനിന്നും പ്രതി വർഷം നാലു ലക്ഷം രൂപ അറ്റാദായം ലഭിച്ചിരുന്നു. ഇതു കൂടാതെ കാണിക്കവഞ്ചിയിലെ തുക, നേർ ച്ചകളായി കിട്ടിയിരുന്ന സിൽക്ക്, വെള്ളി, സ്വർണ്ണം, മറ്റു പൂജാപ്രസാ ദങ്ങളുടെ വിറ്റുവരവ് എന്നിവയും നല്ല വരുമാനം സർക്കാറിന് നേടിക്കൊ ടുത്തു. സ്വർണ്ണാഭരണങ്ങളും സ്വർണ്ണക്കട്ടകളും സർക്കാർ ഖജനാവിലും സ്വർണ്ണനാണയമുണ്ടാക്കുന്ന മിന്റിലേക്കും അയച്ചിരുന്നു.[21]

ഈ വരവുകൾ കൂടാതെ പ്രജകൾ ദത്തെടുക്കുന്നതിന് ഫീസ് ചുമ ത്തിയിരുന്നു. സ്ഥാനമാനങ്ങളും ഫീസ് വാങ്ങിക്കൊണ്ട് കൊടുത്തിരുന്നു. വീരശൃംഖലകളും ധനസമ്പാദനത്തിനായി കൊടുത്തിരുന്നു. വീരമാർ ത്താണ്ഡവർമ്മയുടെ കാലത്ത് ഒരു വർഷത്തിൽ തന്നെ(920 കളിൽ)ഈ വിധത്തിലുള്ള വരവ് വടക്കുംകൂറിന്റെ നാലു താലൂക്കുകളിൽനിന്നും 1,46,210/- രൂപയാണെന്ന്[22] കാണുന്നു.

18 *ശ്രീപത്മനാഭസ്വാമിക്ഷേത്രം* പേജ് : 189

19 *ശ്രീപത്മനാഭസ്വാമിക്ഷേത്രം* പേജ് : 173

20 *ശ്രീപത്മനാഭസ്വാമിക്ഷേത്രം* പേജ് : 186

21 ട്രാ:സ്റ്റേ:മാ:—പേജ് : 519

22 ട്രാ:സ്റ്റേ:മാ:— പേജ് : 346

രണ്ടു കാര്യങ്ങൾ ഇവിടെ ചിന്തിക്കേണ്ടതായിട്ടുണ്ട്. ഒന്ന് ഇത്രയധികം തുകയ്ക്കുള്ള നേർച്ചകളും ദാനങ്ങളും നടത്താൻ രാജാക്കന്മാർക്കുള്ളവരവെന്താണ്? സർക്കാറിന്റെയും രാജാവിന്റെയും ശ്രീപത്മനാഭസ്വാമിക്ഷേത്രത്തിന്റെയും വരവുകൾ എന്ന അദ്ധ്യായത്തിൽ വിവരിച്ചതും കൊച്ചി രാജാവും സാമൂതിരിയും നല്കിയ തുകയും അല്ലാതെ മറ്റെന്തെങ്കിലും വരവുള്ളതായി പ്രസിദ്ധീകരണങ്ങളിലൊന്നും കാണുന്നില്ല. സർക്കാറിന് ലഭിക്കുന്ന കരവും ചുങ്കവും കാർഷികാദായവും അല്ലാതെ മറ്റെന്തു സ്രോതസ്സാണ് രാജാക്കന്മാർക്കുള്ളത്? വീരമാർത്താണ്ഡവർമ്മയുടെ കാലം മുതലുള്ള ചുങ്കങ്ങളുടെയും കയറ്റുമതി ചരക്കുകളുടെ കുത്തകസംഭരണ സമ്പ്രദായത്തിന്റെയും വിവരങ്ങൾ മാത്രമേ ലഭി ച്ചിട്ടുള്ളൂ. എങ്കിലും റോമൻ നാവിക സേനാധിപനായ പ്ലിനി ജീവിച്ചിരുന്ന എ ഡി ഒന്നാം ശതകം മുതൽ തന്നെ റോമുമായി (യവനന്മാർ) കച്ചവടം ഉണ്ടായിരുന്നതായി കണക്കാക്കാം. റോമാസാമ്രാജ്യത്തിലെ സ്വർണ്ണം തെക്കേ ഇന്ത്യയിലേക്ക് ഒഴുകുന്നതായി അദ്ദേഹം പരിതപിച്ചിരുന്നു. എ ഡി ഒന്നാം നൂറ്റാണ്ടിൽ തിരുവിതാംകൂർ എന്ന രാജ്യമില്ലാതിരുന്നതിനാൽ കയറ്റുമതി സാധനങ്ങൾ കൂടുതലുള്ള തിരുവിതാംകൂർ, കൊച്ചി, തൃശ്ശൂർ പ്രദേശത്തെയായിരിക്കാം തെക്കെഇന്ത്യ എന്ന് പ്ലിനി പരാമർശിച്ചതെന്ന് കരുതുന്നതാണ് ഉചിതം.

കുരുമുളക്, ചുക്ക്, കച്ചോലം തുടങ്ങിയവയുടെ വില റോമൻനാണയമായി ഇവിടെ ചെലവാകാത്തതിനാൽ സ്വർണ്ണമായി വാങ്ങി. കർഷകർക്ക് ഇവിടത്തെ നാണയം സർക്കാർ പകരം നല്കി. ഈ സ്വർണ്ണം ശ്രീപത്മനാഭന് ആഭരണങ്ങളായും സ്വർണ്ണപ്പാത്രങ്ങളായും തുലാപുരുഷദാനത്തിനായും മറ്റും രാജാക്കന്മാർ വിനിയോഗിച്ചു എന്ന് അനുമാ നിക്കാം.

അധഃകൃതർക്ക് ആഭരണങ്ങൾ ധരിക്കുന്നതിനുള്ള നിരോധനം, (മേൽമുണ്ടു ധരിക്കുന്നതിന് പോലും ചാന്നാർ സ്ത്രീകൾക്ക് അവകാശമില്ലാതിരുന്നു.) അത് ധരിക്കാൻ അവകാശമുള്ള ഉന്നതജാതിക്കാർക്കും ആഭരണം ധരിക്കണമെങ്കിൽ കൊടുക്കേണ്ടി വരുന്ന മേനിപ്പൊന്ന് എന്ന കരം, ആഭരണനിർമ്മാതാവ് കൊടുക്കേണ്ട തട്ടാരപ്പണം എന്ന കരം എന്നിവ സ്വർണ്ണാഭരണത്തിനോടുള്ള പ്രജകളുടെ മോഹം വളരെ കുറയ്ക്കാൻ പോരുന്നതായിരുന്നു. ഇടയ്ക്കിടെ ഉണ്ടാകുന്ന ആഭ്യന്തര യുദ്ധങ്ങൾ വിദേശികളായ ഡച്ചുകാർ, പോർച്ചുഗീസുകാർ, ബ്രിട്ടീഷുകാർ എന്നിവരുമായുണ്ടായിരുന്ന യുദ്ധങ്ങൾ, ഹൈദരാലി, ടിപ്പു എന്നിവരുടെ ആക്രമണങ്ങൾ സർക്കാറിന്റെ അധികാരത്തെ തന്നെ വെല്ലുവിളിച്ച് കുറച്ചുകാലത്തേക്കെങ്കിലും ചില ചെറിയ പ്രദേശങ്ങളിൽ നിയമരഹിതമായ അതിക്രമങ്ങൾ പ്രവർത്തിക്കുവാൻ കഴിവുള്ള പ്രാദേശിക ദുഷ്പ്രഭുക്കൾ എന്നീ പ്രതിഭാസങ്ങൾക്കിടയിൽ സ്വർണ്ണാഭരണം ധരിക്കുക മരണം യാചിച്ചു വാങ്ങുന്നതിനു തുല്യമായിരുന്നു. ഇത് സ്വർണ്ണവില കുറയ്ക്കാൻ കാരണമായി.

തിരുവിതാംകൂറിലെ ഉന്നത ഉദ്യോഗസ്ഥന്മാരും ജനങ്ങളിൽനിന്ന് നിർബ്ബന്ധിച്ച് സ്വാർത്ഥലാഭത്തിന് ധനശേഖരണം നടത്തുന്നവരായിരുന്നു. ശങ്കരനാരായണൻ ചെട്ടി (വലിയമേലെഴുത്ത് പിള്ള അല്ലെങ്കിൽ ധനകാര്യമന്ത്രി)യും ദിവാൻ ജയന്തൻ ശങ്കരൻ നമ്പൂതിരിപ്പാടും ചേർന്ന് ധനികരായ

പ്രജകളിൽനിന്നും വലിയ തുകകൾ ആവശ്യപ്പെട്ടു വാങ്ങുകയും കൊടുക്കാത്തവരെ ജയിലിൽ അടയ്ക്കുകയും ചെയ്തിരുന്നു. പില്ക്കാലത്ത് ദളവയായ വേലുത്തമ്പിയോട് ഇവർ ആവശ്യപ്പെട്ടത് 20,000 പണം (ഏകദേശം 3000 രൂപ) ആയിരുന്നു[23].

ആരുവാമൊഴി വഴി കടന്നുവന്നിരുന്ന കൊള്ളക്കാരുടെയും മുഗളന്മാരുടെയും മധുര രാജാക്കന്മാരുടെ പടകളുടെയും ആക്രമണവും പിടിച്ചുപറിയും മറ്റൊരു ഭീഷണിയായി ജനങ്ങൾക്ക് നേരിടേണ്ടി വന്നു.

ഈ സാഹചര്യങ്ങൾ നിലനില്ക്കുമ്പോൾ ആഭരണം ധരിക്കുന്നതും, സൂക്ഷിക്കുന്നതും അപകടംവിളിച്ചു വരുത്തുന്നതുതന്നെയായിരുന്നു. ഇക്കാരണങ്ങളാലും സ്വർണ്ണ വില വളരെക്കുറവായിരുന്നു.

രണ്ടാമതായി ചിന്തിക്കേണ്ടത് 'സർക്കാറിന്റെയും രാജാക്കന്മാരുടെയും ശ്രീപത്മനാഭസ്വാമിക്ഷേത്രത്തിന്റെയും വരവുകൾ' എന്ന അദ്ധ്യായത്തിൽ പറയുന്ന കയറ്റുമതി ചരക്കുകളുടെ കുത്തകസംഭരണം, വില്പന എന്നിവയിൽ കൃഷിക്കാരെ 130 വർഷത്തോളം കൊള്ളയടിച്ച തുക, അതിനുശേഷം ചുങ്കമായി പിരിച്ച വിലയുടെ 20 ശതമാനം തുക തുടങ്ങി വിവിധതരം ഭൂമിപാട്ടത്തുകകൾ, അലക്കുകാരിൽനിന്ന് ഈടാക്കിവന്ന വണ്ണാരപ്പാറ കരംവരെയുള്ള വരവുകളിൽനിന്നും പരിമിതമായ സർക്കാർ ചെലവുകൾ കഴിച്ച് വലിയ ഒരു തുക ബാക്കി വരുമെന്നത് സംശയരഹിതമാണ്. കൂടാതെ നാണയം മുദ്രണം ചെയ്യുന്നതിൽ നിന്നുമുള്ള പരോക്ഷലാഭമുണ്ട്. ഈ വരവുകൾ തന്നെയാണ് ശ്രീപത്മനാഭസ്വാമിയുടെ നിധിയായി രൂപാന്തരം പ്രാപിച്ചത് എന്നതിന് മറ്റെന്തു തെളിവാണ് വേണ്ടത്. നാട്ടുരാജ്യങ്ങളുമായി യുദ്ധങ്ങൾ നടന്നിരുന്നപ്പോഴും ഹൈദരാലിയുമായും ടിപ്പുവുമായും യുദ്ധം നടന്നപ്പോഴും യുദ്ധക്കരം ചുമത്തിയിരുന്നതിനാൽ അധിക ചെലവ് പതിവ് വരവുകളിൽ കൊള്ളിക്കേണ്ട ആവശ്യവുമില്ല.

രാജാക്കന്മാർ നേർച്ചയായി ആഭരണങ്ങളുടെ രൂപത്തിലും സ്വർണ്ണ നാണയങ്ങളായും മറ്റും ശ്രീപത്മനാഭനു നടയ്ക്കു വച്ച സ്വർണ്ണത്തിന്റെ വിലയുടെ സ്രോതസ്സ് എന്താണെന്നോ ഏതാണെന്നോ *ശ്രീപത്മനാഭസ്വാമിക്ഷേത്രം* എന്ന പുസ്തകത്തിൽ ഗ്രന്ഥകർത്താവ് വെളിപ്പെടുത്തേണ്ടതായിരുന്നു. അങ്ങനെ ചെയ്യാത്തതിനാൽ അപ്രകാരം വരവുകളുടെ സ്രോതസ്സുകൾ മേല്പറഞ്ഞ നികുതികളല്ലാതെ മറ്റൊന്നും ഇല്ലെന്നനുമാനിക്കുന്നതിൽ തെറ്റില്ല.

ദേവസ്വംഭൂമിയിലെ വരവുകൾക്കും സർക്കാറിന്റെ പൊതുവരവുകൾക്കും പ്രത്യേകം കണക്കുവയ്ക്കുന്ന രീതി വളരെക്കാലമായി ഇല്ലാതിരുന്നു. അഹിന്ദുക്കൾ ഇക്കാര്യത്തിൽ പരാതി ഉന്നയിച്ചിരുന്നതായും പറയുന്നു.[24] 1860 മുതൽ 1880 വരെ രാജാവായിരുന്ന ആയില്യം തിരുനാൾ മഹാരാജാവ് വകമാറ്റി ചെലവാക്കിയതായി രേഖപ്പെടുത്തിയിട്ടുണ്ട്.[25]

---

23 ട്രാ:സ്റ്റേ:മാ:പേജ് : 449

24 *ട്രാ: സ്റ്റേ:മാ:പേജ് : 700*

25 *ശ്രീപത്മനാഭസ്വാമിക്ഷേത്രം* പേജ് : 223.

11

വീരമാർത്താണ്ഡവർമ്മയും ശ്രീചിത്തിര തിരുനാളും

മാർത്താണ്ഡവർമ്മ മഹാരാജാവ് കായംകുളം, അമ്പലപ്പുഴ, തെക്കുംകൂർ, വടക്കുംകൂർ, മാവേലിക്കര തുടങ്ങി പറവൂർ വരെ വേണാടിന്റെ അധീനതയിലാക്കിയശേഷം രാജ്യം ശ്രീപത്മനാഭന് തൃപ്പടിദാനം നടത്തി. ഇതിന് വേണ്ടി കൊ. വ. 925(ക്രി. വ.1750) മകരം 5 ന് ഒരു ഇഷ്ടദാന ഉടമ്പടിയും ചെയ്ത് ശ്രീപത്മനാഭദാസനെന്ന പേരും സ്വീകരിച്ചു. മാർത്താണ്ഡവർമ്മയുടെ മരണസമയത്ത് 933(ക്രി. വ.1758) മിഥുനം ഏഴിന് ശേഷകാരനും അനന്തരാവകാശിയുമായ ശ്രീ രാമവർമ്മയ്ക്ക് നല്കിയ രണ്ട് പ്രധാന കല്പനകൾ ഇങ്ങനെ പരിഭാഷപ്പെടുത്താം.

ശ്രീപത്മനാഭസ്വാമിക്ക് നടത്തിയ രാജ്യസമർപ്പണത്തെ സംബന്ധിച്ച് എന്തുതന്നെയായാലും അതിന് യാതൊരു വ്യത്യാസവും വരുത്തുവാൻ പാടുള്ളതല്ല. കൂടാതെ ഇനി സമ്പാദിക്കുന്ന ഭൂവിഭാഗങ്ങളും ദേവസ്വത്തിന് നല്കേണ്ടതാണ്.[1]

ഇതിനു വിപരീതമായി ശ്രീചിത്തിര തിരുനാളിനു മുൻപ് ഒരു സംഭവം മാത്രമേ നടന്നിട്ടുള്ളൂ എന്നാണ് ചരിത്രത്തിൽ കാണുന്നത്. കൊ.വർഷം 990–1004(1815–1829 എ ഡി)നും ഇടയ്ക്ക് റീജന്റായി സ്വാതിതിരുനാൾ മഹാരാജാവിനു പകരം ഭരണം നടത്തിയിരുന്ന റാണി പാർവ്വതീഭായി തമ്പുരാട്ടിയുടെ കാലത്താണ് അത് സംഭവിച്ചത്. ദിവാനായിരുന്ന റെഡ്ഡി റാവു, റാണിയുടെ വിശ്വാസവും മതിപ്പും ബഹുമാനവും സമ്പാദിച്ച ശേഷം ചെങ്കോട്ട താലൂക്കിലെ സാംബൂർ, വടകര എന്നീ രണ്ടു വില്ലേജുകൾ തന്റെ പേരിൽ പതിച്ചു വാങ്ങുകയുണ്ടായി. എന്നാൽ റസിഡന്റ് കേണൽ മേക്ക്ഡവൽ ഉടൻതന്നെ ദിവാൻ അനർഹമായി നേടിയ സ്ഥലങ്ങൾ തിരിച്ചെടുത്തു. ദിവാന് തൽഫലമായി തന്റെ പദവി

---

1 ട്രാ സ്റ്റേ:മാ:350–ാം പേജ്, *ശ്രീ പത്മനാഭസ്വാമിക്ഷേത്രം* 178, 179. പേജുകൾ.

പോലും നഷ്ടപ്പെടുകയും ചെയ്തു. തിരുവിതാംകൂറിലെ ഭരണാധിപന്മാർ ശ്രീപത്മനാഭന്റെ പ്രതിപുരുഷന്മാരായി ഭരണം നടത്തേണ്ടതാണെന്നും രാജ്യം അദ്ദേഹത്തിന് സമർപ്പിച്ചിട്ടുള്ളതാണെന്നും മാർത്താണ്ഡവർമ്മ മഹാരാജാവ് ആധികാരികമായി ഇക്കാര്യങ്ങൾ വ്യവസ്ഥ ചെയ്തിട്ടുണ്ടെന്നും അത് അദ്ദേഹത്തിന്റെ അനന്തരാവകാശിയായ രാമവർമ്മ മഹാരാജാവ് സ്ഥിരീകരിച്ചിട്ടുള്ളതാണെന്നും വ്യക്തമാക്കപ്പെട്ടു. ഈ സാഹചര്യത്തിൽ റാണിക്ക് വസ്തുക്കൾ അന്യാധീനപ്പെടുത്തുവാൻ അധികാരമില്ലെന്നും വ്യക്തമാക്കി.[2]

ഈ വ്യവസ്ഥാലംഘനത്തോട് അടുത്ത് നില്ക്കുന്ന മറ്റൊരു സംഭവമാണ് മുല്ലപ്പെരിയാർ അണക്കെട്ടും അതിന്റെ റിസർവോയർ ഏരിയായിലെ പാട്ടവും. ഇത് 999 വർഷത്തേക്കുള്ള പാട്ടത്തിന്റെ അവകാശത്തെ സംബന്ധിക്കുന്നതാകയാലും അന്യാധീനപ്പെടുത്തൽ എന്ന പദം അതിന്റെ വിപുലമായ അർത്ഥത്തിൽ യോജിക്കാത്തതിനാലും മാർത്താണ്ഡവർമ്മ തീരുമാനിച്ച വ്യവസ്ഥയെ മേല്പറഞ്ഞ വസ്തുദാനം പോലെ നഗ്നമായ ഒരു വ്യവസ്ഥാലംഘനമെന്ന തരംതിരിക്കൽ അനുയോജ്യമായി തോന്നുന്നില്ല.

എന്നാൽ വീരമാർത്താണ്ഡവർമ്മ മഹാരാജാവ് ശ്രീപത്മനാഭനു മുൻപിൽ നടത്തിയ വ്യവസ്ഥയുടെ നഗ്നമായ ലംഘനമാണ് ശ്രീചിത്തിര തിരുനാൾ മഹാരാജാവ് കോട്ടയ്ക്കകത്തുള്ള സ്ഥാവരവസ്തുക്കൾ വിറ്റ് അന്യാധീനപ്പെടുത്തിയത്. അപ്രകാരം ശ്രീചിത്തിര തിരുനാൾ മഹാരാജാവ് ഏകദേശം 25 ഏക്കറിൽ കൂടുതൽ വരാവുന്നതും കോട്ടയ്ക്കുള്ളിൽ ഉൾപ്പെടുന്നതും കോട്ടയുടെ കിഴക്കേ അതിർത്തിയിൽ തൊട്ടു കിടക്കുന്നതുമായ സ്ഥലമാണ് വിറ്റ് അന്യാധീനമാക്കിയത്. ആ സ്ഥലങ്ങളിൽ ഇപ്പോൾ കാണുന്ന സ്ഥാപനങ്ങളുടെ പേരുകൾ താഴെ ചേർക്കുന്നു.

1. പാത്രക്കുളം(ചട്ടമ്പിസ്വാമി സ്മാരകം ഇരിക്കുന്ന സ്ഥലവും തൊട്ടു കിടക്കുന്നതും), മുറജപം, ലക്ഷദീപം, ആറാട്ട് തുടങ്ങിയ ഉത്സവ കാലത്ത് ഉപയോഗിക്കുന്ന ക്ഷേത്രത്തിലെ പാത്രങ്ങൾ കഴുകി വൃത്തിയാക്കാൻ ഉപയോഗിച്ചിരുന്ന കുളമാണിത്. മനോഹരമായ കല്പടവുകൾ ഉണ്ടായിരുന്ന ഈ കുളം നികത്താൻ അവസരം ഉണ്ടാക്കിക്കൊടുത്തത് അന്യായമാണ്.
2. കാർത്തിക തിരുനാൾ തീയേറ്റർ.
3. കരിമ്പനാൽ ആർക്കേഡ്.
4. ആറ്റുകാൽ ഷോപ്പിങ് കോംപ്ലക്സ്.
5. ലൂസിയാ ഹോട്ടൽ.
6. രാജധാനി കല്യാണമണ്ഡപവും അതിനോടു ചേർന്ന് അതിന്റെ രണ്ടു വശവും പത്മതീർത്ഥക്കര മുതൽ കെ എസ് ആർ ടി സി ഓഫീസ് വരെ കാണുന്ന കെട്ടിടങ്ങൾ.
7. ജില്ലാ സഹകരണ ബാങ്ക്.

---

2 ട്രാ:സ്റ്റേ:മാ:പേജ് 530.

8. അഭേദാശ്രമം, ഹോമിയോ ആശുപത്രി.
9. വാസുദേവവിലാസം ആയുർവ്വേദ ഡിസ്പെൻസറി.
10. വാസുദേവവിലാസം ഡിസ്പെൻസറിക്ക് പുറകിലുള്ള ഹൗസിങ് ബോർഡിന്റെ കോളനി.
11. ഇവയുടെ ഇടയ്ക്ക് സ്ഥിതി ചെയ്യുന്ന ചെറിയ കുറെ കെട്ടിടങ്ങൾ.
12. വർമ്മാ ട്രാവൽസ് കല്യാണമണ്ഡപം.
13. കെ എസ് ആർ ടി സി ഓഫീസ് മുതൽ വെട്ടിമുറിച്ച കോട്ട വരെ റോഡിന് തെക്കുവശത്തുള്ള കെട്ടിടങ്ങൾ.

ഇതിൽ ഏറ്റവും ക്രൂരവും സമൂഹദ്രോഹവുമായത് പാത്രക്കുളത്തിന്റെ വില്പനയാണ്. സനാതനധർമ്മദർശനം ജലാശയങ്ങൾക്ക് കൊടുത്തിട്ടുള്ള സ്ഥാനം മാനിക്കാത്തവർ ഹിന്ദു സംസ്കാരത്തെ ബഹുമാനിക്കുന്നവരാണെന്ന് അഭിമാനിക്കുന്നതിൽ എന്തർത്ഥമാണുള്ളത്?

ദശ കൂപ സമാ വാപീ
ദശ വാപി സമോ ഹ്രദഃ
ദശ ഹ്രദ സമ പുത്രോ
ദശ പുത്ര സമോ ദ്രുമഃ

പത്ത് കിണറിന് തുല്യമാണ് ഒരു കുളം. ഒരു തടാകം പത്ത് കുളങ്ങളുടെ ഫലം ചെയ്യും. സൽപുത്രൻ പത്തു തടാകങ്ങൾക്ക് തുല്യവും ഒരു വൃക്ഷം പത്തു സൽപുത്രന്മാർക്കു തുല്യവുമാണ്. ഹിന്ദുധർമ്മം ഇങ്ങനെ ഉദ്ഘോഷിക്കുന്നു.

ഉപയോഗം കൊണ്ട് പാത്രക്കുളം ഏതു ശ്രേണിയിൽ വരുമെന്ന് പറയാൻ അസാദ്ധ്യം തന്നെ. പട്ടണത്തിൽ വർഷങ്ങൾക്കു മുൻപ് ഒരു തീപിടിത്തമുണ്ടായപ്പോൾ പത്മതീർത്ഥത്തിന്റെ ഉപയോഗം മനസ്സിലായതാണ്. പത്മതീർത്ഥം വറ്റിച്ച് ചെളിമാറ്റുമ്പോൾ ആവശ്യം വന്നാൽ പകരം ഒരു ജലാശയം ഉണ്ടായിരുന്നത് ഇരുചെവിയറിയാതെ അപ്രത്യക്ഷമായി. പട്ടണമദ്ധ്യത്തിലെ ഒരു തടാകം നാട്ടിൻപുറത്തെ അനേകം തടാകങ്ങളുടെ ഫലം ചെയ്യും.

> ആറ്, കുളം, അണ എന്നിവ മുറിച്ച് വെള്ളം നശിപ്പിക്കുന്നതിനു സ്വാതിതിരുനാളിന്റെ കാലത്ത് കടുത്ത ശിക്ഷ ലഭിക്കുമായിരുന്നു. ഇത്തരം നടപടികൾ നടത്തുന്നവർക്ക് കോടതികൾ രണ്ടു ഡസൻ അടിയും 24 പണം വരെ പിഴയുമാണ് ശിക്ഷ വിധിച്ചിരുന്നത്.

പാത്രക്കുളം നിർമ്മിച്ചവർ അതിന് ഇങ്ങനെ ഒരകാലചരമം പ്രതീക്ഷിക്കാൻ സാദ്ധ്യതയുണ്ടോ?

മഹാരാജാവിന്റെ ഭരണ സ്വാതന്ത്ര്യങ്ങളില്ലാതെ ഒരു സാധാരണ പൗരനായി പത്മനാഭസ്വാമിക്ഷേത്രത്തിന്റെ മുഖ്യരക്ഷാധികാരിയായിരിക്കുക എന്നതിലെ ബുദ്ധിമുട്ടുകൾ ചിത്തിരതിരുനാളിനെ തെല്ലൊന്നുമല്ല അലട്ടിയത്. പ്രിവിപഴ്സിന്റെ ബലത്തിൽ മാത്രം ക്ഷേത്രകാര്യങ്ങൾ നടത്തേണ്ട അവസ്ഥ. 1971 ൽ അതും നിർത്തലാക്കിയപ്പോൾ പണം കണ്ടെ

ത്താനായി സ്വത്തുക്കളിൽ ചിലത് വില്ക്കേണ്ടിയും വന്നു. ക്ഷേത്ര ട്രസ്റ്റ് രൂപീകരിച്ചത് ഈ സാഹചര്യത്തിലാണ്. അരിഷ്ടതകൾക്കിടയിലും ക്ഷേത്രത്തിൽ ഏറ്റവും കൂടുതൽ തവണ മുറജപവും ലക്ഷദീപവും നടത്തിയ മഹാരാജാവ് എന്ന ബഹുമതി അദ്ദേഹത്തിന് നിലനിർത്താനായി.[3]

ഇതിൽ അടങ്ങിയിരിക്കുന്ന ഏറ്റവും വലിയ അവകാശവാദം പ്രിവിപഴ്സിന്റെ ബലത്തിൽ മാത്രം ക്ഷേത്രകാര്യങ്ങൾ നടത്തേണ്ടി വന്നു എന്നതാണ്. സാമാന്യ ബുദ്ധിയും തിരിച്ചറിവുമുള്ള ഒരു സാധാരണ മനുഷ്യന് ചില സംശയങ്ങൾ ഉണ്ടാവാൻ ഇത് കാരണമാകുന്നു.

1. ക്ഷേത്രത്തിൽ മറ്റു ക്ഷേത്രങ്ങളിലെപ്പോലെ കാണിക്കവഞ്ചികളൊന്നും വച്ചിട്ടില്ലെ? ഉണ്ടെങ്കിൽ അതിൽനിന്നും ഒന്നും ലഭിച്ചിരുന്നില്ലേ?
2. രാമനാമഠം, ശ്രീരാജലക്ഷ്മി, പാഞ്ചജന്യം, ശ്രീവൈകുണ്ഠം തുടങ്ങിയ കല്യാണമണ്ഡപങ്ങളിൽനിന്നുമുള്ളതും ക്ഷേത്രപരിസരത്ത് വാടകയ്ക്കു കൊടുത്തിരിക്കുന്ന കെട്ടിടങ്ങളിൽനിന്നുമുള്ളതുമായ വരവ് ആരെടുക്കുന്നു?
3. സർക്കാർ ഒരു ലക്ഷം രൂപ പ്രതിവർഷ സഹായം അനുവദിച്ചിരുന്നത് ലഭിച്ചിരുന്നില്ലേ?
4. മേല്ക്കങ്ങാണം(മേലങ്ങാണം) വസ്തുക്കളിൽ നിന്നുമുള്ള വരവ് ഒന്നുമില്ലേ? ഭൂപരിഷ്കരണനിയമം നടപ്പിലാക്കിയപ്പോൾ കൈവശക്കാർ നഷ്ടപരിഹാരം ദേവസ്വത്തിന് നല്കണമെന്ന് വ്യവസ്ഥ ചെയ്തിരുന്നു. അതനുസരിച്ച് വരവുകളൊന്നും ഇല്ലേ?
5. മുൻ വർഷങ്ങളിൽ ഉള്ള വരവിൽ നീക്കിയിരുപ്പൊന്നുമില്ലേ?
6. പത്മനാഭഭക്തന്മാർ ആരും ഈ പ്രതിസന്ധിയിൽ സഹായിക്കാൻ തയ്യാറായില്ലേ?
7. ഭൂപരിഷ്കരണ നിയമം നിമിത്തം കൈവശക്കാർക്ക് ഭൂമി കൊടുത്ത ശേഷം നിത്യച്ചെലവ് നടത്താൻ സാധിക്കാത്ത പ്രതിസന്ധിയിലാണ് ഈ ക്ഷേത്രമെന്ന് സർക്കാറിനെ അറിയിച്ച് പരിഹാരം കാണാൻ ശ്രമിച്ചിരുന്നോ?
8. കൂടാതെ ശ്രീപത്മനാഭന്റെ വസ്തുക്കൾ പരസ്യം ചെയ്ത് ഏറ്റവും കൂടിയ വില ഈടാക്കിയാണോ വിറ്റത്?

ഈ ചോദ്യങ്ങളും ഇവിടെ പ്രസക്തങ്ങളല്ലേ? സ്വന്തം ചെലവിന് കേന്ദ്രസർക്കാർ മുൻരാജാക്കന്മാർക്കനുവദിച്ച പ്രിവിപഴ്സ് പോലും പത്മനാഭനുവേണ്ടി ചെലവാക്കിക്കൊണ്ടിരുന്ന ശ്രീചിത്തിര തിരുനാൾ തനിക്ക് കവടിയാർകൊട്ടാര പരിസരത്ത് നൂറേക്കറിൽ കൂടുതൽ സ്ഥാവരവസ്തുക്കളുള്ളതിൽ അല്പം വിറ്റ് ശ്രീപത്മനാഭന്റെ നിത്യച്ചെലവുകൾ നടത്താതെ തിരുവിതാംകൂറിന്റെ ജനയിതാവായ വീരമാർത്താണ്ഡവർമ്മ ചെയ്യരുതെന്ന് കല്പിച്ചിരുന്നതും രണ്ടേകാൽ നൂറ്റാണ്ടോളം ഒരു രാജാവും ചെയ്യാത്തതുമായ ഈ കൃതഘ്നതയെ എത്ര നിസാരവല്ക്കരിച്ചിരിക്കുന്നു

3 2012 സെപ്റ്റംബർ 11 – ലെ *മലയാള മനോരമ.*

എന്നത് ആഴത്തിൽ ചിന്തിക്കാതെ തന്നെ അത്ഭുതം ഉളവാക്കുന്നു. ഭൂപരിഷ്കരണനിയമം നടപ്പിലാക്കിയപ്പോൾ നഷ്ടപ്പെട്ട വസ്തുക്കൾക്ക് നഷ്ട പരിഹാരത്തുക 1970 കളിൽ ഒരുമിച്ച് ക്ഷേത്രത്തിന് നല്കിയിരുന്നു. അതിനെക്കുറിച്ച് പരാമർശമേ കാണുന്നില്ല.

ശ്രീപത്മനാഭന്റെ ക്ഷേത്രത്തിനുള്ളിൽ നിലവറകളിൽ ഉണ്ടായിരുന്ന സ്വർണ്ണക്കട്ടികളിൽ ഒരു ചെറിയ അംശം എടുത്തു വിറ്റാൽ തന്നെ ചെലവുകൾക്ക് മതിയാവും. അങ്ങനെ വില്ക്കേണ്ടി വരുന്ന സ്വർണ്ണം ക്ഷേത്രത്തിന്റെ വരവ് മെച്ചപ്പെടുമ്പോൾ വീണ്ടും വാങ്ങി കുറവ് നികത്താവുന്നതേയുള്ളൂ. എന്നാൽ ഭൂമി വിറ്റാൽ അത് ഒരിക്കലും തിരിച്ച് ലഭിക്കാൻ സാധിക്കുകയില്ലെന്ന് ആർക്കുമറിയാം. ഈ സാഹചര്യത്തിൽ നിരോധനം പോലും മറികടന്ന് എന്തുകൊണ്ട് ചിത്തിരതിരുനാൾ ശ്രീപത്മനാഭന്റെ കൺമുമ്പിൽ കിടന്ന പട്ടണത്തിന്റെ ഹൃദയഭാഗവും ക്ഷേത്രാവശ്യങ്ങൾക്ക് അത്യന്താപേക്ഷിതവുമായ വസ്തു വിറ്റ് അന്യാധീനപ്പെടുത്തി? ഒന്നുകിൽ കലവറയിൽ സ്വർണ്ണക്കട്ടിയിരിപ്പുള്ള കാര്യം അദ്ദേഹത്തിനറിയില്ലായിരുന്നു. വില്ക്കാൻ വേണ്ടും തരത്തിൽ, ഒഴിവാക്കാൻ പറ്റാത്ത എന്തോ കാരണം അദ്ദേഹത്തിനുണ്ടായിരുന്നു. സ്വർണ്ണം ഇരിപ്പുണ്ടെന്നറിയാതെയാണ് വസ്തുക്കൾ വിറ്റതെങ്കിൽ ശ്രീപത്മനാഭന്റെ സ്വർണ്ണശേഖരത്തിൽ ഒരുതരിപോലും നഷ്ടപ്പെടാതെ മഹാരാജാവ് സൂക്ഷിച്ചുവച്ചിരുന്നു എന്നു പറയുന്നത് അസംഗതമാണ്.

മഹാരാജാവ് തൂക്കിക്കൊല നിറുത്തലാക്കി എന്ന് ശ്ലാഘിക്കപ്പെടുന്നു. ചരിത്രത്തിൽ ഇടംപിടിക്കാൻ മാത്രമേ ഇത് ഉതകുകയുള്ളൂ. തൂക്കിക്കൊല നിറുത്തലാക്കിയിരുന്നപ്പോഴും അദ്ദേഹത്തിന്റെ ദിവാൻ സർ സി പി രാമസ്വാമി അയ്യർ ധാരാളം പേരെ കോടതിയിൽ വിചാരണയ്ക്കുപോലും വിധേയരാക്കാതെ വെടിവച്ചുകൊല്ലുന്നുണ്ടായിരുന്നു. ഇതിനെതിരെ ചിത്തിരതിരുനാൾ ചെറുവിരൽ പോലും അനക്കിയതായി ചരിത്രകാരന്മാർ പറയുന്നില്ല. നെയ്യാറ്റിൻകരയിൽ ഏഴുപേരെയും കൊല്ലത്ത് ഏഴുപേരെയും കോട്ടയത്ത് പുതുപ്പള്ളിയിൽ ഒരാളെയും സി പിയുടെ പൊലീസുകാർ 1938 ന് ശേഷം വെടി വെച്ചുകൊന്നു. പൊലീസ് സ്റ്റേഷനുകളിൽനിന്നും ധാരാളം പേരെ മൃതപ്രായരാക്കിയാണ് വീട്ടിലേക്കയച്ചിരുന്നത്. 1939 ൽ നടന്ന കല്ലറ പാങ്ങോട് വിപ്ലവംതന്നെ ഇതിന് തെളിവാണ്. കർഷകനായിരുന്ന കൊച്ചപ്പിപ്പിള്ളയേയും, പട്ടാളം കൃഷ്ണനേയും കൽത്തുറുങ്കിലടച്ചു മാസങ്ങളോളം പീഡിപ്പിച്ചശേഷം 1940 ഡിസംബർ 17, 18 തീയതികളിൽ തൂക്കിലേറ്റി. അതിനുമുൻപ് അവരെ പാങ്ങോട് സ്റ്റേഷനിൽ വച്ച് ക്രൂരമായി മർദ്ദിച്ചിരുന്നു. നൂറുകണക്കിന് സ്വാതന്ത്ര്യസമര സേനാനികൾ പാങ്ങോട് സ്റ്റേഷന്റെ തുറുങ്കിൽ അടച്ച് മർദ്ദിക്കപ്പെട്ടു. പാങ്ങോട് സ്റ്റേഷനിലെ പൊലീസ് തേർവാഴ്ച അവസാനിപ്പിക്കണമെന്ന് ആവശ്യപ്പെട്ട് അവിടെ എത്തിയ ജനക്കൂട്ടത്തെ വെടിവച്ചതിന്റെ ഫലമായി തച്ചോണം കൃഷ്ണപിള്ളയും, ചെറുവാളം കൊച്ചുനാരായണൻ ആശാരിയും പാങ്ങോട് സ്റ്റേഷൻ മുറ്റത്ത് കൊല്ലപ്പെട്ടു. പുന്നപ്ര–വയലാർ സമരത്തിൽ

കൊല്ലപ്പെട്ടവരുടെ എണ്ണം തർക്കവിഷയമാണ്. 1946 ഒക്ടോബർ 25 ന് പുന്നപ്ര-വയലാർ എന്നീ സ്ഥലങ്ങളിൽ പട്ടാള നിയമം പ്രഖ്യാപിച്ചു. സമരം മൂന്നുദിവസമേ നീണ്ടു നിന്നുള്ളൂ. 190 പേർ മാത്രമേ കൊല്ലപ്പെട്ടിട്ടുള്ളൂവെന്നാണ് പിന്നീട് ഗവൺമെന്റ് അവകാശപ്പെട്ടത്. പക്ഷേ, 7000 ത്തോളം പേർ കൊല്ലപ്പെട്ടതായിട്ടാണ് റിപ്പോർട്ടുകൾ കാണിക്കുന്നത്.

ഇതുകൂടാതെ ജനങ്ങളെ നേരിടാൻ മറ്റു ചിലമാർഗ്ഗങ്ങളും സർ. സി പി നടപ്പിലാക്കിയിരുന്നു. കോൺഗ്രസ് യോഗങ്ങളോ ദിവാനെതിരായ പ്രതിഷേധയോഗങ്ങളോ നടക്കുന്ന സ്ഥലങ്ങളിൽ ചെന്ന് സ്വാതന്ത്ര്യസമര സേനാനികളെയും പ്രതിഷേധക്കാരെയും മർദ്ദിച്ച് അവശരാക്കി യോഗങ്ങൾ അലങ്കോലപ്പെടുത്തുന്നതിനുവേണ്ടി ഗുണ്ടാസംഘങ്ങളെ സർ. സി പി പരിപാലിച്ചുപോന്നു. ഇത്തരത്തിൽ തെക്കൻ തിരുവിതാംകൂറിൽ പ്രവർത്തിച്ചു പോന്ന ഒരു ഗുണ്ടാ സംഘത്തലവനായിരുന്നു സിംസൺ. അയാളുടെ അനുയായികൾ സിംസൺപട എന്നു അറിയപ്പെട്ടിരുന്നു. ഇവർ നിയമാതീത പദവി സിദ്ധിച്ചവരായിരുന്നു. ഇവരെക്കുറിച്ച് ശ്രീ. സി വി സുരേഷിന്റെ മുമ്പ് പ്രസ്താവിച്ച പുസ്തകത്തിൽ പരാമർശം ഉണ്ട്. സ്റ്റേറ്റ് കോൺഗ്രസും യൂത്ത്ലീഗും ഇക്കാലത്ത് നിരോധിക്കപ്പെട്ടു.[4]

യോഗസ്ഥലങ്ങളിൽ നടത്തുന്ന പ്രസംഗം കേട്ട് മനസ്സിലാക്കുകയും ഗുണ്ടാപ്രവർത്തനം കാര്യക്ഷമമായി നടക്കുന്നുണ്ടോ എന്ന് പൊലീസ് സ്റ്റേഷനിലും ഉയർന്ന ഉദ്യോഗസ്ഥരെയും അറിയിക്കാനും ഒരു ചാരസംഘടനയും പ്രവർത്തിച്ചിരുന്നു. ഇതിലെ അംഗങ്ങൾ അഞ്ചുരൂപ പൊലീസുകാർ എന്ന് അറിയപ്പെട്ടിരുന്നു. ജനങ്ങളെ വരുതിക്കുനിറുത്താനും ചവിട്ടിമെതിക്കാനും ഈ ഉപാധികളെല്ലാം ഉള്ളപ്പോൾ തൂക്കിക്കൊലയുടെ ആവശ്യം ഇല്ല തന്നെ. മാനവികസംസ്കാരത്തിന്റെ അന്തഃസത്തയുടെ പ്രേരണയാൽ സംജാതമായ മഹാമനസ്കതയും ഔദാര്യവും കാരണമായിട്ടാണ് ചിത്തിരതിരുനാൾ തൂക്കിക്കൊല നിറുത്തലാക്കിയതെന്ന് പറയണമെങ്കിൽ സി പി യുടെ തോക്കുകൊണ്ടുള്ള കൊലകൂടെ നിറുത്തണമായിരുന്നു. ധനസ്ഥിതി വളരെ മോശമായിരുന്നപ്പോഴും മുറജപവും ലക്ഷദീപവും കൂടുതൽ തവണ നടത്തിയ രാജാവ് എന്ന് പുകഴ്ത്തുമ്പോൾ അതിന്റെ ശരിയായ വ്യാഖ്യാനം മറ്റൊന്നാണ്. ധാരാളിത്ത സ്വഭാവത്തിന്റെ ബഹിർസ്ഫുരണം കാരണം അന്യരുടെ സ്വത്ത് വിറ്റ് സ്വന്തം പ്രശസ്തിക്കുവേണ്ടി അനാവശ്യകർമ്മങ്ങൾ ചെയ്തു ധൂർത്തടിച്ചു എന്നു മാത്രമാണ്.

മഹാരാജാവ് എന്തുകഴിച്ചാലും അമൃതേത്തു കഴിച്ചു എന്നും എവിടെ പോയാലും എഴുന്നള്ളി എന്നും എന്തു ചെയ്താലും അത് പ്രജാപരിപാലനാർത്ഥമുള്ള നിസ്വാർത്ഥ സേവനമെന്നും ധരിച്ചുകൊള്ളണമെന്ന് നാം നമ്മുടെ മനോവ്യാപാരങ്ങളെ ചിട്ടപ്പെടുത്തിയിരിക്കുമ്പോൾ ഇങ്ങനെയേ നമ്മുടെ മനസ്സ് പ്രവർത്തിക്കുകയുള്ളൂ.

---

4 ട്രാ:സ്റ്റേ:മാ:പേജ് 794.

2012 നവംബർ 11 ലെ *മലയാളമനോരമ*യിലെ ലേഖനം അല്പസത്യങ്ങളും ചരിത്രപ്പിശകുകളും തുന്നിച്ചേർത്ത് മോടിപിടിപ്പിച്ചതാണെന്ന് വ്യസനസമേതം പറയാതിരിക്കാൻ കഴിയില്ല. 1929 ലെ എ ഐ സി സിയിൽ ഇന്ത്യക്ക് പൂർണ്ണസ്വാതന്ത്ര്യം വേണമെന്ന് ആവശ്യപ്പെടുന്ന പ്രമേയം അവതരിപ്പിച്ചു. 1930 ലെ റൗണ്ട്ടേബിൾ കോൺഫറൻസ് ഇംഗ്ലണ്ടിൽ നടന്നപ്പോൾ ഇന്ത്യൻ പ്രതിനിധിയായ മൈസൂർ ദിവാൻ സർ. മിർസാ ഇസ്മായിലിനെ സഹായിക്കാൻ തിരുവിതാംകൂറിൽനിന്നും മുൻ ദിവാൻ ടി രാഘവയ്യയെ നിയോഗിച്ചിരുന്നു. രണ്ടാംവട്ടമേശ സമ്മേളനത്തിൽ ശ്രീ. ടി രാഘവയ്യ തന്നെ തിരുവിതാംകൂറിനെ പ്രതിനിധീകരിച്ചു. ഈ സമ്മേളനത്തിൽ പങ്കെടുത്ത ഗാന്ധിജി ഇന്ത്യയുടെ ആവശ്യം ബ്രിട്ടീഷുകാരെ ബോദ്ധ്യമാക്കി. എത്ര കാലം ഇനി പിടിച്ചുനില്ക്കാൻ കഴിയുമെന്ന് ആശങ്കയിലെത്തിയ സമയത്താണ് 1931 നവംബർ ആറിന് ചിത്തിര തിരുനാൾ രാജാവാകുന്നത്. പല രാജ്യങ്ങൾക്കും സ്വാതന്ത്ര്യം നല്കാൻ ബ്രിട്ടീഷ് സർക്കാർ തയ്യാറായ കാലത്താണ് തിരുവിതാംകൂർ ബ്രിട്ടീഷുകാരുടെ കാല്ച്ചുവട്ടിലാകാതെ ചിത്തിരതിരുനാൾ നമ്മുടെ ആത്മാഭിമാനം ഉയർത്തിപ്പിടിച്ചു എന്ന് അവകാശപ്പെടുന്നത്.

ഈ ലേഖനം പഠനവിധേയമാക്കുകയാണെങ്കിൽ ഒരു ആക്ഷേപ ഹാസ്യലേഖനമാകും. ഇന്ത്യ അതികഠിനമായ പ്രതിസന്ധികൾ നേരിടുമ്പോൾ അതിനെക്കുറിച്ചൊന്നും ശ്രദ്ധിക്കാതെ, ഇറക്കുമതി ചെയ്ത സിലോൺ കൊപ്രയുടെ ഉണക്കുകുറവിനെയും ആഫ്രിക്കൻ ജനതയുടെ സാക്ഷരതാ നിലവാരത്തെയും കുറിച്ച് മുഖപ്രസംഗങ്ങൾ എഴുതുന്ന പത്രങ്ങളെക്കുറിച്ച് പരേതനായ സുപ്രസിദ്ധ പത്രപ്രവർത്തകൻ ശ്രീ. വേളൂർ കൃഷ്ണൻ കുട്ടി എഴുതിയിട്ടുണ്ട്. നാടുമുഴുവൻ സി പിയുടെ പൊലീസും പട്ടാളവും നരനായാട്ടു നടത്തി. പൊലീസിന്റെയും പട്ടാളത്തിന്റെയും വെടിവയ്പ്പിൽ 211 പേർ മരിക്കുകയും ആയിരങ്ങൾക്കു പരിക്കുപറ്റുകയും ചെയ്തതായും വാർത്ത വന്നുകൊണ്ടേയിരിക്കുന്നു. ഈ സമയത്താണ് ചിത്തിരതിരുനാൾ ബ്രിട്ടീഷ് മേല്ക്കോയ്മയോട് എതിർത്ത് നമ്മുടെ ആത്മാഭിമാനം ഉയർത്തിപ്പിടിച്ചെന്ന് അവകാശപ്പെടുന്നത്. സി പി യുടെ ക്രൂരമായ മനുഷ്യാവകാശധ്വംസനത്തിനുനേരെ കൈക്കൊണ്ട കൃത്യവിലോപം മറച്ചുവയ്ക്കാൻ കണ്ടെത്തിയ ദിവ്യമായ ഒരു പോംവഴി മാത്രമാണിത്. സത്യത്തിന്റെ ഒരുതരിപോലുമിതിനില്ല.

സ്വാതിതിരുനാളിനുശേഷം ഒരു ഭരണാധികാരിയും ബ്രിട്ടീഷുകാരുടെ അതൃപ്തിക്കു പാത്രമാകാൻ തയ്യാറായിരുന്നില്ല. ഇഷ്ടപ്പെട്ട സേവകരായി കഴിയാനും അവർക്ക് പ്രയാസമുണ്ടായില്ല. വെള്ളക്കാരെ പരമാവധി പ്രീതിപ്പെടുത്തുന്നതിന് എന്തൊക്കെ ചെയ്യാമോ, അതൊക്കെയും ചെയ്തിരുന്നു. ഗവർണ്ണർമാരുടെ ഒറ്റവാക്കുകൊണ്ട് ദൂരെത്തെറിക്കുന്ന കിരീടമായിരുന്നു രാജാക്കന്മാർ തലയിലേറ്റിയിരുന്നത്.[5] സ്വാതന്ത്ര്യലബ്ധിവരെ

5 *രാജാരവിവർമ്മയും ചിത്രകലയും*, പേജ്. 64.

യുള്ള തിരുവിതാംകൂർ ചരിത്രത്തിൽ മേല്പറഞ്ഞ പ്രസ്താവനയോട് വിയോജിക്കാൻ കാര്യമാത്രപ്രസക്തമായ ഒരു സംഭവവും ഉണ്ടായി ക്കാണുന്നില്ല. മുല്ലപ്പെരിയാർ അണക്കെട്ടിന്റെ കരാറിലെ നിബന്ധനകൾ തിരുവിതാംകൂറിന് വരുത്തിവച്ച നഷ്ടവും ബാദ്ധ്യതകളും നാണക്കേടും മേല്പറഞ്ഞ പ്രസ്താവനയെ അരക്കിട്ടുറപ്പിക്കുന്നതുമാണ്.

> ഞങ്ങളുടെ ഇഷ്ടദേവനായ ശ്രീപത്മനാഭസ്വാമിയുടെ സാന്നിദ്ധ്യ ത്തിൽ എന്റെ കുഞ്ഞിനെ കമ്പനിയെ ഏല്പിക്കുകയാണ്. കുഞ്ഞിന്റെ ഭാവിയും അർഹിക്കുന്ന ആദരവും ബഹുമാനപ്പെട്ട കമ്പനിയിൽ നിക്ഷിപ്തമാണ്.[6]

മഹാറാണി ഗൗരിലക്ഷ്മീഭായിത്തമ്പുരാട്ടി 1813 ആഗസ്ത് 28 ന് ഒരു വയസ്സ് പോലും തികയാത്ത രാജകുമാരൻ സ്വാതിതിരുനാളിനെ ശ്രീപത്മ നാഭദാസനാക്കാൻ വേണ്ടി ശ്രീപത്മനാഭനു മുമ്പിൽ സമർപ്പിച്ചുകൊണ്ട് നടത്തിയ പ്രാർത്ഥനയാണ് മേലുദ്ധരിച്ചത്. ഇവിടെ രക്ഷിച്ചു പരിപാലി ക്കേണ്ട ചുമതല വേദങ്ങളെ അവഗണിച്ച് ശ്രീപത്മനാഭനിൽനിന്നും എടുത്തു മാറ്റി ബ്രിട്ടീഷ് ഈസ്റ്റിന്ത്യാകമ്പനിക്ക് കൊടുത്തിരിക്കുന്നു. ശ്രീപത്മനാഭൻ ഈ ഉടമ്പടിയുടെ ഒരു സാക്ഷി മാത്രം. മേല്പറഞ്ഞ പോലെ തിരുവിതാംകൂർ രാജാക്കന്മാരുടെ കിരീടം വെള്ളക്കാരന്റെ കൈയിലെ ചരടിൽ കളിക്കുന്നത് മാത്രമായിരുന്നു.

ശ്രീപത്മനാഭസ്വാമിക്ഷേത്രത്തിലെ കലവറകൾ തുറക്കുന്നത് സംബന്ധിച്ച സംവാദ കോലാഹലങ്ങൾ സാമാന്യബുദ്ധിയും വിവേചന ശക്തിയുമുള്ള മനുഷ്യന്റെ ബോധമണ്ഡലത്തിൽ മിന്നൽപ്പിണറുകൾ സൃഷ്ടിക്കുവാൻ പോന്നവയാണ്. രാജ്യത്തിലെ പരമോന്നത കോടതിക്കു മുന്നിൽ എത്തിയതും ഉത്തരവുകൾ വന്നുകൊണ്ടിരിക്കുന്നതുമായ വിഷയത്തിൽ അതിനെതിരായി ഒരു ജ്യോതിഷിയുടെ തീരുമാനത്തിന് പ്രസക്തി ഉണ്ടാക്കിക്കൊടുക്കാൻ ശ്രമിക്കുന്നവർ ഭാരതത്തിൽ ഒരു ഭരണഘടന നിലവിൽവന്ന കാര്യവും അതിലെ വ്യവസ്ഥകൾക്കനു സരിച്ചേ ഇക്കാര്യങ്ങൾക്ക് പോംവഴിയുണ്ടാകൂ എന്നും അറിഞ്ഞു കൂടാത്തവരാണോ? ശ്രീചിത്തിര തിരുനാൾ മഹാരാജാവിന്റെ കാലത്ത് അദ്ദേഹം കലവറകളിൽ ആവശ്യത്തിലധികമായി സൂക്ഷിച്ചിരുന്ന പാത്രങ്ങൾ ലേലം ചെയ്തു വിറ്റു എന്ന് അർത്ഥശങ്കയ്ക്കിടയില്ലാതെ തന്നെ പറഞ്ഞിട്ടുണ്ട്.[7] എന്നാൽ ഇപ്പോൾ കലവറ തുറക്കുന്നതും വസ്തുവകകൾ തൂക്കിനോക്കുന്നതുപോലും ദൈവഹിതത്തിനെ തിരാണെന്ന് കണ്ടുപിടിച്ചു. 1925 മുതൽ 1931 വരെ മഹാറാണി സേതുല ക്ഷ്മീഭായിത്തമ്പുരാട്ടി റീജന്റായും 1931 നവംബർ മുതൽ ശ്രീചിത്തിര തിരുനാൾ മഹാരാജാവുമായിരുന്നു ഭരണം നടത്തിയിരുന്നത്. 1935 ൽ തിരുവനന്തപുരത്തുനിന്നും ഗോവ വഴി ബോംബേക്കും തിരിച്ചും തിരു

---

6 *തൃപ്പടിദാനം* പേജ് 64.

7 *ശ്രീപത്മനാഭസ്വാമിക്ഷേത്രം* പേജ് 256.

വിതാംകൂർ സർക്കാർ വിമാനസർവ്വീസ് ആരംഭിച്ചു. ഇക്കാലത്ത് ശ്രീചിത്തിര തിരുനാളിന് ഒരു ഡക്കോട്ട വിമാനം ഉണ്ടായിരുന്നതായി പഴമക്കാർക്കറിയാം. 1970 കളിൽ പോലും കാര്യമായ വരവില്ലായിരുന്നെന്ന് ഖേദിച്ചിരുന്ന ചിത്തിര തിരുനാളിന് 1935 കളിൽ ഒരു വിമാനം സ്വന്തമാക്കാനുള്ള ധനസ്രോതസ്സെന്താണ്? 1931 ൽ ശ്രീപത്മനാഭസ്വാമി ക്ഷേത്രത്തിലെ നിലവറകൾ തുറന്നിട്ടുണ്ടായിരുന്നു എന്നതും അവിടെ അത്യപൂർവ്വമായ നിധിശേഖരം കണ്ടെത്തിയിരുന്നതും ആഴത്തിൽ ചിന്തിക്കേണ്ടി വരുന്നത് ഈ പശ്ചാത്തലത്തിലാണ്.[8]

---

8 *'നഗരപ്പഴമ'* മലയിൻകീഴ് ഗോപാലകൃഷ്ണൻ, *മാതൃഭൂമി* 2014 10 മാർച്ച്.

12

വീരമാർത്താണ്ഡവർമ്മയുടെ പ്രഭാവം

കൊ. വ. 905 മുതൽ 933 വരെ(1730–1758 എ ഡി) ഭരണം നടത്തിയിരുന്ന രാജാവായിരുന്നു വീരമാർത്താണ്ഡവർമ്മ. അതീവ തന്ത്രശാലിയും ക്ഷത്രിയവീര്യം തികഞ്ഞ വ്യക്തിത്വത്തിനുടമയും അസാധാരണ ധൈര്യവാനുമായ അദ്ദേഹം രാജാക്കന്മാരിൽ ധീരനും ശ്രേഷ്ഠനുമായി പരിഗണിക്കപ്പെടുന്നു.

ഒരു ചെറിയ രാജ്യത്തിന്റെ രാജാവായി ഭരണം തുടങ്ങി പല ഭീഷണികളെയും നേരിട്ട് തന്റെ സ്ഥാനം ഉറപ്പിക്കുകയും ശത്രുക്കളായ ബന്ധുക്കളെപ്പോലും വധിക്കുകയും ചെയ്തു. യുദ്ധം ചെയ്ത് ചെറിയ രാജ്യങ്ങളെ വേണാടിനോട് ചേർത്ത് തിരുവിതാംകൂറെന്ന വൻശക്തിയാക്കി. ഈ ഉദ്യമത്തിൽ അദ്ദേഹത്തിന് ആയിരക്കണക്കിന് ശത്രു പടയാളികളെ കൊല്ലിക്കേണ്ടതായും ആയിരക്കണക്കിന് സ്വന്തം ഭടന്മാരെ ബലികൊടുക്കേണ്ടതായും വന്നിട്ടുണ്ട്. രാജ്യത്തിന്റെ അതിർത്തികൾ കാത്തുസൂക്ഷിക്കാൻ മുഹമ്മദീയരോടും പോർച്ചുഗീസുകാരോടും യുദ്ധം ചെയ്യേണ്ടതായി വന്നിട്ടുണ്ട്. യുദ്ധത്തിൽ ഒരു വിദേശശക്തിയെ കീഴടക്കിയ ഭാരതീയനായ ഏക രാജാവ് മാർത്താണ്ഡവർമ്മയാണെന്ന് പറഞ്ഞാൽ ചരിത്രപരമായി ശരിയായിരിക്കും.

സാധാരണ ഒരു മനുഷ്യൻ സത്വ രജ സ്തമോ ഗുണങ്ങളുടെ ഒരു സമ്മിശ്രമാണെന്നാണ് ആദ്ധ്യാത്മികഗുരുക്കന്മാർ പഠിപ്പിക്കുന്നത്. സന്യാസിമാരിലും ഗുരുക്കന്മാരിലും മഹാന്മാരായ സമൂഹപരിഷ്കർത്താക്കളിലും മറ്റും ഉയർന്ന തോതിൽ കാണുന്നത് സത്വഗുണമാണെന്ന് സാമാന്യമായി പറയാം. രജോഗുണം രാജാക്കന്മാരിലും ഭരണാധികാരികളിലും രാജ്യരക്ഷാ പ്രവർത്തനങ്ങളിൽ ഏർപ്പെട്ടിരിക്കുന്ന യോദ്ധാക്കളിലും മുന്തിനില്ക്കണം. തമോഗുണത്തെ അധമമായി കണക്കാക്കിയിരുന്നു. ദുഷ്പ്രവർത്തികൾ ചെയ്യുന്നവരേയും നിരപരാധികളെ ശിക്ഷിക്കുന്നവ

രേയും മറ്റുള്ളവരുടെ സ്വത്തും സൗകര്യങ്ങളും അസാന്മാർഗ്ഗികമായോ, ബലാൽക്കാരമായോ കൈക്കലാക്കുന്നവരേയും ഇക്കൂട്ടത്തിൽപ്പെടുത്താം.

മാർത്താണ്ഡവർമ്മ മഹാരാജാവിന്റെ പ്രവൃത്തികൾ വിലയിരുത്തുമ്പോൾ അദ്ദേഹം അനന്യസാധാരണമായി ഈ മൂന്നു ഗുണങ്ങളുടെയും പരമോന്നത ശ്രേണിയിൽ തന്നെ നില്ക്കുന്നതായി കാണാം.

മാർത്താണ്ഡവർമ്മ മഹാരാജാവിന്റെ കാലത്ത് ശ്രീപത്മനാഭസ്വാമി ക്ഷേത്രത്തോടനുബന്ധിച്ച് ഒരു ഊട്ടുപുര പണിയിച്ച് ദിവസം (50 പറ അരി ദിവസം മൂന്നുനേരം ബ്രാഹ്മണർക്ക് പ്രത്യേകമായി കൊടുക്കാനുള്ളതുൾപ്പെടെ) 92 പറ അരിയുടെ സൗജന്യ ഭക്ഷണം നല്കിയിരുന്നു.[1] ഒരു പറ അരികൊണ്ടുള്ള ചോറ് 50 പേർക്ക് ഒരു പ്രാവശ്യം ഊണുകഴിക്കാമെന്നു കണക്കാക്കിയാൽ 4600 പേർക്കു ഒരുനേരം ഊണിന് 92 പറ അരി പര്യാപ്തമാകും. അങ്ങനെ കണക്കാക്കുമ്പോൾ ദിനംപ്രതി ഏകദേശം 2300 പേരെങ്കിലും കോട്ടയ്ക്കകത്ത് ഊട്ടുപുരകളിൽനിന്നും ഊണുകഴിച്ചിരുന്നു എന്ന് കണക്കാക്കാം. കൂടാതെ കോട്ടയ്ക്കകത്തും അതിനടുത്തു താമസിക്കുന്ന ബ്രാഹ്മണർക്കും ഉന്നതജാതിക്കാർക്കും മാത്രമേ ഇവിടെ ഊണു കഴിക്കാൻ സാധിക്കൂ എന്നതും അന്നു നിലവിലുണ്ടായിരുന്ന ആചാരങ്ങളുടെയും രാജകീയ ശാസനകളുടെയും അടിസ്ഥാനത്തിൽ നിസ്സംശയം പറയാം. അക്കാലത്ത് താണജാതിക്കാർക്ക് കോട്ടയ്ക്കകത്ത് പ്രവേശനം തന്നെ നിരോധിച്ചിരുന്നു.

അതേസമയം യുദ്ധങ്ങളിൽ കൊല്ലപ്പെട്ട ഭടന്മാരുടെ അനന്തരാവകാശികൾക്ക് ജീവിതം തന്നെ വഴിമുട്ടി. കൂട്ടുകുടുംബ സമ്പ്രദായം നിലവിലുണ്ടായിരുന്നെങ്കിലും പ്രയത്നിക്കാൻ ശാരീരികശേഷിയുള്ളവർ ഭൂരിഭാഗവും വധിക്കപ്പെട്ടു കഴിഞ്ഞിരുന്നു. മാർത്താണ്ഡവർമ്മയുടെ അശ്വമേധം കഴിഞ്ഞപ്പോൾ തിരുവിതാംകൂറിലെ ഒട്ടുമുക്കാൽ കുടുംബങ്ങളുടെയും സ്ഥിതി നാഥനില്ലായ്മയായിരുന്നു.[2]

കരുനാഗപ്പള്ളി, കായംകുളം തുടങ്ങിയ രാജ്യങ്ങൾക്ക് ചാവേർപ്പടകൾ തന്നെ ഉണ്ടായിരുന്നു. രാജാക്കന്മാർ തന്നെ യുദ്ധം നയിച്ചിരുന്നു. രാജാക്കന്മാർ യുദ്ധത്തിൽ മരിച്ചാലും ചാവേർപ്പട കീഴടങ്ങാതെ മരണം വരെ യുദ്ധം ചെയ്തിരുന്നു. യുദ്ധം തീരുമ്പോൾ പ്രയത്നിക്കാൻ ശേഷിയില്ലാത്ത, ആഹാരത്തിന് മാർഗ്ഗമില്ലാത്ത, മുറിവേറ്റ് ശാരീരിക ശേഷി നഷ്ടപ്പെട്ടവരും അംഗഹീനരും വയോധികരും സ്ത്രീകളും കുട്ടികളും പട്ടിണികൊണ്ടു വലയുന്ന മൃഗങ്ങളും കൊള്ളയടിക്കപ്പെട്ട വീടുകളുമുള്ള ഒരു ഭൂപ്രദേശമായിരിക്കും ജേതാവായ രാജാവിന് ലഭിക്കുക. കുരുക്ഷേത്ര യുദ്ധത്തിൽ മരിച്ചുപോയ യോദ്ധാക്കളുടെ അവകാശികൾക്കു യുധിഷ്ഠിരൻ ജീവനാംശം കൊടുത്തിരുന്നതായി *മഹാഭാരത*ത്തിൽ വിവരിക്കുന്നുണ്ട്.

ഈ കർമ്മദോഷത്തിൽനിന്ന് രക്ഷനേടാനായിരിക്കാം മാർത്താണ്ഡ

1 പേജ് 173 – *ശ്രീപത്മനാഭസ്വാമിക്ഷേത്രം.*

2 *നായർ മേധാവിത്വത്തിന്റെ പതനം* ഡോ. റോബിൻ ജെഫ്രി.

വർമ്മ മഹാരാജാവ് കോട്ടയ്ക്കകത്ത് ഊട്ടുപുരയിൽ 92 (തൊണ്ണൂറ്റി രണ്ട്) പറയരി ചെലവാക്കി ഊട്ട് നടത്തി പ്രശസ്തിയാർജ്ജിച്ചത്. ഇതിൽ 50 പറയരിയുടെ ചോറ് ബ്രാഹ്മണരുടെ വിഹിതമാണ്. കന്യാകുമാരി മുതൽ പറവൂർ വരെയുള്ള യോദ്ധാക്കൾ തൊഴിൽ ചെയ്യാൻ അശക്തരായിക്കഴിയുമ്പോൾ കോട്ടയ്ക്കകത്ത് ബ്രാഹ്മണർക്കും അവരുടെ സിൽബന്ധികൾക്കും ദിവസവും ഊണു കൊടുക്കുന്നത് പ്രശസ്തി വർദ്ധിപ്പിക്കാനും പാപഫലത്തിൽനിന്നും രക്ഷനേടാനും മാത്രമാണ്. മുറജപവും ലക്ഷദീപവും ഇവിടെ പാപകർമ്മങ്ങൾ കഴുകിക്കളയാനും പ്രശസ്തിക്കും വേണ്ടി നടത്തിയ ശ്രമങ്ങൾ മാത്രമാണ്. കാർത്ത്യവീര്യാർജ്ജുനൻ മഹർഷിമാരെ കൊന്നൊടുക്കിയതിന് പ്രായശ്ചിത്തമായി ചെയ്ത കർമ്മങ്ങളാണ് മുറജപവും ലക്ഷദീപവും എന്ന് *മഹാഭാരത*ത്തിൽ പറയുന്നു. മാർത്താണ്ഡവർമ്മ അതിനെ മാതൃകയാക്കി. ഇതിനുവേണ്ടി മാർത്താണ്ഡവർമ്മ ജനങ്ങൾക്ക് അമിതമായ കരം ചുമത്തിയിരുന്നത് തിരിച്ചറിയാൻ പ്രയാസമില്ല.

മാർത്താണ്ഡവർമ്മ മഹാരാജാവിന് മുമ്പ് രാജ്യം ഭരിച്ചിരുന്ന രാമവർമ്മമഹാരാജാവിന്റെ മക്കളായിരുന്നു പപ്പുതമ്പിയും രാമൻതമ്പിയും. രാമവർമ്മയുടെ മരണശേഷം മരുമക്കത്തായ സമ്പ്രദായത്തെ അട്ടിമറിച്ച് രാജാധികാരം സ്വന്തമാക്കാൻ തമ്പിമാർ ശ്രമിച്ചു. തന്ത്രപരമായ സമീപനങ്ങളാൽ മാർത്താണ്ഡവർമ്മ തമ്പിമാരെ വധിച്ചു. മാർത്താണ്ഡവർമ്മയെ വധിക്കാൻ ഗൂഢാലോചന നടത്തിയ ചില മാടമ്പിമാരെയും അദ്ദേഹം വധിച്ചു. അവരുടെ സ്വത്തുക്കൾ കണ്ടുകെട്ടി. അവരുടെ സ്ത്രീകളെ നാടുകടത്തുകയോ മുക്കുവർക്ക് കൊടുക്കുകയോ ചെയ്തു.[3]

ദ്രോഹികളെ വധിക്കുന്നത് രാജാക്കന്മാർക്ക് അനുവദനീയവും ആവശ്യവുമാണ്. എന്നാൽ അവരുടെ ആശ്രിതരായ സ്ത്രീകളെ(കുട്ടികൾ ഇല്ലാത്ത സ്ത്രീകൾ വളരെ കുറയും) ശിക്ഷിക്കുന്നത് ഭാരതീയ സംസ്കാരത്തിനോ യുദ്ധനീതിക്കോ നീതിന്യായവ്യവസ്ഥയ്ക്കോ ചേർന്നതല്ല. ലോകത്തിൽ ഒരു രാജാവും ഇത്തരം ഒരു ശിക്ഷ നടപ്പിലാക്കിയിരുന്നതായി കേട്ടുകേൾവിപോലുമില്ല. നിയമശാസ്ത്രം ഇതിനെതിരാണ്. ഒരു സ്ത്രീയോടോ, മുൻപ് സ്ത്രീയായിരുന്ന വ്യക്തിയോടോ താൻ യുദ്ധം ചെയ്യുകയില്ലെന്ന് കുരുക്ഷേത്രയുദ്ധം തുടങ്ങുന്ന വേളയിൽ തന്നെ നിഷ്കർഷിച്ച ഭീഷ്മപിതാമഹന്റെ യുദ്ധ നീതി പഠിച്ചു ശീലിച്ച മനസ്സുകൾക്ക് അസഹനീയമായ ഒരു ശിക്ഷാരീതിയാണ് മാർത്താണ്ഡവർമ്മ നിരപരാധികളായ സ്ത്രീകളോട് പ്രയോഗിച്ചത്. വേദാന്തസംസ്കാരം അവകാശപ്പെടുന്ന ഭാരതത്തിലെ ഒരു നാട്ടുരാജ്യത്തിലും സ്ത്രീകളെ ഇങ്ങനെ ശിക്ഷ നല്കി അപമാനിച്ചിരുന്നതായി കേട്ടിട്ടില്ല. ചിത്തിരതിരുനാളിന്റെ കാലത്തും വിവേചനരഹിതമായി സ്ത്രീകൾക്ക് പല സ്ഥലത്തും കോൺഗ്രസുകാരെന്ന കുറ്റത്തിന് ശിക്ഷയും മർദ്ദനവും വെടിയുണ്ടയും ഏല്ക്കേണ്ടി വന്നിട്ടുണ്ട്.

---

3 പേജ് 281 ട്രാ:സ്റ്റേ:മാനുവൽ

മാർത്താണ്ഡവർമ്മ മഹാരാജാവ് തെക്കൻതിരുവിതാംകൂറിൽ പല ജലസേചന പദ്ധതികളും നടപ്പാക്കി. അതിൽ പ്രധാനപ്പെട്ടവ കൽക്കുളത്ത് നിർമ്മിച്ച പൊന്മനയണയും പുത്തൻ അണയും ആയിരുന്നു. പുതുതായി ജലസേചന സൗകര്യം സിദ്ധിച്ച വസ്തുക്കൾ കൃഷിക്കാർക്ക് (വിലവാങ്ങി) പതിച്ചുകൊടുത്തു. കനാൽ ജലം സിദ്ധിച്ചപ്പോൾ ആവശ്യമില്ലാതായ കുളങ്ങൾ കിടന്ന സ്ഥലങ്ങളും പതിച്ചു നല്കി വില വാങ്ങി. ഇരുപ്പൂ നിലങ്ങൾക്ക് പാട്ടം ഇരട്ടിയാക്കി. മാർത്താണ്ഡവർമ്മയുടെ കാലത്ത് കുരുമുളക്, ഏലം തുടങ്ങിയ കയറ്റുമതി വസ്തുക്കൾക്ക് സർക്കാർ കുത്തകവ്യാപാരം ഏർപ്പെടുത്തി നിസ്സാരമായ വില നല്കി കൃഷിക്കാരെ രാജാധികാരം ഉപയോഗിച്ച് വഞ്ചിച്ച് ധനം സമാഹരിച്ചുകൊണ്ടിരുന്നു. ഈ വിധം കിട്ടുന്ന ധനത്തിന്റെ സിംഹഭാഗവും സ്വർണ്ണവും വെള്ളിയും മറ്റും ആക്കി സൂക്ഷിച്ചതാണ് ഇന്ന് ശ്രീപത്മനാഭസ്വാമി ക്ഷേത്രത്തിൽ കാണുന്ന സ്വർണ്ണശേഖരത്തിൽ ഒരു ഭാഗം എന്ന് അനുമാനിക്കുന്നതിൽ പിശകുവരാൻ സാദ്ധ്യതയില്ല. ഇത് പ്രജകളുടെ പ്രയത്നത്തിന്റെ ഫലമാണെന്നറിയാമെങ്കിലും മാർത്താണ്ഡവർമ്മയെ പോലെ ഇപ്പോഴത്തെ അധികാരികളും ശ്രീപത്മനാഭന്റെ അറകളിലെ സ്വർണ്ണം അവരുടെ പൂർണ്ണ നിയന്ത്രണത്തിൽ കൊണ്ടുവരാൻ സർവ്വമാർഗ്ഗങ്ങളും സ്വീകരിക്കുന്നു. അനിയന്ത്രിതമായ കാമം തമോഗുണ ലക്ഷണമാണ്.

കണ്ടുകൃഷി, മേല്ക്കങ്ങാണം എന്നീ ഇനം വസ്തുക്കളിൽനിന്നുള്ള പാട്ടത്തുക അവിശ്വസനീയമാംവണ്ണം കൂടുതലായിരുന്നു. അത് ഉല്പന്നങ്ങളായി തന്നെ കണ്ടുകൃഷിക്കച്ചേരികളിലും പത്മനാഭസ്വാമിക്ഷേത്രത്തിലും കർഷകരുടെ സ്വന്തം ചെലവിൽ എത്തിക്കണമായിരുന്നു. കർഷകരിൽനിന്നും വസൂലാക്കിയ തുകകൾ വിലപിടിപ്പുള്ള വസ്തുക്കളാക്കി മാറ്റി അറകളിൽ സൂക്ഷിക്കുന്നു(രാജാക്കന്മാർ എക്കാലവും വകമാറ്റി ചെലവു ചെയ്ത് ശ്രീപത്മനാഭന് പലവിധത്തിൽ ദാനം നല്കിയത് മാനുവലിൽ പ്രതിപാദിക്കുന്നുണ്ട്). ഇങ്ങനെ സ്വരൂപിച്ച സ്വത്തിന് ഇപ്പോൾ സുരക്ഷാ ചുമതലയും മറ്റും നടപ്പാക്കാൻ സർക്കാർ പൊതുധനം ചെലവഴിക്കേണ്ടി വരുന്നു. ഇങ്ങനെ ചെലവഴിക്കേണ്ടി വരുന്ന തുക ഇപ്പോൾ പ്രതിവർഷം 50 കോടി രൂപ വരുമെന്ന് പത്രവാർത്തകളിൽ കാണുന്നു.

മാർത്താണ്ഡവർമ്മ യുദ്ധാനന്തരം തിരുവിതാംകൂറിനെ 1750 ൽ ശ്രീപത്മനാഭന് സമർപ്പിച്ച് ശ്രീപത്മനാഭദാസനായി, അയൽരാജ്യങ്ങളുമായുള്ള യുദ്ധങ്ങളുടെ പാപഭാരം ഇറക്കിവച്ചു. മക്കത്തായ അവകാശവാദം എന്നെന്നേക്കുമായി അവസാനിപ്പിച്ചു. ഇതിനെല്ലാം പ്രായശ്ചിത്തം ശ്രീപത്മനാഭനാണ് സമർപ്പിച്ചത്. ചെയ്തുകൂട്ടിയ ശത്രുവധത്തിനും യുദ്ധത്തിൽ പട്ടാളക്കാർ ചെയ്ത കൊലപാതകത്തിനും അത്യാചാരങ്ങൾക്കും തനിക്കുത്തരവാദിത്വമൊന്നുമില്ലെന്നും ശ്രീപത്മനാഭനുവേണ്ടി ചെയ്ത സൽക്കർമ്മമാണെന്നും ജനങ്ങളെ ബോദ്ധ്യപ്പെടുത്താനും സാധിച്ചു. ഇപ്പോഴും ശ്രീപത്മനാഭന്റെ പേരിലാണ് സകലതും നടത്തുന്നത്. കൃഷിക്കാരുടെ പ്രയത്നഫലം ഏറ്റവും കൂടുതൽ കവർന്നെടുക്കത്തക്ക വിധ

ത്തിൽ ഭരണസംവിധാനവും വിവിധയിനം സർക്കാർ കരങ്ങളുടെ നിരക്കുകളും വർദ്ധിപ്പിച്ച് ധനസമാഹരണം നടത്തി. ഈ വരവുകളുടെ ബാക്കി വകമാറ്റി ശ്രീപത്മനാഭന് പലതരം നേർച്ചകളായി നല്കി. വകമാറ്റി ചെലവഴിക്കുന്നത് ഒരു പതിവായിരുന്നു. തുടർന്നുവന്ന രാജാക്കന്മാരും ഇതേ പാത തന്നെ തുടർന്നുപോന്നു. പില്ക്കാലത്ത് സ്വാർത്ഥതാല്പര്യ സംരക്ഷണാർത്ഥമാണെങ്കിൽ പോലും ബ്രിട്ടീഷുകാരുടെ ഇടപെടലുകളാണ് കർഷകരെ സർക്കാറിന്റെ കാർഷിക വിഭവങ്ങളുടെ കുത്തക സംഭരണത്തിൽനിന്നും രക്ഷിച്ചത്[4]. ഇത്തരം തന്ത്രങ്ങൾ തന്നെയാണ് ഇപ്പോഴും തുടർന്നുപോരുന്നത്. രാജാക്കന്മാരുടെ പിന്തുടർച്ചക്കാർ ഒരു കുടുംബാധിപത്യട്രസ്റ്റ് രൂപീകരിച്ച് ശ്രീപത്മനാഭന്റെ സകലസമ്പത്തും തങ്ങളുടെ നാമത്തിൽ പരമാധികാരത്തിൽ കൊണ്ടുവരാൻ സർവ്വമാർഗ്ഗങ്ങളും ശക്തിയും പ്രയോഗിക്കുന്നത് യുദ്ധതന്ത്രജ്ഞതയോടു കൂടെയാണ്. തിരുവിതാംകൂറിനെ സ്വാതന്ത്ര്യ പ്രാപ്തിക്കുശേഷം ഇന്ത്യൻയൂണിയനിൽ ചേരാൻ ചിത്തിരതിരുനാൾ തടസ്സവാദമുന്നയിച്ചത് ശ്രീപത്മനാഭന്റെ രാജ്യമെന്ന സങ്കല്പത്തെ പുരസ്കരിച്ചാണ്. ഇപ്പോൾ കർഷകരെയും തൊഴിലാളികളെയും അടിമകളെയും ചൂഷണം ചെയ്ത് സംഭരിച്ചിരിക്കുന്ന ധനശേഖരം അവരുടെ പിൻതലമുറക്കാർക്ക് നിഷേധിക്കാൻ വേണ്ടിയും ശ്രീപത്മനാഭന്റെ നാമം ദുരുപയോഗപ്പെടുത്തുന്നു.

ജീവിതത്തിൽ ജനങ്ങൾ സ്വീകരിച്ചിരുന്ന എല്ലാ തൊഴിലുകളിലും കരം കൊടുക്കേണ്ടി വന്നിരുന്നു. ഇത് മറ്റൊരദ്ധ്യായത്തിൽ വിവരിച്ചിട്ടുണ്ട്.

സ്ഥാനമാനങ്ങൾ കൊടുത്തും വീരമാർത്താണ്ഡവർമ്മ ധനം സമ്പാദിച്ചിരുന്നു. പ്രമാണിമാരായ നായർ തറവാടുകളിലെ കാരണവന്മാർക്ക് പണിക്കർ സ്ഥാനം കല്പിച്ച് നല്കിയിരുന്നു. കാലാന്തരത്തിൽ മഹാരാജാവിനെ മുഖം കാണിച്ച് മുന്നൂറുപണം കാഴ്ചവയ്ക്കുന്നവർക്ക് ഈ പദവി നല്കിത്തുടങ്ങി. മദ്ധ്യതിരുവിതാംകൂറിൽ ഇങ്ങനെ ഈ പദവി സമ്പാദിക്കുന്ന നായന്മാരെ മുന്നൂറു പണം കൊടുത്ത് മൂത്തപണിക്കനായവനെന്ന് പരിഹസിച്ചിരുന്നതായി കേട്ടിട്ടുണ്ട്.

*രാമായണ*ത്തിൽ ശ്രീരാമനെ ജനസേവകനായി അവതരിപ്പിച്ച് വാല്മീകി രാജധർമ്മത്തിന്റെ ഉന്നതമാനങ്ങൾ അവതരിപ്പിച്ചിട്ടുണ്ട്. അത് സ്വാർത്ഥതയുടെയും ജനഹിതദ്ധ്വംസനത്തിന്റെയുമല്ല, ത്യാഗത്തിന്റെയും ജനസേവനത്തിന്റെയുമാണ്. ജനങ്ങളുടെ പ്രയത്നത്തിലൂടെ ഉണ്ടാകുന്ന ധനം സമാഹരിച്ച് കുടുംബസ്വത്താക്കാനുള്ള ശ്രമമല്ല രാജഭരണത്തിന്റെ ലക്ഷ്യം.

പിന്തുടർച്ചാവകാശം സ്ത്രീകളുടെ സന്താനങ്ങൾക്ക് ലഭിക്കുന്ന പാരമ്പര്യത്തിനെയാണ് മരുമക്കത്തായം എന്ന് പറഞ്ഞുവരുന്നത്. ഈ പാരമ്പര്യക്രമത്തിൽ പിതാവിന്റെ സ്വത്തിൽ മക്കൾക്കവകാശം ലഭിക്കുന്നില്ല. എന്നാൽ വീരമാർത്താണ്ഡവർമ്മ ഇതിന് ഒരു വിചിത്ര സ്വഭാവം

---

4 അവലംബം. ട്രേ:സ്റ്റേ:മാ.

കൂടുതൽ നല്കി. മരുമക്കത്തായ വ്യവസ്ഥിതിയിൽ കാരണവർക്കോ ഭരണാധികാരിക്കോ സ്വന്തം ജാതിയിൽപ്പെട്ട സ്ത്രീകളെ വിവാഹം കഴിക്കുന്നതിന് ഒരു വിലക്കും ഇല്ല. എന്നാൽ മാർത്താണ്ഡവർമ്മ ഇങ്ങനെ ഒരു വിലക്ക് പ്രാബല്യത്തിലാക്കി. രാജാക്കന്മാരോ ഇളയരാജാക്കന്മാരോ ക്ഷത്രിയ കുടുംബങ്ങളിൽനിന്നും വിവാഹിതരാകാൻ പാടില്ലെന്നും അവർ നായർ തറവാടുകളിൽനിന്നും വിവാഹം കഴിക്കണമെന്നും നിഷ്കർഷിച്ചു. അങ്ങനെ തിരുവിതാംകൂർ രാജാക്കന്മാർ അരുമന അമ്മവീട്ടിൽ നിന്നും അല്ലെങ്കിൽ നാഗർകോവിലിലെ ഒരു ആഢ്യനായർ തറവാട്ടിൽ നിന്നുമാണ് ഭാര്യയാക്കാൻ യുവതികളെ തെരഞ്ഞെടുക്കുന്നത്. ഈ വിവാഹബന്ധത്തിൽ ജനിക്കുന്ന കുട്ടികൾക്ക് പിതാവിൽനിന്നും നിയമാനുസരണം എന്തവകാശം ലഭിക്കുമെന്നത് അജ്ഞാതമാണ്. വിശാഖം തിരുനാൾ മഹാരാജാവ് മരണശയ്യയിലായിരുന്നപ്പോൾ അദ്ദേഹത്തിന്റെ ഭാര്യയെയും മക്കളെയും അദ്ദേഹത്തെ കാണാൻ അനുവദിച്ചിരുന്നില്ലെന്നുള്ളത് ചരിത്രവസ്തുതയാണ്. നായർ സ്ത്രീകളായ രാജപത്നിമാർ വെറുമൊരു ഭോഗവസ്തുമാത്രമായിരുന്നു. പിതാവിന്റെ സാമീപ്യം പോലും അനുഭവിക്കാൻ അവകാശമില്ലാത്ത മക്കളായിരുന്നു അവർക്കുണ്ടായിരുന്നത്.[5]

കൊട്ടാരത്തിലും നായർ വധുക്കൾ രണ്ടാംകിടക്കാർ തന്നെ. കൊട്ടാരത്തിൽ നാലുതരം അടുക്കളകൾ അഥവാ മടപ്പള്ളികൾ ഉണ്ടായിരുന്നു, അമൃതേത്തു മടപ്പള്ളി, സാക്ഷിമടപ്പള്ളി, പക്കം, ഇടപ്പക്കം.

അതിഥികൾ, അകത്തെ പ്രവൃത്തിക്കാർ ഇവർക്കെല്ലാം ഭക്ഷണം നല്കുന്നതിനായിരുന്നു ഇടപ്പക്കം മടപ്പള്ളി. അമ്മവീട്ടുകാർക്കും ഇടപ്പക്കത്തുനിന്നുമായിരുന്നു ഭക്ഷണമെത്തിച്ചിരുന്നത്.

ഭാര്യാഭർത്താക്കന്മാരുടെ പ്രേമത്തിന്റെ അനശ്വരരൂപമായ താജ്മഹൽ ഷാജഹാൻ ചക്രവർത്തി ഭാര്യ മുംതാസിന് സമർപ്പിച്ച ഭാരതവർഷത്തിലെ, ഒരു നാട്ടുരാജ്യത്തിലെ രാജകീയ ഭാര്യാഭർതൃബന്ധം ജീർണ്ണതയുടെ ദുർഗന്ധവാഹിനിയാണ്. മാർത്താണ്ഡവർമ്മയുടെ മേല്പറഞ്ഞ നിഷ്കർഷ രാജകുടുംബാംഗങ്ങൾക്ക് ഉൽക്കൃഷ്ടമാണെങ്കിലും നായന്മാർക്ക് കുടുംബജീവിതം തകർക്കുന്നതാണ്. പ്രജാതാല്പര്യത്തിന് അത് എത്ര ദോഷകരമാണെന്നതിന് പല ഉദാഹരണങ്ങളുണ്ട്.

ശ്രീമൂലം തിരുനാളിന്റെ പത്നി 1882 ൽ ഒരു പ്രസവത്തോടു കൂടി മരിച്ചു. പിന്നീട് എട്ടു വർഷത്തേക്ക് മഹാരാജാവ് വിവാഹം കഴിച്ചില്ല. എന്നാൽ 1890 കളിൽ ഒരു നായർ സ്ത്രീയിൽ അദ്ദേഹത്തിനു താല്പര്യമുണ്ടായി. ആ സ്ത്രീ ഭർത്താവിനെ ഉപേക്ഷിക്കുകയും മഹാരാജാവിനെ വിവാഹം കഴിക്കുകയും ചെയ്തു. മഹാരാജാവ് ആ സ്ത്രീയുടെ മുൻഭർത്താവിന് കൊട്ടാരത്തിൽ ഒരു ജോലിയും 'തമ്പി' എന്ന സ്ഥാനവും നല്കി. ടി ശങ്കരൻതമ്പിയായി മുൻഭാര്യയുടെ സഹോദരിയെ വിവാഹം കഴിച്ചു. എല്ലാവരും കൊട്ടാരവളപ്പിൽ തന്നെ പാർത്തതും പഴയ സേവകനും

5 പേജ്. 102, *നായർ മേധാവിത്വത്തിന്റെ പതനം*, ഡോ. റോബിൻ ജെഫ്രി.

നിരക്ഷരകുക്ഷിയും പാചകക്കാരനുമായ ശരവണ അനന്തയ്യരുടെ സ്വാധീനത്തിനു ബദലായിത്തീർന്നു ശങ്കരൻതമ്പിയുടെ സ്വാധീനം.[6]

ജെഫ്രി തുടർന്നു പറയുന്നു. ദിവാന്റെ നിർദ്ദേശങ്ങളും നിയമനങ്ങളും റദ്ദു ചെയ്യാനുള്ള അധികാരം മഹാരാജാവ് തന്റെ സേവകരുടെ ഉപദേശ പ്രകാരം പ്രയോഗിച്ചു തുടങ്ങി. ശങ്കരൻതമ്പിയും ശരവണ അനന്തയ്യരും മത്സരിച്ചു കൈക്കൂലി വാങ്ങി. സ്വന്തം സാമ്രാജ്യങ്ങൾ സൃഷ്ടിച്ചു സമ്പന്നരായി.[7] മാർത്താണ്ഡവർമ്മയുടെ വിശിഷ്ട മരുമക്കത്തായത്തിന്റെ തിക്തഫലമായിരുന്നു ഈ വിവാഹവും ക്രമക്കേടുകളും. ഒരു രാജ്യ ത്തിലെ രാജാവ് തന്റെ ഒരു സാധാരണ പ്രജയുടെ ഭാര്യയെ ഭർ ത്താവിൽനിന്നും വേർപെടുത്തി വിവാഹം കഴിച്ച കഥ വ്യാസഭാരതത്തിൽ പോലും പറഞ്ഞിട്ടുള്ളതായി കേട്ടിട്ടില്ല. (*മഹാഭാരത*ത്തിലില്ലാത്തത് മറ്റൊരിടത്തുമില്ലെന്നാണ് ചൊല്ല്) കൊട്ടാരം സേവകരുടെ കൈക്കൂലി അവസാനിപ്പിക്കാൻ അസംബ്ലിയിൽ ആവശ്യപ്പെട്ട സ്വദേശാഭിമാനി രാമകൃഷ്ണപിള്ളയെ നാടുകടത്തുകയാണുണ്ടായത്.

ചിത്രകാരനായ രാജാരവിവർമ്മ തന്റെ പേരിനു മുൻപ് രാജാ എന്ന കുടുംബപ്പേര് ചേർക്കുന്നതിൽ അഭിമാനക്ഷതം കണ്ടെത്തി മദ്രാസിലെ ബ്രിട്ടീഷ് ഗവർണ്ണർക്ക് പരാതി അയച്ച രാജാവാണ് ശ്രീമൂലം തിരുനാളെന്ന് ഓർക്കുന്നത് ഈ സന്ദർഭത്തിൽ സംഭവങ്ങളെ അതർഹിക്കുന്ന പ്രാധാന്യം നല്കി വിലയിരുത്താൻ ഉതകുന്നതായിരിക്കും.

രാജ്യം ശ്രീപത്മനാഭന്റേതാണെന്ന് പ്രചരിപ്പിച്ച് പ്രതിസന്ധികൾ തരണം ചെയ്ത് അനിഷേദ്ധ്യാധികാരകേന്ദ്രമായി രാജ്യം ഭരിക്കാനുള്ള സൗകര്യം തൃപ്പടിദാനം കൊണ്ട് വീരമാർത്താണ്ഡവർമ്മ സമ്പാദിച്ചു. അതേ തന്ത്രം തന്നെ ക്ഷേത്രാധീനതയിലുള്ള ധനത്തിന്റെ കാര്യത്തിൽ ക്ഷേത്രട്രസ്റ്റിന്റെ ട്രസ്റ്റിയായിരുന്ന ശ്രീഉത്രാടം തിരുനാൾ മാർത്താണ്ഡ വർമ്മയും പയറ്റി. രാജാവിന്റെ അവകാശങ്ങൾക്ക് കോട്ടംതട്ടാതെ തന്നെ അതു ചെയ്തു. ശ്രീപത്മനാഭനുവേണ്ടി അദ്ദേഹത്തിന്റെ പ്രതിപുരു ഷനായി ധനശേഖരം കൈകാര്യം ചെയ്തു.

6, 7 പേജ് 250 *നായർമേധാവിത്വത്തിന്റെ പതനം.*

13

നികുതി ഘടനയും വ്യാപാരക്കുത്തകയും

ആയിരത്തി എഴുന്നൂറ്റി മുപ്പതുകളിൽ വീരമാർത്താണ്ഡവർമ്മ ഏർപ്പെടുത്തിയ കുരുമുളക് കുത്തക സംഭരണം 1860 കൾവരെ തുടർന്നു കാണുന്നു. ഒരു തുലാം കുരുമുളകിന് 10 പണമാണ് കൃഷിക്കാർക്ക് കൊടുത്തിരുന്നത്. അതു തന്നെ വർഷങ്ങളോളം താമസിപ്പിച്ചും ചിലപ്പോൾ പുകയിലയായും സർക്കാർ കർഷകർക്കുള്ള ഉല്പന്നങ്ങളുടെ വില കൊടുത്തിരുന്നു. വളരെ ഉയർന്ന നിരക്കിലുള്ള നികുതിയും സർക്കാറിന്റെ കുത്തകവ്യാപാരവും കർഷകരെ അക്ഷരാർത്ഥത്തിൽ നിസ്വരാക്കി. വിളവ് വിറ്റാൽ കർഷകർക്ക് നികുതിപോകെ ബാക്കി ഇല്ലാത്തതിനാൽ കൃഷിയിൽ നിക്ഷേപം നടത്താനോ പ്രത്യുല്പാദനപരമായ മറ്റു സംരംഭങ്ങളിൽ നിക്ഷേപിക്കാനോ ഉള്ള ധനം ലഭ്യമല്ലാതായി. ഇത് കൃഷി കൂടുതൽ സ്ഥലങ്ങളിലേക്ക് വ്യാപിപ്പിക്കാനോ മറ്റു രാജ്യങ്ങളിലെപ്പോലെ നവീന ഉപകരണങ്ങളും രീതികളും പ്രയോഗത്തിൽ കൊണ്ടുവരാനോ സാധിക്കാത്ത വിധത്തിലാക്കി. ഭാരിച്ച നികുതി കൊടുത്ത് ശുഷ്കമായ ബാക്കികൊണ്ട് അരിഷ്ടിച്ച് ജീവിച്ച് പോന്ന കർഷകർക്ക് കാപ്പി കൃഷി പോലുള്ള പുതിയ കൃഷികളിൽ ഏർപ്പെടാനും കഴിഞ്ഞില്ല. സർക്കാറും നികുതിവരവ് ലാഭമുള്ള കാർഷിക മേഖലയിൽ നിക്ഷേപിച്ചില്ല (നികുതിപ്പണം വകമാറ്റി രാജാക്കന്മാർ ശ്രീപത്മനാഭന് നേർച്ചകൾക്കും തുലാപുരുഷദാനത്തിനും ചെലവാക്കി എന്നു തന്നെ കരുതേണ്ടിയിരിക്കുന്നു). 1860 കളിൽ തന്നെ പാശ്ചാത്യർ ഇവിടെ കാപ്പി കൃഷിത്തോട്ടങ്ങൾ തുടങ്ങി. ക്രമേണ അവർ തോട്ടവിളകളിലും പ്രധാന പങ്കാളികളായി. തദ്ദേശീയർക്ക് അവരുടെ കൂലിക്കാരാകേണ്ടതായും വന്നു.

ശാന്തിക്കാർക്ക് ധാരാളം വസ്തുക്കളും മറ്റ് അനുഭവങ്ങളും ലഭിച്ചിരുന്നു. യുദ്ധം കൂടാതെ ഒരു രാജ്യം സ്ഥാപിക്കാൻ കഴിഞ്ഞ ശാന്തിക്കാരുമുണ്ട്. തൃക്കാക്കരക്ഷേത്രത്തിലെ ശാന്തിയിൽനിന്നാണ് ഇടപ്പള്ളി

രാജവംശത്തിന്റെ ഉത്ഭവം. തിരുവല്ലാക്ഷേത്രത്തിലെ രണ്ടു മേൽശാന്തിക്കാർക്ക് രണ്ടായിരപ്പറനെല്ലാണത്രേ വിളവെടുപ്പ് സമയത്ത് ശാന്തിയിൽ നിന്നും ലഭിച്ചിരുന്നത്. ക്ഷേത്രജോലിക്കാർ കുറ്റം ചെയ്താൽ അവർ ഒടുക്കേണ്ട പിഴയിൽ ഒരംശം ശാന്തിക്കാർക്കായിരുന്നു. ഭൂമി കൈവശം വച്ചുകൊണ്ടിരുന്ന കൃഷിക്കാർ നികുതി ഒഴിവാക്കാൻ അത് ക്ഷേത്രത്തിലേക്ക് ദാനം നല്കി പോംവഴി കണ്ടെത്തി.[1] ഇതിൽനിന്നും അന്നത്തെ നികുതി നിരക്ക് ഊഹിക്കാവുന്നതാണ്.

എന്നാൽ കർഷകരുടെ ജീവിതത്തിൽ 1858 ൽ ടി മാധവറാവു ദിവാനായതോടു കൂടെ ഉന്നമനം ഉണ്ടായിത്തുടങ്ങി. കാർഷിക നയത്തിലും കർഷകരോടുള്ള സർക്കാറിന്റെ സമീപനത്തിലും അർത്ഥപൂർണ്ണമായ മാറ്റങ്ങൾ ഉണ്ടായി. കുത്തക സംഭരണരീതിതന്നെ 1860 മുതൽ നിറുത്തലാക്കി. ഇത് ജനങ്ങളിൽ ഉത്തേജനവും കർഷകരിൽ ആവേശവും പകർന്നു. കുരുമുളക് കൃഷി വളരെ അഭിവൃദ്ധി കൈവരിച്ചു.

നെൽകൃഷി ലാഭകരവും കർഷകർക്ക് പാട്ടഭൂമിയിൽ പൂർണ്ണമായ ജന്മവകാശവും കിട്ടത്തക്കവിധത്തിൽ കൃഷിഭൂമി പതിച്ചുകൊടുത്തു. ഇപ്രകാരം 2 ലക്ഷം ഏക്കർ ഭൂമി പതിച്ചുകൊടുത്ത് ഒന്നരക്കോടി രൂപ അതിന്റെ വിലയായി സർക്കാറിന് വരവും ഉണ്ടാക്കി[2] ഇതുമൂലം കയറ്റുമതി വർദ്ധിപ്പിക്കുകയും വേലക്കൂലി ഇരട്ടിക്കുകയും ചെയ്തു. 1860 ന് മുൻപ് ഈ പാട്ടഭൂമി കർഷകരെ നിർബ്ബന്ധിച്ച് ഏല്പിച്ചിരുന്നതായിട്ടാണ് കാണുന്നത്. ഇങ്ങനെയുള്ള ഭൂമി ഏറ്റെടുക്കാനും കർഷകർ ഇഷ്ടപ്പെട്ടിരുന്നില്ല. ഉല്പാദിപ്പിക്കുന്ന നെല്ലിനേക്കാൾ കുടിയാന്മാർ ആ വസ്തുവിന് ഒരു വിലയും കണ്ടിരുന്നില്ല. ഈ പുതിയ പരിഷ്കാരം ആയിരക്കണക്കിന് ചെറുകിട ഭൂവുടമകളെ സൃഷ്ടിക്കുകയും കുടിയാന്മാർക്ക് സുരക്ഷിതത്വം നല്കുകയും ചെയ്തു.

ഇത് ഉല്പാദനവും കൂലിയും വർദ്ധിപ്പിച്ചു. 130 ഓളം വർഷം നീണ്ടുനിന്ന ആലസ്യത്തിൽനിന്നും ജനങ്ങൾ ഉണർന്നു.

കാർഷികമേഖലയെ സഹായിക്കാൻ പല റോഡുകളും മാധവറാവു പണിയിക്കുകയും പലതിനും ആരംഭം കുറിക്കുകയും ചെയ്തു. അതിനു മുൻപ് ഭാരിച്ച നികുതി പിരിച്ചിട്ടും സംസ്ഥാനത്തിൽ ഉടനീളം സഞ്ചരിക്കുന്നതിന് ഗതാഗതയോഗ്യമായ ഒരൊറ്റ റോഡുപോലുമില്ലായിരുന്നു. കടൽത്തീരത്തുനിന്നും ഉൾനാട്ടിലേക്ക് യാത്രചെയ്യാനുള്ള സ്ഥിതിയും അപ്രകാരം തന്നെ. കഴിവുള്ളവർ ആഭിജാത്യം കാണിക്കാൻ വയലുകളിലും തെങ്ങിൻതോപ്പുകളിലും കുറ്റിക്കാടുകളിലുമുള്ള പാതകളിലൂടെ പല്ലക്കിൽ യാത്ര ചെയ്തിരുന്നു. മറ്റുള്ളവർ കാൽനടക്കാരായി നടന്നു. അതിനാൽ 1730 മുതൽ 1860 വരെ കിട്ടിയ നികുതിപിരിവ് ഊട്ടുപുര, ലക്ഷദീപം മുറജപം, ശ്രീപത്മനാഭനുള്ള നേർച്ചകൾ, തുലാപുരുഷദാനം തുടങ്ങിയവയ്ക്കും ശ്രീപത്മനാഭന് സ്വർണ്ണശേഖരം വർദ്ധിപ്പിക്കാനുമാണ്

---

1 പേജ് 55, 56 *ജന്മിസമ്പ്രദായം കേരളത്തിൽ* പ്രൊ:ഇളംകുളം കുഞ്ഞൻപിള്ള.

2 പേജ് 120 *നായർ മേധാവിത്വത്തിന്റെ പതനം.*

ചെലവാക്കിയിരുന്നതെന്ന് ഊഹിക്കാവുന്നതേയുള്ളൂ. യുദ്ധച്ചെലവുകൾക്ക് (യുദ്ധഫണ്ട്) പ്രത്യേകം നികുതി പിരിച്ചിരുന്നു. മാധവറാവുവാണ് ഗതാഗതത്തിനുള്ള സൗകര്യക്കുറവ് പരിഹരിക്കുവാൻ വേണ്ടി വളരെ ഏറെ പ്രവർത്തിച്ചത്. അദ്ദേഹം എൻജിനീയർ ബാർട്ടന്റെ സേവനം പ്രയോജനപ്പെടുത്തി കൊല്ലം–ചെങ്കോട്ടറോഡ് 1872 ൽ പൂർത്തിയാക്കി. കോട്ടയം–പീരുമേട് റോഡും ഇതേ വർഷം പൂർത്തിയാക്കി. 1876 ൽ മധുരയുമായി ബന്ധം സ്ഥാപിച്ചു. 5 അടി വീതി വരുന്ന 50 പാലങ്ങളും കലുങ്കുകളും നിർമ്മിച്ചു. ഇത് കാപ്പി, അടയ്ക്ക, കുരുമുളക് മുതലായ ഉല്പന്നങ്ങൾ മധുരയിലെത്തിച്ച് ഉയർന്ന വിലയ്ക്ക് വില്ക്കാനും കമ്പം താഴ്വാരത്തെ അരി കൊണ്ടുവരാനും ഉപകരിച്ചു. പീരുമേട്ടിൽ കാളവണ്ടിപ്പാതകൾ നിർമ്മിച്ച് പരീക്ഷണാർത്ഥം തോട്ടങ്ങളും നടത്തുകയുണ്ടായി. തോട്ടകൃഷിക്കും സർക്കാർ നല്ല അളവിൽ സഹായം നല്കി. നികുതിയും കയറ്റുമതി ചുങ്കവുമായി ഇതിൽനിന്നും സർക്കാറിന് 5.78 ലക്ഷം രൂപ ലഭിച്ചു. കൂടാതെ കാർഷിക വൃത്തിയും ജനങ്ങളുടെ യാത്രയും സുഗമമാക്കുന്നതിന് പലറോഡുകളും മാധവറാവു പണിയിക്കുകയും നാഗർകോവിൽ – തിരുവനന്തപുരം റോഡ് അറ്റകുറ്റപ്പണികൾ നടത്തുകയും ചെയ്തു. ജലസേചന സൗകര്യങ്ങൾ വർദ്ധിപ്പിച്ചു. 1875 ൽ 10 ലക്ഷം രൂപ ചെലവിൽ വർക്കലയിൽ തുരങ്കം പണിതീർത്തു. ഈ ചെലവുകൾ പോകെ ഏകദേശം ഒന്നേകാൽകോടി രൂപയെങ്കിലും ബാക്കി വരുത്താൻ അദ്ദേഹത്തിന് കഴിഞ്ഞു.

അതിനുമുൻപ് സ്വാതിതിരുനാൾ മഹാരാജാവ് പല പരിഷ്കാരങ്ങളും നടപ്പിലാക്കി. ഒബ്സർവേറ്ററി, ധർമ്മാശുപത്രികൾ, മരാമത്തുവകുപ്പ്, ജലസേചനത്തിനുള്ള പ്രത്യേക സൗകര്യങ്ങൾ, ലാൻഡ് സർവ്വേ നടത്തി സ്ഥലവിസ്തീർണ്ണം തിട്ടപ്പെടുത്തി, കുതിരലായം, മൃഗശാല തുടങ്ങിയവ സ്ഥാപിച്ചു. എന്നാലും വൻതുകകളും ധാരാളം സ്വർണ്ണാഭരണങ്ങളും നേർച്ചയായി ശ്രീപത്മനാഭന് നല്കി. ഒഴിഞ്ഞ ഒരു ഖജനാവാണ് അടുത്ത അവകാശിക്ക് നല്കിയത്.

14

മാർത്താണ്ഡവർമ്മയുടെ അവകാശവാദത്തിലെ പൊരുത്തക്കേടുകൾ

ഉത്രാടം തിരുനാൾ *തൃപ്പടിദാന*ത്തിൽ താഴെപ്പറയും വിധം രേഖപ്പെടുത്തിയിരിക്കുന്നു.

> എന്റെ പൂർവ്വികർ കാലാകാലങ്ങളിൽ ശ്രീപത്മനാഭന് സമർപ്പിച്ചവയാണിവ. ഇതിൽ സ്വർണ്ണാഭരണങ്ങൾ, താലങ്ങൾ, കുടങ്ങൾ, പൂജാപാത്രങ്ങൾ, നാണയങ്ങൾ (പണം) എന്നിവ പല സന്ദർഭങ്ങളിലായി നടയ്ക്കുവച്ചിട്ടുണ്ട്. അതിനു മതിയായ രേഖകളുമുണ്ട്. നിലവറകളിൽ കണ്ട വസ്തുക്കളുടെ 99 ശതമാനവും എന്റെ മുൻഗാമികൾ സമർപ്പിച്ചവയാണ്. ബാക്കി അന്യദേശരാജാക്കന്മാർ സമർപ്പിച്ചവയും.[1]
> ഭഗവാനു സമർപ്പിച്ചതൊന്നും തിരിച്ചെടുക്കാറില്ല. അവ നൂറ്റാണ്ടുകൾ പിന്നിട്ടപ്പോൾ വൻശേഖരമായി. ഇതിന്റെ ഉടമ ശ്രീപത്മനാഭനാണ്. അതിനാൽ അവ അവിടത്തന്നെ സൂക്ഷിക്കണമെന്നാണ് ഞങ്ങളുടെ അഭിപ്രായവും ആഗ്രഹവും അതാണ് ശരിയും[2].

1200 വർഷക്കാലത്തോളം ഭരിച്ചിരുന്ന രാജാക്കന്മാരുടെ പട്ടിക ഉത്രാടം തിരുനാൾ *തൃപ്പടിദാന*ത്തിൽ കൊടുത്തിട്ടുണ്ട്. ഇവരും അദ്ദേഹത്തിന്റെ മറ്റു പൂർവ്വികരും അന്യദേശരാജാക്കന്മാരുമല്ലാതെ വേണാട്ടിലോ തിരുവിതാംകൂറിലോ ശ്രീപത്മനാഭന് ഒരു പണമിട–വെള്ളിയോ സ്വർണ്ണമോ കാഴ്ചവയ്ക്കാൻ ധനസ്ഥിതിയും മനഃസ്ഥിതിയുമുള്ള ഒരു വ്യക്തിയും ഈ കാലഘട്ടത്തിൽ ജീവിച്ചിരുന്നില്ലേ? പൊതുജനങ്ങളിൽ ഭക്തന്മാരില്ലേ?

---

1. പേജ് 278, *തൃപ്പടിദാനം,* ഉത്രാടം തിരുനാൾ മാർത്താണ്ഡവർമ്മ
2 പേജ് 287, *തൃപ്പടിദാനം* ഉത്രാടം തിരുനാൾ മാർത്താണ്ഡവർമ്മ

ആ ശേഖരം അവിടെത്തന്നെ ഇരിക്കണമെന്നാണ് ഞങ്ങളുടെ ആഗ്രഹവും അഭിപ്രായവും. അതാണ് ശരിയുമെന്ന് അദ്ദേഹം പറയുന്നു. ഇത് വായനക്കാരന് ചില സംശയങ്ങളെങ്കിലും ഉണ്ടാക്കാതിരിക്കുകയില്ല. അവ അവിടെത്തന്നെ സൂക്ഷിക്കണമെന്നും മനുഷ്യോപകാരപ്രദമായ കാര്യങ്ങൾക്കുപോലും ഉപയോഗിക്കാൻ പാടില്ലെന്നുമാണ് അവരുടെ ആഗ്രഹം എന്ന് അദ്ദേഹം വാദിക്കുന്നു. ഇങ്ങനെ സൂക്ഷിച്ചാൽ എത്ര കാലം സൂക്ഷിക്കണം? അത്രയും കാലവും ഗുണഭോക്താവല്ലാത്ത നികുതിദായകരിൽനിന്നും അവയുടെ സുരക്ഷാചെലവിന് പ്രതിവർഷം 50 കോടി രൂപയോളം എന്തിന് ഈടാക്കണം?

ചതുർയുഗങ്ങൾ കൃത, ത്രേത, ദ്വാപര, കലി എന്നിവയാണല്ലോ? ഈ നാലു യുഗങ്ങളും കഴിയുമ്പോൾ മഹാവിഷ്ണു പ്രളയം സൃഷ്ടിക്കുന്നു. എല്ലാം പ്രളയജലത്തിൽ മുങ്ങിനശിക്കുന്നു. അപ്പോൾ മഹാവിഷ്ണു പ്രളയജലത്തിൽ അനന്തന്റെ പുറത്ത് പള്ളി കൊള്ളുന്നു. 4,32,000 വർഷമാണ് കലിയുഗം. അതിൽ 5115 വർഷം കഴിഞ്ഞു. നാം ഇനി 4,26,885 വർഷം സമർപ്പണ ശേഖരം സൂക്ഷിക്കുകയും അതിനുള്ള ചെലവു വഹിക്കുകയും വേണം. സ്വർണ്ണശേഖരവും അപ്പോൾ പ്രളയത്തിൽ നശിക്കുമായിരിക്കും.

ശ്രീമാർത്താണ്ഡവർമ്മ ഇളയരാജാവ് ഈ പുസ്തകത്തിൽ ചർച്ച ചെയ്യപ്പെടേണ്ട പ്രമേയത്തെത്തന്നെ മാറ്റി മറിച്ചു. ഈ സമർപ്പണ ശേഖരത്തിന്റെ സ്രോതസ്സ് ഏതാണ്? മഹാരാജാക്കന്മാരുടെ അധീനതയിൽ അത് എങ്ങനെ വന്നു? കൈയിൽ എത്തിയ ധനത്തിന്റെ ധാർമ്മികവും നിയമപരവുമായ ഉപയോഗമാണോ രാജാക്കന്മാർ നടത്തിയത് എന്നീക്കാര്യങ്ങളിലാണ് വെളിച്ചം വീശേണ്ടത്. ഉത്രാടം തിരുനാൾ മാർത്താണ്ഡവർമ്മ ഇക്കാര്യങ്ങളെ അവഗണിച്ചു. ഈ ധനശേഖരത്തിന്റെ വലിയ ഭാഗം പൊതുഖജനാവിൽനിന്നും എടുത്ത് നേർച്ചകളായി ശ്രീപത്മനാഭസ്വാമിക്ക് സമർപ്പിച്ചതാണെന്ന വസ്തുത ശ്രീ. മാർത്താണ്ഡവർമ്മ സൗകര്യപൂർവ്വം മറച്ചുവയ്ക്കുന്നു.

ശ്രീ ടി പി സുന്ദർരാജൻ കൊടുത്ത കേസിനെക്കുറിച്ച് മാർത്താണ്ഡവർമ്മയുടെ പുസ്തകത്തിൽനിന്നും മനസ്സിലാക്കാവുന്നത് ശ്രീപത്മനാഭന്റെ സമർപ്പണശേഖരം സൂക്ഷിച്ചിരിക്കുന്ന നിലവറകൾ തുറന്ന് പരിശോധിച്ച് അതിലുള്ള വസ്തുക്കളുടെ തൂക്കവും രൂപവും മറ്റും രേഖപ്പെടുത്താനാണ് കേസ് കൊടുത്തത് എന്നാണ്.

അതിൽനിന്നൊന്നും ഞങ്ങൾക്ക് വേണ്ട എന്ന് വീണ്ടും ആണയിടുന്ന ശ്രീമാർത്താണ്ഡവർമ്മ എന്തിനാണ് തൂക്കിനോക്കുന്നതിനെ എതിർക്കുന്നത്? ശ്രീ സുന്ദർരാജൻ അതിൽ അവകാശം ഒന്നും ഉന്നയിച്ചിട്ടില്ല. ശ്രീ. മാർത്താണ്ഡവർമ്മയെയോ അദ്ദേഹം അധികാരപ്പെടുത്തുന്നവരെയോ സമർപ്പണശേഖരം കൈകാര്യം ചെയ്യുന്നതിൽനിന്നും തടയണമെന്ന് ഒരു ആവശ്യം ശ്രീ സുന്ദർരാജൻ കേസിൽ ഉന്നയിച്ചിട്ടുള്ളതായി ശ്രീ. മാർത്താണ്ഡവർമ്മ പറയുന്നില്ല. വിലപിടിപ്പുള്ള വസ്തുവകകൾ അളവും

തൂക്കവും മറ്റും മനസ്സിലാക്കി സൂക്ഷിക്കുന്ന അടിസ്ഥാനതത്ത്വം പാലിക്കാൻ വേണ്ടി കോടതിയെ സമീപിച്ചതിൽ ട്രസ്റ്റി എന്ന നിലയിൽ ശ്രീ. മാർത്താണ്ഡവർമ്മയ്ക്ക് അസഹനീയമായി എന്താണുണ്ടായിരുന്നത്?

നിലവറകളിലൊന്നിനെക്കുറിച്ച് ശ്രീ. മാർത്താണ്ഡവർമ്മ എടുത്ത് പറഞ്ഞിരിക്കുന്നു. അതിന്റെ കരിങ്കൽപ്പാളികളിൽ നാഗദേവതയെ കൊത്തിയിരിക്കുന്നു എന്ന് ആകാംക്ഷ മുന്തിനില്ക്കുന്ന വിധത്തിൽ *തൃപ്പടിദാന*ത്തിൽ എഴുതിയിട്ടുമുണ്ട്. തുടർന്ന് കോടതിയെപ്പോലും അറിയിക്കാതെ നടത്തിയ ദേവപ്രശ്നത്തിൽ അദ്ദേഹം ഇച്ഛിച്ച ഒരു പ്രവചനം തന്നെ ജ്യോതിഷി നടത്തുകയും ചെയ്തു. നാഗദേവതയുടെ രൂപം കൊത്തിയിരിക്കുന്നത് അപകടസൂചനയാണെന്നും അതു തുറന്നാൽ വലിയ ആപത്തുകൾ ഉണ്ടാകുമെന്നും പ്രവചിച്ചിരിക്കുന്നതായി പത്രവാർത്തകളും മറ്റു പ്രചരണങ്ങളും ഉണ്ടായി.

നാഗദേവതയുടെ രൂപം കൊത്തിയിരിക്കുന്നത് അപകടസൂചനയാണെന്ന വ്യാഖ്യാനം ഹൈന്ദവപുരാണങ്ങളിലെ പ്രസിദ്ധമായ കഥകളിലെ തത്ത്വങ്ങൾക്ക് വിരുദ്ധമാണ്. ദുര്യോധനാദികൾ വിഷം കൊടുത്ത് യമുനാനദിയുടെ ആഴങ്ങളിൽ കെട്ടിത്താഴ്ത്തിയ ഭീമനെ നാഗദേവതമാർ നാഗലോകത്തുകൊണ്ടു പോയി ശരീരത്തിൽ ഉണ്ടായിരുന്ന വിഷം മാറ്റി, നാഗരാജാവായ വാസുകി എട്ടുകുടം രസായനം കൊടുത്ത് അദ്ദേഹത്തിന് 10,000 ആനകളുടെ ശക്തി ആർജ്ജിക്കാൻ സഹായിച്ച് തിരിച്ചയച്ചതായും അത് കുരുക്ഷേത്ര യുദ്ധത്തിൽ ഭീമന് വലിയ അനുഗ്രഹമായതായും *മഹാഭാരത*ത്തിൽ പറയുന്നു.

വനവാസകാലത്ത് ഹിമാലയത്തിൽ ഗംഗാതീരത്ത് തപസ്സ് ചെയ്തുകൊണ്ടിരുന്ന അർജ്ജുനനെ ഉലൂപി എന്ന നാഗകന്യക നാഗലോകത്തേക്ക് കൊണ്ടുപോയി സ്വയംവരം ചെയ്തു. ആ ബന്ധത്തിൽ ഇരാവാൻ എന്ന പരാക്രമിയായ ഒരു മകൻ ജനിച്ചു. അദ്ദേഹം മഹാഭാരതയുദ്ധത്തിൽ പാണ്ഡവപക്ഷത്ത് ചേർന്ന് യുദ്ധം ചെയ്തതായും *മഹാഭാരത*ത്തിൽ പറയുന്നു.

കലിബാധയേറ്റു വലഞ്ഞ നളരാജകുമാരനെ പ്രത്യുപകാരമായി കടിച്ച് രൂപം മാറ്റി ഒളിവിൽ കഴിയാൻ സഹായിച്ച ഒരു സൽക്കഥാപാത്രമായി അർഹിക്കുന്ന പ്രാധാന്യത്തോടുകൂടെയാണ് കാർക്കോടകനെ വ്യാസൻ അവതരിപ്പിച്ചിരിക്കുന്നത്.

മറ്റൊരു കഥ ഭീമനെ വരിഞ്ഞുകെട്ടിയിട്ട പെരുമ്പാമ്പിന്റേതാണ്. സൂര്യവംശത്തിലെ പ്രസിദ്ധനായ ഒരു രാജാവായിരുന്നു നഹുഷൻ. വൃത്രാസുരനെ വധിച്ചതിനാൽ ബ്രഹ്മഹത്യാപാപം ബാധിച്ച ദേവേന്ദ്രൻ മാനസസരസ്സിലെത്തി ഒരു താമരപ്പൂവിൽ ഒളിച്ചിരുന്നു. ഇക്കാലത്ത് അനാഥമായ ഇന്ദ്രലോകം ഭരിക്കാൻ അധികാരിയില്ലാതായി. അതിനാൽ 100 അശ്വമേധം നടത്തി ദേവേന്ദ്രപദവിക്ക് അർഹനായ നഹുഷനെ ദേവേന്ദ്രനായി തിരഞ്ഞെടുത്തു. എന്നാൽ ഇന്ദ്രന്റെ ഭാര്യ ഇന്ദ്രാണിയെയും അയാൾ ആവശ്യപ്പെട്ടു. ഇന്ദ്രാണി വിസമ്മതിച്ചതിനാൽ ദേവഗുരു

ബൃഹസ്പതി ഉൾപ്പെടെ ദേവന്മാരെ നഹുഷൻ അധിക്ഷേപിച്ചു. നഹുഷനെ പ്രലോഭിപ്പിച്ച് ഇന്ദ്രാണി ഇന്ദ്രനെ കണ്ടുപിടിച്ചു. ഇന്ദ്രന്റെ ഉപദേശ പ്രകാരം മുനിമാർ ചുമക്കുന്ന പല്ലക്കിൽ വന്നാൽ ഭർത്താവായി സ്വീകരിക്കാമെന്ന് ഇന്ദ്രാണി വാക്ക് കൊടുത്തു. നഹുഷൻ അപ്രകാരം ചെയ്തു. യാത്രാമദ്ധ്യേ ഇന്ദ്രാണിയുടെ അടുത്തെത്താനുള്ള ധൃതിയിൽ പല്ലക്ക് ചുമക്കുകയായിരുന്ന ഹ്രസ്വകായനായ അഗസ്ത്യന്റെ തലയിൽ ചവിട്ടുകയും ചാട്ടകൊണ്ട് അടിക്കുകയും ചെയ്തു. കുപിതനായ അഗസ്ത്യൻ നഹുഷനെ സർപ്പമായി പോകട്ടെ എന്നു ശപിച്ചു. പിന്നീട് നഹുഷന്റെ പശ്ചാത്താപം മനസ്സിലാക്കിയ അഗസ്ത്യൻ ധർമ്മപുത്രരെ കാണുമ്പോൾ ശാപമോക്ഷം ലഭിക്കുമെന്ന് വരവും കൊടുത്തു. ശാപഗ്രസ്തനായ നഹുഷൻ ഹിമാലയത്തിലെ വനത്തിൽ ഒരു പെരുമ്പാമ്പായി വന്നു വീണു. പാണ്ഡവരുടെ വനവാസകാലത്ത് ഭീമനെ അടുത്ത് കിട്ടിയപ്പോൾ ഈ പെരുമ്പാമ്പ് വരിഞ്ഞ് കെട്ടിയിട്ടു. ഭീമനെ അന്വേഷിച്ച് വരുമ്പോൾ യുധിഷ്ഠിര നെക്കണ്ട് ശാപമോക്ഷം കരസ്ഥമാക്കാനാണ് പെരുമ്പാമ്പായ നഹുഷന് അങ്ങനെ ചെയ്യേണ്ടി വന്നത്. അങ്ങനെ സംഭവിക്കുകയും ചെയ്തു. ഇവിടെയും സർപ്പം ഒരുദുഷ്ടകഥാപാത്രം അല്ല.

*മഹാഭാരത*ത്തിലെ മറ്റൊരു സർപ്പകഥ തക്ഷകന്റേതാണ്. പരീക്ഷിത്ത് മഹാരാജാവ് മൃഗയാവിനോദത്തിന് വനത്തിൽ ചുറ്റി നടക്കുമ്പോൾ ദാഹം ശമിപ്പിക്കാൻ അടുത്തുകണ്ട ശമീകൻ എന്ന മുനിയുടെ ആശ്രമത്തിൽ എത്തി. അദ്ദേഹത്തോട് ദാഹജലം ആവശ്യപ്പെട്ടു. ധ്യാനനിഷ്ഠനായ മുനി ധിക്കാരം കൊണ്ടാണ് ജലം നല്കാത്തത് എന്ന് തെറ്റിദ്ധരിച്ച പരീക്ഷിത്ത് ഒരു ചത്തുചീഞ്ഞ സർപ്പത്തിനെ എടുത്ത് മുനിയുടെ കഴുത്തിലിട്ടിട്ട് മടങ്ങിപ്പോയി. മുനിയുടെ മകൻ ശൃംഗിക്ക് ആശ്രമത്തിലെത്തി ഈ കാഴ്ച കണ്ട് അസഹ്യമായ കോപം ഉണ്ടായി. പരീക്ഷിത്തിനെ തക്ഷകൻ കടിച്ച് മരണമടയട്ടെ എന്ന് ശപിച്ചു. തക്ഷകൻ രാജാവിനെ കടിക്കുകയും അദ്ദേഹം മരിക്കുകയും ചെയ്തു. ഇവിടെ തക്ഷകൻ ആക്രമണകാരിയോ പരദ്രോഹിയോ അല്ല. മുനിപുത്രന്റെ ശാപം നടപ്പിലാക്കാൻ തക്ഷകൻ ബാദ്ധ്യസ്ഥനായതാണ് കാരണം. തക്ഷകൻ മറ്റാരെയെങ്കിലും കടിച്ചതായും പരാമർശിക്കുന്നില്ല.

ബ്രഹ്മാവിഷ്ണുമഹേശ്വരന്മാരിൽ രണ്ടുപേരും സർപ്പങ്ങളുമായി സദാസമ്പർക്കം പുലർത്തുന്നവരുമാണ്. മഹാവിഷ്ണുവിന്റെ ശയനം തന്നെ അനന്തൻ എന്ന സർപ്പത്തിന്റെ പുറത്താണ്. പരമശിവന് സർപ്പങ്ങളല്ലാതെ വേറെ ആഭരണങ്ങളില്ല.

ജരാനര ബാധിച്ച ദേവന്മാരെ പുനരുദ്ധരിക്കാൻ പാലാഴി കടഞ്ഞ് അമൃത് എടുക്കാൻ നിർണ്ണായകമായ സഹായം കാഴ്ചവച്ചത് വാസുകി എന്ന സർപ്പമാണ്.

സനാതനധർമ്മ പുരാണങ്ങളിലൊന്നും സർപ്പം ആക്രമണകാരിയോ വിപത്തിന്റെയോ നാശത്തിന്റെയോ പ്രവാചകനോ സഹയാത്രികനോ അല്ല.

ഭൗതികജീവിതത്തിലെ സ്ഥിതിയും മറിച്ചല്ല. അലോപ്പതി മെഡിക്കൽ കോളേജുകളുടെയും ഹോസ്പിറ്റലുകളുടെയും എംബ്ലത്തിൽ രണ്ട് സർപ്പങ്ങളുടെ രൂപങ്ങൾ ആലേഖനം ചെയ്തിട്ടുണ്ട്. യവന പുരാണത്തിൽ പ്രതിപാദിക്കുന്ന അസ്കലേ പീയൂസ് ആണ് ഇതിൽ കാണുന്ന സർപ്പങ്ങൾ. ഒന്ന് മൃതസഞ്ജീവനിയെന്നും രണ്ടാമത്തേത് അമൃതെന്നും വ്യാഖ്യാനിക്കുന്നതാണ് ഉചിതം. മൃതസഞ്ജീവനിയും അമൃതും ഉപയോഗിച്ച് മരിച്ചവരെയെല്ലാം അസ്കലേ പീയൂസ് പുനരുജ്ജീവിപ്പിച്ചു. ഇതിൽ കുപിതരായ ദേവന്മാർ അപ്പോളോ ദേവനോട് പരാതിപ്പെട്ടു. തൽഫലമായി അപ്പോളോ ദേവൻ അസ്ക്കലേ പീയൂസിനെ സർപ്പമാക്കി. ഈ സർപ്പങ്ങളെയാണ് വൈദ്യശാസ്ത്രശാഖ പ്രതീകമായി എംബ്ലത്തിൽ ഉൾക്കൊള്ളിച്ചിരിക്കുന്നത്. ഈ സർപ്പങ്ങൾ രോഗികൾക്ക് അഭയവും മാനവരാശിക്ക് ആരോഗ്യവും നല്കുന്നു. ലോകം മുഴുവൻ ഈ സർപ്പങ്ങൾ ആദരിക്കപ്പെടുന്നു. ശ്രീപത്മനാഭന്റെ നിലവറയിലെ കൽപ്പാളികളിൽ ആലേഖനം ചെയ്തിരിക്കുന്ന നാഗദേവതയുടെ രൂപം താക്കീതുചെയ്യുന്നതായി അവകാശപ്പെടുന്ന പോലെ ആരും 'മെഡിക്കൽ കോളേജുകൾക്കും ഹോസ്പിറ്റലുകൾക്കും' അടുത്ത് പോകരുതെന്നാണോ ഈ സർപ്പങ്ങളുടെ അടയാളം സൂചിപ്പിക്കുന്നത്?

ക്രിസ്തുമത ഗ്രന്ഥങ്ങളിലും വളരെ പ്രസിദ്ധനായ ഒരു സർപ്പത്തെക്കുറിച്ച് പ്രതിപാദിക്കുന്നുണ്ട്. ആദമിനും ഹൗവ്വയ്ക്കും വിലക്കപ്പെട്ട കനി കൊടുത്ത സർപ്പം. ദൈവവചനത്തെ ധിക്കരിച്ച് സ്വാർത്ഥസുഖത്തിനും ആനന്ദത്തിനും വേണ്ടിയുള്ള അതിമോഹത്താൽ ആദവും ഹൗവ്വയും വിലക്കപ്പെട്ട കനി ഭക്ഷിച്ചതിൽ സർപ്പമാണോ കുറ്റവാളി? അതോടുകൂടെ നഗ്നത അവർക്ക് ബോദ്ധ്യപ്പെട്ടു. അവർക്ക് അവരുടെ ദുഷ്പ്രവർത്തികളും ചിന്തകളും ഒളിച്ചുവയ്ക്കാനാകാതെയായി.

അതുതന്നെയാണ് ഇവിടെയും സംഭവിക്കുന്നത്. നാഗദേവതകളുടെ ചിത്രത്തിനെ അവഗണിച്ച് ഭൂഗർഭ അറ തുറന്നാൽ വളരെ അതിശയകരമായ ഫലങ്ങൾ ഉണ്ടാകാൻ സാദ്ധ്യതയുണ്ട്. അതിനാൽ അന്ധവിശ്വാസങ്ങൾ പ്രചരിപ്പിച്ച് ഭൂഗർഭ നിലവറ തുറക്കാതെ ഉപേക്ഷിക്കുകയാണ് ഉദ്ദേശ്യം. 1931 ൽ തുറന്ന അറകൾ ഇപ്പോൾ തുറക്കാൻ പാടില്ലെന്നു ശഠിക്കുന്നതിൽ യാതൊരു യുക്തിയും കാണുന്നില്ല. എന്തെങ്കിലും ദുരുദ്ദേശ്യമുണ്ടെന്ന് സംശയിക്കാനേ ഇത് ഉപകരിക്കുകയുള്ളൂ.

15

ക്ഷേത്രത്തിലെ നിലവറകളും ദേവപ്രശ്നവും

> സുപ്രീംകോടതിയുടെ നിർദ്ദേശത്തെ തുടർന്ന് നിലവറകളിലെ വസ്തുവകകളുടെ കണക്കെടുക്കാനും ഓരോന്നും വീഡിയോയിൽ പകർത്താനുമാണ് അഞ്ചംഗ സമിതിയെ ചുമതലപ്പെടുത്തിയത്. ദേശീയ മ്യൂസിയം ഡയറക്ടർ സി വി ആനന്ദബോസാണ് അഞ്ചംഗ സംഘത്തെ നയിക്കുന്നത്. ഭൂഗർഭ നിലവറകളിൽ ഒരെണ്ണം തുറക്കാനായിട്ടില്ല. നാഗദേവതയുടെ രൂപം ആലേഖനം ചെയ്ത കരിങ്കൽപ്പാളികളാൽ നിലവറ അടച്ചിരിക്കുന്നു. പരിശ്രമിച്ചിട്ടും തുറക്കാതായതിനാൽ ശ്രമം ഉപേക്ഷിക്കുകയും കോടതിയെ വിവരം ബോധിപ്പിക്കുകയും ചെയ്തിട്ടുണ്ട്. തല്ക്കാലം ഈ നിലവറ തുറക്കണ്ടെന്നാണ് കോടതിവിധി.
>
> ഇത്രയും സംഭവവികാസങ്ങൾ ദേവപ്രശ്നത്തിന് വിധേയമാക്കണമെന്നാണ് ഞങ്ങളുടെ വിനീതമായ അഭിപ്രായം. ഇതിനെത്തുടർന്ന് ആഗസ്ത് 8, 2011 മുതൽ മൂന്ന് ദിവസത്തേക്ക് കുലശേഖര മണ്ഡപത്തിൽ ദേവപ്രശ്നം നടത്താൻ തീരുമാനിച്ചു.[1]

ഇവിടെ സുപ്രീംകോടതി വിധി പ്രകാരം നടന്ന സംഭവങ്ങളെ ദേവപ്രശ്ന വിധേയമാക്കണമെന്നാണ് ഉത്രാടം തിരുനാളിന്റെ ആവശ്യം. അതിനർത്ഥം ജ്യോതിഷിയുടെ കാഴ്ചപ്പാടനുസരിച്ച് സുപ്രീംകോടതി വിധി പരിഷ്കരിക്കുകയോ മാറ്റംവരുത്തുകയോ അസാധുവാക്കുകയോ ചെയ്യുക എന്നല്ലാതെ മറ്റെന്താണ്? ഇന്ത്യാ മഹാരാജ്യത്തിന്റെ ഭരണഘടന വ്യവസ്ഥ ചെയ്യുന്നതനുസരിച്ചാണെങ്കിൽ അപ്പീൽ ഫയൽ ചെയ്യുകയാണ് വേണ്ടത്. സുപ്രീംകോടതിയുടെ സിംഗിൾ ബെഞ്ചിന്റെ വിധി ഡിവിഷൻ

---

1 പേജ് – 287, *തൃപ്പടിദാനം* ഉത്രാടം തിരുനാൾ.

ബെഞ്ചിനോ അവിടെനിന്നും ഫുൾ ബെഞ്ചിനോ ഭരണഘടനാബെഞ്ചിനോ യുക്തമായ വിധത്തിൽ അപ്പീൽ കൊടുക്കാം. എന്നാൽ തിരുവിതാംകൂർ ഇളയരാജാവായിരുന്ന ഉത്രാടം തിരുനാളിന് ഒരു ജ്യോതിഷിയുടെ സേവനം മാത്രം മതിയാകും ഇക്കാര്യങ്ങൾക്ക് പരിഹാരം കാണാൻ. ഭരണഘടനയോ സുപ്രീംകോടതിയോ വ്യവസ്ഥിതികളോ ഉത്രാടം തിരുനാൾ മാനിക്കുന്നില്ല.

ജ്യോതിഷികൾ പൊതുവെ ഭരണഘടനാതീതമായ ശക്തിയുള്ള ഒരു അത്ഭുതപ്രതിഭാസമാണ്. എവിഡൻസ് ആക്ട് അവർക്ക് ബാധകമല്ല. അവർ പറയുന്നതിന് തെളിവുകൾ ആവശ്യമില്ല. അവരുടെകൂടെ മാത്രമേ ദേവന്മാർ മനസ്സ് തുറക്കുകയുള്ളൂ. പൂജാരിമാർക്കിടയിലോ ക്ഷേത്ര ഭരണാധികാരികൾക്കിടയിലോ ഭിന്നിപ്പും അഭിപ്രായവ്യത്യാസവും ഉണ്ടാകുമ്പോഴോ ക്ഷേത്രത്തിന് വരവു കുറയുമ്പോഴോ ആണ് ദേവപ്രശ്നം ആവശ്യമായി വരുന്നത്. ജ്യോതിഷി നല്ല ഒരു മനഃശാസ്ത്രജ്ഞൻ കൂടെയാണ്. തന്നെ ക്ഷണിക്കാൻ വരുന്നവരിൽനിന്നു തന്നെ അവരുടെ ഇംഗിതവും ഭയങ്ങളും മനസ്സിലാക്കാൻ വിദഗ്ദ്ധനാണദ്ദേഹം. ആറു ദിവസംവരെ നീണ്ടുനില്ക്കാവുന്ന ഒരു ആത്മീയ വിനോദം കൂടെയാണ് ദേവപ്രശ്നം. ക്ഷേത്രത്തിനെ സംബന്ധിക്കുന്നതോ പൂജാക്രമങ്ങളെ സംബന്ധിക്കുന്നതോ ആയ ചോദ്യങ്ങൾ ചോദിക്കാം. തന്റെ കവടികൾ പലകയിൽ വച്ച് കറക്കി എണ്ണി അല്പസമയം ചിന്താമഗ്നനായിരുന്ന ശേഷം അദ്ദേഹം ദൈവഹിതം മനസ്സിലാക്കി പറയും. പുതിയൊരു പൂജാരിയെക്കൊണ്ട് വരണമെങ്കിൽ ഇപ്പോഴത്തെ പൂജകൾ വിധിപ്രകാരം നടക്കുന്നില്ലെന്ന് പ്രശ്നത്തിൽ തെളിയും. ക്ഷേത്രപുനരുദ്ധാരണം, ഇരിപ്പിടമില്ലാത്ത ബ്രഹ്മരക്ഷസ്സിന് ഇരിപ്പിടം തുടങ്ങിയവ ജനങ്ങളുടെ മനസ്സിൽ നിഷ്പ്രയാസം കയറ്റിവിടും. നാട്ടിൻപുറങ്ങളിലാണെങ്കിൽ ക്ഷേത്രമിരിക്കുന്ന സ്ഥലം 433 വർഷങ്ങൾക്കുമുൻപ് ഒരു ജലാശയമുണ്ടായിരുന്ന വൻകാടായിരുന്നെന്നും അന്ന് ഇവിടെ കുടികൊണ്ടിരുന്ന നാഗദേവത തന്റെ നാഗമാണിക്യം ഇവിടെ ഉപേക്ഷിച്ച് നാഗലോകത്തേക്ക് മടങ്ങാൻ കാത്തിരിക്കുന്നതിനാൽ ഉടൻ നാഗപ്രതിഷ്ഠ നടത്തി നാഗമാണിക്യം വയ്ക്കാൻ സുരക്ഷിതസ്ഥലം ഏർപ്പെടുത്താൻ നാട്ടുകാർ പ്രയത്നിക്കണമെന്നും ജ്യോതിഷി പ്രവചിക്കും. ചിലർ ഒരു പടി കൂടിക്കടന്ന് ഈ ക്ഷേത്രത്തിൽ ഒരു സാരി വാങ്ങിക്കൊടുത്ത് ഒരാഴ്ച പൂജിച്ച് ധരിച്ചാൽ വിവാഹം നടക്കാൻ താമസം നേരിടുന്ന പെൺകുട്ടികൾക്ക് തടസ്സം മാറി ഉടൻ വിവാഹം നടക്കുമെന്ന് ഒറ്റമൂലി കണ്ടുപിടിച്ചു നല്കും. മറ്റു ചിലർ ശാപവാക്കുകൾ പറഞ്ഞെന്നിരിക്കും. ക്ഷേത്ര സംരക്ഷണത്തിനും അല്ലെങ്കിൽ നിർമ്മാണത്തിന് സഹായിച്ചില്ലെങ്കിൽ നാട്ടുകാർക്ക് വികലാംഗരോ ബുദ്ധിമാന്ദ്യമുള്ള കുട്ടികളോ ജനിക്കാൻ സാദ്ധ്യതയുണ്ടെന്നുവരെ ആവേശം മൂത്ത് പറഞ്ഞുകളയും. അത്തരം ജ്യോതിഷികൾ ലാപ്ടോപ്പും കുട്ടനാട്ടിലെ ചുണ്ടൻവള്ളം തുഴച്ചിൽക്കാരെപ്പോലെ പേശീബലമുള്ള കുറച്ചനുയായികളുമായിട്ടാണ് ദേവപ്രശ്നത്തിനെത്തുന്നതുതന്നെ.

ദേവപ്രശ്നത്തിൽ അനിർവ്വാര്യമായ രണ്ടു പ്രവചനവിഷയങ്ങളാണ് ക്ഷേത്രജോലിക്കാരും ഭക്തന്മാരും ചെയ്യുന്ന കുറ്റങ്ങളും തെറ്റുകളും അതിന് ചെയ്യേണ്ടി വരുന്ന പ്രതിവിധികളും പ്രവചിക്കുക എന്നത്. പിഴ അടയ്ക്കൽ വളരെ ഔപചാരികവും പ്രധാനവുമായ ഒരു ചടങ്ങാണ്. ഈ പിഴയിൽ ഒരു ഭാഗം ശാന്തിക്കാർക്കാണ്.[2] ജ്യോതിഷികളെക്കുറിച്ച് ശ്രീചട്ടമ്പിസ്വാമികളുടെ അഭിപ്രായം ഉൾക്കൊള്ളുന്ന ശ്ലോകമാണ് താഴെപ്പറയുന്നത്.

ഭോഷ്കാകുന്ന മഹീപതിക്കു രസവാദീ നന്ദനൻ മൂത്തവൻ
ഭാഗ്യാംഭോ നിധി മന്ത്രവാദിയനുജൻ മൂന്നാം മകൻ ജ്യോതിഷി
ധാർഷ്ട്യംകൊണ്ടഖിലം മയക്കിന വെളിച്ചപ്പാട് നാലാം മകൻ.
അഞ്ചാം നന്ദനനഞ്ജനാദി കുശലൻ ഏതേജഗത്വഞ്ചക.[3]

രസവാദി, മന്ത്രവാദി, ജ്യോതിഷി, വെളിച്ചപ്പാട്, മഷിനോട്ടക്കാരൻ ഇവർ അഞ്ചുപേരും സഹോദരന്മാരാണെന്നും, ലോകവഞ്ചകരാണെന്നുമാണ് ചട്ടമ്പിസ്വാമിയുടെ മുന്നറിയിപ്പ്. ചെമ്പിനെ വെള്ളിയും, വെള്ളിയെ നിഷ്പ്രയാസം സ്വർണ്ണവുമാക്കി കൊടുക്കുന്നവനാണ് രസായന വിദ്യക്കാരനായ മൂത്ത സഹോദരൻ. ഇദ്ദേഹത്തിന് ഇപ്പോൾ തൊഴിൽ മാന്ദ്യം അനുഭവപ്പെടുന്ന കാലമാണ്. രണ്ടാമത്തെവൻ എല്ലാപേർക്കും പരിചയമുള്ള ആളാണ്. ശത്രുസംഹാരം മുതൽ തിരഞ്ഞെടുപ്പ് വിജയം നേടിക്കൊടുക്കുകവരെ അദ്ദേഹത്തിന്റെ പ്രവർത്തനമേഖലയിൽ വരും. നൂൽ ജപിച്ച് കൈയിൽ കെട്ടിക്കൊടുക്കുകയാണ് പ്രധാന ജോലി. അദ്ദേഹത്തിന്റെ പ്രവർത്തന ഫലമായി പത്താം ക്ലാസ് പരീക്ഷയുടെ വിജയം 95 ശതമാനംവരെ ഉയർന്ന് കഴിഞ്ഞു. ജീവിതത്തിലൊരിക്കലെങ്കിലും ഈ വിദ്വാനെ സമീപിക്കാത്തവർ വളരെ ചുരുക്കമായിരിക്കും. ഒരുമിച്ച് ജീവിക്കുന്ന ദമ്പതിമാരെ പിരിക്കാനും പിരിഞ്ഞിരിക്കുന്നവരെ ഒരുമിപ്പിക്കാനും അദ്ദേഹത്തിന് കൈ ഞൊടിക്കുന്ന സമയമേ വേണ്ടൂ. താരതമ്യേന സമാധാനപൂർണ്ണമായ തൊഴിൽമേഖലയാണിത്. എല്ലാ ജാതിമതസ്ഥരും ഈ തൊഴിലിൽ ഏർപ്പെട്ടിട്ടുണ്ട്. സംവരണത്തിനുവേണ്ടിയുള്ള മുറവിളിയോ സമരജാഥകളോ ഈ തൊഴിൽമേഖലയിലില്ല. പ്രസിദ്ധരായ പലരും ഈ മേഖലയിൽ പ്രവർത്തിച്ചിട്ടുണ്ടെങ്കിലും ഒരു കടമറ്റത്തുകാരനാണ് സകലരേയും കവച്ചുവച്ച പ്രകടനം കാഴ്ചവച്ചിട്ടുള്ളത്.

മൂന്നാമൻ ജ്യോതിഷിയാണ്. മനുഷ്യന്റെ ഏതു പ്രവൃത്തിയും എപ്പോൾ തുടങ്ങണമെന്ന് നിശ്ചയിക്കുന്നത് ഇദ്ദേഹമാണ്. പരസ്പരം സമ്മതമാണെങ്കിലും മാതാപിതാക്കൾ അനുവദിച്ചാലും ഇദ്ദേഹത്തിന്റെ അനുവാദമില്ലെങ്കിൽ ഒരു വിവാഹവും നടത്താറില്ല. ഗൃഹപ്രവേശം, ചോറൂണ്, യാത്ര എല്ലാം ഇദ്ദേഹം പറഞ്ഞാലേ തുടങ്ങൂ. 95 ശതമാനം ആളുകളും ഇദ്ദേഹത്തിന്റെ ആത്മമിത്രങ്ങളാണ്. എന്നാൽ എല്ലാവരും

2 പ്രൊഫ. ഇളംകുളം കുഞ്ഞൻപിള്ളയുടെ *ജന്മി സമ്പ്രദായം കേരളത്തിൽ* പേജ് 55, 56.

3 പരവൂർ കെ ഗോപാലപിള്ളയുടെ *പരമഭട്ടാര ശ്രീചട്ടമ്പിസ്വാമി തിരുവടികൾ ജീവചരിത്രം.*

അത് നിഷേധിക്കും. ആദ്യത്തെ രണ്ടു വിഭാഗക്കാരും സ്വന്തമായി സ്ഥാവര ഓഫീസും മറ്റും ഇല്ലാതെ സഞ്ചരിക്കുന്ന ഓഫീസുകാരാണ്. എന്നാൽ ഈ മൂന്നാം സഹോദരന് കമ്പ്യൂട്ടർവല്ക്കരിച്ച സ്ഥിരമായ ഓഫീസുണ്ട്. ഓഫീസുകൾക്ക് 'ഷഡാനനവിലാസം', 'ശരവണോത്ഭവവിലാസം', 'ദേവ സേനാധിപാലയം' എന്നീ പേരുകളാണ് പൊതുവെ കാണുന്നത്. ഇൻസാറ്റ്–2, ഗൂഗിൾ തുടങ്ങിയ അത്യാധുനിക പേരുകൾ വിരളമായെങ്കിലും കാണാനുണ്ട്. ഏതു കാര്യവും മുൻകൂട്ടി പറയും. ഇങ്ങനെ ഇന്ദിരാഗാന്ധിയുടെ മരണം, സുനാമി, ചില ഭൂകമ്പങ്ങൾ തുടങ്ങിയ വളരെ പ്രധാനപ്പെട്ട കാര്യങ്ങൾ പ്രവചിച്ചിട്ടുള്ളവർ ഉണ്ടെന്ന് അവകാശപ്പെടുന്നു. സംഭവം കഴിഞ്ഞശേഷമേ പ്രവചനത്തെക്കുറിച്ച് അറിയിക്കാറുള്ളൂ. ഇവരുടെ ഗുരു സാക്ഷാൽ സുബ്രഹ്മണ്യനാണ്. അദ്ദേഹത്തിന്റെ പടം വച്ച് വിളക്കുകൊളുത്തി സാമ്പ്രാണിത്തിരിയും കത്തിച്ച് പ്രാർത്ഥിച്ചിട്ടേ ഇവർ ഒരുദിവസത്തെ പ്രവൃത്തി ആരംഭിക്കുകയുള്ളൂ. രണ്ടും മൂന്നും സഹോദരന്മാരുടെ ഇടയ്ക്ക് ഒരു രഹസ്യ അജണ്ട നിലവിലുണ്ട്. തന്നെ വന്നു കാണുന്ന കക്ഷികളെ മറ്റേ സഹോദരനെക്കൂടെ കാണണമെന്ന് ഉപദേശിക്കും. നവഗ്രഹങ്ങളെ പന്ത്രണ്ട് ലഗ്നങ്ങളിലായി നിറുത്തിയാണ് ഇദ്ദേഹത്തിന്റെ നിഗമനങ്ങൾ രൂപപ്പെടുത്തുന്നത്. നമ്മുടെ അഭ്യർത്ഥനകൾ ഈശ്വരനെ അറിയിക്കാൻ പൂജാരിക്കു കഴിയും. എന്നാൽ അതിന്മേൽ ദൈവത്തിന്റെ തീർപ്പ് അറിയാൻ പൂജാരിക്ക് സാധിക്കുകയില്ല. അപ്പോഴാണ് ജ്യോതിഷിയുടെ മഹത്തായ സേവനം നമ്മെ രക്ഷിക്കുന്നത്. ജ്യോതിഷിയുടെ കവിടികൾ ഏതു ദൈവനിശ്ചയവും കണ്ടുപിടിച്ചു തരും.

നാലാമത്തെ സഹോദരൻ വെളിച്ചപ്പാടാണ്. അമ്പലങ്ങളുമായി ബന്ധപ്പെട്ടാണ് ജീവിതം കരുപിടിപ്പിക്കുന്നത്. മറ്റു സഹോദരന്മാരെപ്പോലെ അധികം ഇരകളെ കിട്ടാറില്ല. ഇരകളെ ഭയപ്പെടുത്തി പാരിതോഷികങ്ങൾ വാങ്ങാനുള്ള കരുക്കളൊന്നും ഇഷ്ടന്റെ കൈയിൽ ഇല്ല. തെക്കൻ തിരുവിതാംകൂറിൽ പൊതുവേ ഇവരെ കാണാറില്ല. ശുനകന്മാർ ഇവരെ തങ്ങളുടെ ഒരു പൊതുശത്രുവായി കണക്കാക്കി അകറ്റിനിറുത്തുന്നു. അവിടെ വേറൊരു തരം പ്രതിഭാധനന്മാർ ഇവരുടെ അഭാവവും നികത്തിയിട്ടുണ്ട്. പലസ്ഥലങ്ങളിലും അവർ "അനുഗ്രഹം" എന്ന അപര നാമത്തിൽ അറിയപ്പെടുന്നു. നാട്ടിൻപുറങ്ങളിലെ അമ്പലങ്ങൾക്ക് സമീപമുള്ള ആൽച്ചുവട്ടിൽ ഇവരെ കാണാം. ആറ്റുകാൽക്ഷേത്രത്തിൽ തുടർച്ചയായി 101 വെള്ളിയാഴ്ച കുളിച്ചു തൊഴുതു എന്നതാണ് തൃകാലജ്ഞാനം ലഭിക്കാനുള്ള പ്രസിദ്ധകാരണം എന്നവകാശപ്പെടും. 60 വയസ്സു കഴിഞ്ഞ സ്ത്രീകളാണ് ഈ സേവനത്തിൽ ആമഗ്നരായിട്ടുള്ളവരിൽ കൂടുതലും. വസ്തുക്കൾ നഷ്ടപ്പെട്ടത് തിരിച്ചുകിട്ടാനും നഷ്ടപ്പെടാത്തത് വർദ്ധിപ്പിക്കാനും അതിമോഹം ബാധിച്ചവരും മറ്റുമാണ് ഇവരുടെ ഇരകൾ. ആവശ്യക്കാരെത്തിക്കഴിഞ്ഞാൽ അനുഗ്രഹത്തിന്റെ ഭാവം മാറിത്തുടങ്ങും വെളിച്ചപ്പാടിന്റെ ശാരീരികചലനങ്ങളുടെ അമ്പതു ശതമാനം ഇവർക്കും കാണും. അപസ്മാര ബാധിതരെന്ന് തോന്നിപ്പോകാം. ഈ ദശയി

ലെത്തിയാൽ മലയാളഭാഷ മറന്നു പോകും. തമിഴ് കലർന്ന മലയായ്മ യാണ് പിന്നത്തെ ഭാഷ. കാര്യങ്ങൾ അറിയേണ്ടവരെ "കുഞ്ഞ്" അല്ലെങ്കിൽ "കുളന്ത" എന്നേ സംബോധന ചെയ്യൂ. എഴുപത്തഞ്ചും എൺപതും വയസ്സുള്ള "കുളന്ത"കളെ നമുക്കിവിടെ കാണാൻ സാധിക്കും. ഫലം അറിയാൻ ഒരു ''കുളന്ത'' ആവശ്യപ്പെട്ടു കഴിഞ്ഞാൽ ''ഹരൻ കൈലാസോം ചുറ്റിവാരോം, കുളന്ത സ്ഥലം ചുറ്റി വാരോം" എന്ന് ഉറക്കെ ആലപിച്ച് കൺപോളകൾ മുകളിലേക്ക് കയറ്റി അല്പം കാത്തിരുന്ന ശേഷം തമിഴ്-മലയാളത്തിൽ കാര്യങ്ങൾ പറഞ്ഞുകൊടുക്കും. കാര്യങ്ങൾ പറയുമ്പോൾ ഫീഡ്ബാക്ക് ആവശ്യമാണ്. ശരിയാണോ, നന്നാകുന്നുണ്ടോ എന്നും മറ്റും അറിയണം. ചില പുരുഷ അനുഗ്രഹങ്ങൾ ഫലം പറഞ്ഞുകൊണ്ടിരിക്കുന്നതിനിടയ്ക്ക് "അഛാ" "വെരിഗുഡ്" എന്നീ അഭിപ്രായങ്ങൾ കൂടെ പറഞ്ഞുപോയതാണ് പുരുഷ അനുഗ്രഹങ്ങൾക്ക് വിനയായത്.

ഉദ്ദേശ്യസാദ്ധ്യത്തിന് യന്ത്രങ്ങൾ, നവരത്നമോതിരം, അത്ഭുതശക്തിയുള്ള രുദ്രാക്ഷം തുടങ്ങിയവ ജപിച്ചു കൊടുക്കുന്നവരും എല്ലാം ഇക്കൂട്ടത്തിൽപ്പെടും. ഇങ്ങനെ ജപിച്ചു കൊടുക്കുന്നവരുടെ ഉദ്ദേശ്യം ധനസമ്പാദനമാണെന്നും അതു സാധിക്കാൻ ഈ യന്ത്രമോ അത്ഭുതശക്തിയുള്ള രുദ്രാക്ഷമോ ജപിച്ചു കൊടുക്കുന്നവർക്കു തന്നെ ധരിച്ചാൽ പോരെ എന്ന ചോദ്യം ഭാഗ്യാന്വേഷികളുടെ യുക്തിചിന്തയുടെ മണ്ഡലത്തിൽ പ്രവേശിക്കുന്നില്ല.

പ്രസിദ്ധ ഹാസ്യസാഹിത്യകാരനായ സഞ്ജയൻ 'രുദ്രാക്ഷമാഹാത്മ്യം' എന്നൊരു ലേഖനം തന്റെ മാസികയിൽ 1936 ൽ പ്രസിദ്ധീകരിച്ചിരുന്നു. ഏതാനും വർഷങ്ങൾക്കു മുൻപ് 10-ാം ക്ലാസിലെ മലയാളം പാഠപുസ്തകത്തിലെ ഒരു പാഠമായി ആ ലേഖനം ചേർക്കപ്പെട്ടിരുന്നു.

ബുദ്ധിശൂന്യതയുടെ പേരിൽ സ്കൂളിൽനിന്നും പുറത്താക്കപ്പെട്ട പൂഴിപ്പറമ്പിൽ പറങ്ങോടനും, സഞ്ജയനും പതിവായി മാനാഞ്ചിറയുടെ വക്കിൽ ഒത്തുകൂടിയിരുന്നു. കാപ്പി കുടിച്ച വകയിൽ കടമുള്ളതിനാൽ അതു തീർക്കാൻ വായനശാലയുടെ പേരിൽ പിരിച്ച ധനമുപയോഗിച്ച് അവർ പത്രങ്ങളിൽ ത്രൈയംബകരുദ്രാക്ഷത്തിന്റെ അത്ഭുതസിദ്ധികൾ പരസ്യം ചെയ്ത് രുദ്രാക്ഷം ആവശ്യക്കാർക്കയച്ചുകൊടുത്ത് വരവുണ്ടാക്കുന്ന കപടവിദ്യ തൊഴിലായി സ്വീകരിച്ചു. ഹിമാലയത്തിലെ ഒരു സിദ്ധയോഗിയാണ് ഈ രുദ്രാക്ഷങ്ങളെ മന്ത്രപൂരിതമാക്കിയതെന്നും മറ്റും പരസ്യം ചെയ്തു. ത്രൈയംബകരുദ്രാക്ഷത്തിന് ഒരു രൂപയേ വിലയുള്ളൂ എന്നും ചികിത്സയ്ക്കും മറ്റുപായങ്ങൾക്കും വേണ്ടി ചെലവാക്കുന്ന കൂട്ടത്തിൽ ഒരു രൂപയ്ക്ക് ഒരവസാനപരീക്ഷ കൂടെ നടത്താൻ പരസ്യത്തിൽ കൂടെ വാദിച്ചു. മുറ്റത്തുകിടക്കുന്ന ഉരുളൻ കല്ലുകളെക്കാൾ യാതൊരു മഹത്ത്വവും ആ രുദ്രാക്ഷങ്ങൾക്കില്ലാതിരിക്കുമ്പോൾ ആവശ്യക്കാരുടെ മനസ്സിൽ എങ്ങനെ അത് ഇടംനേടുമെന്ന, സഞ്ജയന്റെ സംശയം പറങ്ങോടൻ പുച്ഛിച്ചുതള്ളി. ഈ ലോകത്ത് രോഗം വരുന്നവരെല്ലാം മരി

ക്കുന്നില്ല, പരീക്ഷ എഴുതുന്നവരെല്ലാം തോല്ക്കുന്നില്ല, പ്രണയങ്ങൾ മിക്കവയും വിവാഹത്തിലേ കലാശിക്കൂ, കോടതികളിലുള്ള കേസുകൾ എല്ലാം ചെലവു സഹിതം തള്ളാറില്ല. മരിക്കാതെ രക്ഷപ്പെടുന്ന രോഗികളും, വിജയം ലഭിക്കുന്നവരും രുദ്രാക്ഷത്തിന്റെ ശക്തിയാണെന്ന് ധരിച്ചുകൊള്ളും എന്നാണ് പറങ്ങോടന്റെ യുക്തി. അങ്ങനെയുള്ളവർ രുദ്രാക്ഷത്തിന്റെ ശക്തി പ്രകീർത്തിച്ച് സർട്ടിഫിക്കറ്റുകളും അയക്കുമെന്ന് പറങ്ങോടൻ വിശ്വസിച്ചു. അല്ലാത്തവർ അപമാനം കാരണം മൗനം പാലിച്ചുകൊള്ളുമെന്നും. ഒരു വർഷത്തിനകം അവർക്ക് അത്തരം 2000 എഴുത്തുകൾ കിട്ടി. അവർ ഏജന്റുമാരെ നിയമിച്ചു. സ്വന്തം മാളികകളും മുന്തിയ ഇനം കാറുകളുമായി. ഇത്രയുമൊക്കെയായപ്പോൾ അദ്ദേഹം അറിയാതെ വല്ല മഹത്ത്വവും രുദ്രാക്ഷത്തിൽ ഒളിച്ചിരിപ്പുണ്ടെന്ന് സഞ്ജയൻ വിശ്വസിച്ചു പോയി.

അഞ്ചാമത്തെ സഹോദരൻ മഷിനോട്ടക്കാരനാണ്. മഷിനോട്ടക്കാരനാകാൻ പ്രത്യേക യോഗ്യതകളൊന്നും വേണ്ട, സ്ത്രീ പുരുഷ ഭേദവുമില്ല. കുറച്ചു വിദ്യയും കുറച്ച് അഭ്യാസങ്ങളും പ്രത്യേകം പ്രത്യേകം വേണം. വെളിച്ചപ്പാടിനെപ്പോലെ ശരീരം വിറപ്പിച്ച് കാടിളക്കിയുള്ള പ്രകടനം ഇതിനാവശ്യമില്ല. ഒരു നിലവിളക്ക്, ഒരില, രണ്ടുമൂന്നു പഴം, കുറച്ചു പൂവ്, സാമ്പ്രാണിത്തിരി, വെറ്റില, പാക്ക് ആവശ്യക്കാരനിത്രയും കരുതണം. അഞ്ജന മഷി, നോട്ടക്കാരൻ സൂക്ഷിക്കുന്ന ഒരു സാധനമാണ്. വിളക്കു കത്തിച്ച് പൂജിച്ചശേഷം മഷിനോട്ടക്കാരൻ സാഷ്ടാംഗപ്രണാമം നടത്തി, കാൽ പിണച്ച് പത്മാസനത്തിലെന്നപോലെ ഇരിക്കുന്നു. പ്രത്യേകം വച്ചിട്ടുള്ള ഒരു വെറ്റില എടുത്ത് അതിന്റെ ഉൾഭാഗത്ത് അദ്ദേഹം സൂക്ഷിച്ചിട്ടുള്ള മഷികൊണ്ട് നല്ലകട്ടിക്ക് പൊട്ടുപോലെ ഒരു വൃത്തം നിർമ്മിക്കുന്നു. പന്ത്രണ്ട് വയസ്സിനടുത്തുള്ള കുട്ടികൾ കാര്യങ്ങൾ അറിയേണ്ടവരുടെ കൂട്ടത്തിലുണ്ടെങ്കിൽ അവരോട് മഷിയിൽ സൂക്ഷിച്ചുനോക്കി കാര്യങ്ങൾ പറയാൻ മഷിനോട്ടക്കാരൻ നിർദ്ദേശിക്കും.

ഒരാളിനെ വീട്ടിൽനിന്ന് കാണാതാവുകയും അയാൾ എവിടെയെന്നറിയേണ്ട അന്വേഷണവുമാണെന്നിരിക്കട്ടെ, കുട്ടിയോട് കിണർ, കുളം, നദി, ബന്ധുഗൃഹം, ബസ്, റോഡ്, മരം, ആശുപത്രി, വള്ളം, കപ്പൽ ഏതെങ്കിലും കാണുന്നുണ്ടോ എന്നു ചോദിക്കും. സാധാരണ കുട്ടികളുടെ മനസ്സിൽ തങ്ങിനില്ക്കുന്ന ഒരു രൂപം പറയും. കുളമാണെങ്കിൽ കുളത്തിൽ വീണ് മരിച്ചെന്ന് പ്രവചിക്കും. ഒന്നും കണ്ടില്ലെങ്കിൽ അകലെ ഒരു ക്ഷേത്രം കാണുന്നുണ്ടോ എന്നായിരിക്കും ചോദ്യം. ക്ഷേത്രം ഒരു കുന്നിൻ മുകളിലോ താഴത്തോ എന്നാവും അടുത്ത ചോദ്യം. കുന്നിൻമുകളിലാണെങ്കിൽ കുന്നിൻ ചരിവിൽ മരം കാണുന്നുണ്ടോ എന്നും മരത്തിൽ എന്തെങ്കിലും കാണുന്നുണ്ടോ എന്നും ചോദിക്കും. തന്നെ വേണ്ട വിധത്തിൽ പരിഗണിക്കാത്തതിൽ പരാതിയുണ്ടായിരുന്ന മകൻ വല്ല കടുംകൈ ചെയ്തു കളഞ്ഞോ എന്ന ആത്മഗതം അമ്മ ഉറക്കെ പറഞ്ഞതു കേട്ടു പേടിച്ച കുട്ടി അതുതന്നെ കാണും. മരത്തിൽ ഒരാൾ തൂങ്ങിനില്ക്കുന്നത്

കണ്ടതായി പറയും. അതോടുകൂടി വീട്ടുകാർ മരണാനന്തരകർമ്മങ്ങൾ നടത്തും. രണ്ടു മൂന്നു വർഷം കഴിയുമ്പോൾ കാണാതെ പോയവൻ മറുനാട്ടിൽ പോയി തയ്യൽ പഠിച്ച് ഒരു തയ്യൽക്കാരനായി തിരിച്ചെത്തും.

ഇവരുടെ പ്രവർത്തനമണ്ഡലം തേങ്ങ തുടങ്ങിയ കാർഷികവിഭവ മോഷ്ടാക്കളെയും ചുറ്റിപ്പറ്റിയായിരുന്നു. തേങ്ങ വിലക്കുറവ് ഇവരുടെ തൊഴിൽ പ്രതിസന്ധിയിലാക്കി. പൊലീസ് വകുപ്പിൽ കുറ്റവാളികളെ മണം പിടിച്ച് കണ്ടുപിടിക്കുന്ന കുറെ ഉദ്യോഗസ്ഥന്മാരുടെ നിയമനം ഉണ്ടായത് മഷിനോട്ടക്കാരന്റെ വംശനാശവും വരുത്തി.

സുപ്രീംകോടതിയുടെ ഉത്തരവിനെ അവഗണിച്ചുകൊണ്ടുതന്നെ ഭൂഗർഭ അറകൾ തുറക്കാതിരിക്കാനും ഉള്ളിലെ വസ്തുക്കൾ അളന്ന് തിട്ടപ്പെടുത്താതിരിക്കണമെന്ന തന്റെ ഇംഗിതത്തിന് ശക്തിപകരാനും ന്യായീകരിക്കാനും ക്ഷേത്രം ട്രസ്റ്റി ഒരു ജ്യോതിഷിയെ കണ്ടുപിടിച്ചു. പത്മനാഭസ്വാമിക്ഷേത്രത്തിലെ ഉന്നതപദവിക്കാരായ ശാന്തിക്കാരുടെ സ്വദേശമായ (അക്കര ദേശക്കാരുടെ) കാസർഗോഡ് മധൂർ സ്വദേശിയാണദ്ദേഹം. മധൂർ അക്കരദേശമെന്ന് വിവക്ഷിക്കപ്പെടുന്ന സ്ഥലമാണ്. ശാന്തിക്കാരിൽ പലരും അദ്ദേഹത്തിന്റെ അടുത്ത പരിചയക്കാരും ചിലപ്പോൾ സ്വന്തക്കാരാകാനുമുള്ള സാദ്ധ്യതയും ശക്തമാണ്.

പ്രശ്നപ്രവചനം പത്രങ്ങൾ അതാതുദിവസം തന്നെ റിപ്പോർട്ടു ചെയ്തിരുന്നു. എങ്കിലും 'ആക്ഷേപങ്ങളും അഭിപ്രായങ്ങളും' എന്ന പംക്തിയിൽ പ്രശ്നവിധി മാർഗ്ഗരേഖയാക്കണമെന്ന തലക്കെട്ടിൽ *മാതൃഭൂമി*യിൽ എഴുതിയിരുന്ന അഭിപ്രായത്തെ അടിസ്ഥാനപ്പെടുത്തി കാര്യങ്ങൾ ചർച്ച ചെയ്യുന്നത് അനുചിതമാവുകയില്ല.

"തിരുവിതാംകൂർ രാജകുടുംബാംഗങ്ങളുടെ ഭഗവദ്ഭക്തിയും വിനയവും പ്രസിദ്ധമാണ്. എന്നാൽ ക്ഷേത്രജീവനക്കാരുടെ പെരുമാറ്റം ഇതിനു നേരെ വിരുദ്ധമാണ്. വൈകുണ്ഠദ്വാരത്തിൽ വച്ച് സനകാദി മഹാമുനിമാരെ തടഞ്ഞ ജയവിജയന്മാരുടെ ധാർഷ്ട്യമാണ് ഭൂലോക വൈകുണ്ഠമായ ശ്രീപത്മനാഭസ്വാമി ക്ഷേത്രത്തിലെ ജീവനക്കാർക്ക് എന്ന് ദൈവജ്ഞന്മാർ പറഞ്ഞത് വെറുതെയല്ല. വേദജപവും തിരുനാമസങ്കീർത്തനവും സദാ മുഴങ്ങേണ്ട മതിലകത്തു പലപ്പോഴും കേൾക്കുന്നത് ഗാർഡുമാർ ഭക്തജനങ്ങളുടെ നേരെ നടത്തുന്ന ആക്രോശമാണ്." ഇതാണ് അഭിപ്രായം.

ക്ഷേത്രജോലിക്കാർ കുറ്റം ചെയ്താൽ ജ്യോതിഷപ്രകാരം അവർ പിഴ ഒടുക്കണം (പ്രായശ്ചിത്തം)അവർ ഒടുക്കുന്ന പിഴയിൽ ഒരംശം ശാന്തിക്കാർക്കാണ്[4] ക്ഷേത്രജീവനക്കാരുടെ പെരുമാറ്റദൂഷ്യവും പിഴയൊടുക്കലും പരസ്പരം പൂരകവും ജ്യോതിഷി നിർബ്ബന്ധമായും പ്രവചിച്ചിരിക്കേണ്ട വിഷയവുമാണ്. ദേവപ്രശ്ന കാരണം മറ്റൊന്നാണെന്നത് അസംഗതമാണ്.

---

4 *ജന്മിസമ്പ്രദായം കേരളത്തിൽ* പേജ് 55, 56.

ജയവിജയന്മാർ ധാർഷ്ട്യമാണ് കാണിച്ചതെന്നു പറയുമ്പോൾ അതിനോട് യോജിക്കാനും പ്രയാസമാണ്. വൈകുണ്ഠത്തിലെ കാവല്ക്കാരാണ് ജയവിജയന്മാർ. മഹാവിഷ്ണുവിന്റെ സന്നിധിയിലേക്കു പോകുന്നവരെ പരിശോധിച്ച് അനുവാദം വാങ്ങിയിട്ടുള്ളവരെ മാത്രം വിടുകയാണവരുടെ ജോലി. മുനിമാർക്കും ഈ കീഴ്വഴക്കങ്ങളിൽനിന്നും ഒഴിവ് നല്കിയിരുന്നില്ല. ജയവിജയന്മാർ അവരിൽ നിക്ഷിപ്തമായ ചുമതല കൃത്യമായും നിഷ്പക്ഷമായും ചെയ്യുന്നത് എങ്ങനെ ധാർഷ്ട്യമാകും. കൂടാതെ അതിന് ജയവിജയന്മാർ മൂന്നു ജന്മം അസുരന്മാരായി ഭൂമിയിൽ ജനിക്കട്ടെ എന്ന ശാപവും മുനിമാർ നല്കി. ഇവിടെ കുറ്റം ചെയ്തമുനിമാർ(പ്രതി)തന്നെ വിധികർത്താക്കളുമായി. ലൗകികജീവിതത്തിൽ ചിന്താക്കുഴപ്പം ഉണ്ടാക്കാനേ ഇത്തരം ദൃഷ്ടാന്തങ്ങൾ ഉപകരിക്കുകയുള്ളൂ. ഇന്ത്യൻ പ്രസിഡന്റിനെ സന്ദർശിക്കാൻ നാലു സൈനിക മേധാവികൾ ഒരു മുന്നറിയിപ്പുമില്ലാതെ എത്തിയാൽ പ്രസിഡന്റിന്റെ സുരക്ഷാഭടന്മാർ അവരെ തടയാതെ പോകാൻ അനുവദിക്കണോ? തടഞ്ഞാൽ അവരെ എന്തുചെയ്യണം? കടുത്ത ശിക്ഷ നല്കണമെന്നാണോ നാം മനസ്സിലാക്കേണ്ടത്?

ഈ കഥ തുടർന്ന് ഗ്രഹിക്കുമ്പോൾ ഈ ശാപഫലമായി ജയവിജയന്മാരെക്കാൾ തിക്താനുഭവങ്ങൾ ഉണ്ടായത് മഹാവിഷ്ണുവിനും ദേവന്മാർക്കുമാണെന്നുള്ളത് അവഗണിക്കപ്പെട്ട സത്യമാണെന്നു കാണാം.

ശാപഫലമായി അവർ ആദ്യത്തെ ജന്മത്തിൽ ഹിരണ്യാക്ഷൻ, ഹിരണ്യകശിപു എന്നീ അസുരന്മാരായി ജനിച്ചു. വളർന്നുവന്നപ്പോൾ ഹിരണ്യാക്ഷൻ ഒരു ഗദയുമായി ചെന്ന് സ്വർഗ്ഗത്തെ ഉപരോധിച്ചു. ദേവന്മാർ ഭയന്നോടി. ഹിരണ്യാക്ഷൻ മഹാവിഷ്ണുവിനെ യുദ്ധത്തിനു വിളിച്ചു. മഹാവിഷ്ണുവിന് അവനെ വധിക്കേണ്ടി വന്നു. ഹിരണ്യകശിപു ജ്യേഷ്ഠനെ വധിച്ച പക അടങ്ങാതെ മഹാവിഷ്ണുവിന്റെ ഭക്തന്മാരെ വധിച്ചു. മനുഷ്യനോ മൃഗത്തിനോ തന്നെ കൊല്ലാൻ സാധിക്കരുതെന്ന് വരം വാങ്ങിയിരുന്നതിനാൽ മഹാവിഷ്ണുവിന് മനുഷ്യനും മൃഗവും ചേർന്ന ഒരു വികൃത ഭീകരജീവിയുടെ അവതാരമെടുത്ത് ഹിരണ്യകശിപുവിനെ വധിക്കേണ്ടി വന്നു.

രണ്ടാം ജന്മത്തിൽ അവർ രാവണനും കുംഭകർണ്ണനുമായി ജനിച്ചു. രാവണന്റെ ശക്തി ദേവന്മാരെപ്പോലും ഭയപ്പെടുത്തുന്നതായിരുന്നു. ഒരിക്കൽ മരുത്വൻ എന്ന രാജാവ് നടത്തിയ മഹേശ്വർ സത്രത്തിൽ ഹവിസ്സ് സ്വീകരിക്കുവാൻ എത്തിയ ദേവന്മാർ രാവണന്റെ ആഗമനം കണ്ടു ഭയന്ന് വിവിധജന്തുക്കളുടെ രൂപത്തിലാണ് അവിടെനിന്നും രക്ഷപ്പെട്ടത്. ഇന്ദ്രൻ മയിലായും, യമൻ കാക്കയായും, കുബേരൻ ഓന്തായും, വരുണൻ അരയന്നമായും വേഷമെടുത്ത് രക്ഷപ്രാപിച്ചു. ദേവന്മാരെ ഈ ഗതികേടിൽനിന്നും രക്ഷിക്കാൻ മഹാവിഷ്ണുവിന് ശ്രീരാമനായി അവതരിക്കേണ്ടി വന്നു. ഇത്തവണ മഹാവിഷ്ണുവും ദേവന്മാരോട് ഒരു വ്യവസ്ഥ വച്ചു. ദേവന്മാർക്ക് വാനരന്മാരായി അവതരിക്കേണ്ടി വന്നു. വിവേകത്തിനു പകരം വികൃതി സ്വായത്തമാക്കിയ രാവണൻ ശ്രീരാമനെയും വെറുതെ

വിട്ടില്ല. അദ്ദേഹത്തിന്റെ ഭാര്യയെ മോഷ്ടിച്ചുകൊണ്ടാണ് രാമനെ രാവണൻ പരിചയപ്പെടുന്നതു തന്നെ. വാനരന്മാരായ ദേവന്മാരെ കഷ്ടപ്പാടുകളുടെ ഒരു നിര തന്നെ കാത്തിരുന്നു. രാജാവായ ബാലിയുടെ അരുംകൊല, സീതാന്വേഷണത്തിനുള്ള അലച്ചിൽ, സേതുബന്ധനമെന്ന ശാരീരിക പീഡനം, യുദ്ധം, യുദ്ധത്തിൽ വെറും രണ്ടു വാനരന്മാർ ഒഴികെ സകലരുടെയും മരണം. മൃതസഞ്ജീവനിയുടെ സഹായത്താൽ ജീവൻ തിരിച്ചുകിട്ടിയെങ്കിലും ഉടൻ വീണ്ടും യുദ്ധം. യുദ്ധം അവസാനിക്കുകയും രാവണനും കുംഭകർണ്ണനും കൊല്ലപ്പെടുകയും ചെയ്തെങ്കിലും വാനരന്മാരുടെ ത്യാഗത്തിനു കിട്ടിയ പ്രതിഫലമെന്താണ്? പരസ്പരം കണ്ടുപോയാൽ മേധാവിത്തത്തിനുവേണ്ടിയുള്ള അതിമോഹംകൊണ്ടുള്ള ആക്രമണ സ്വഭാവവുമായി തുടർന്നും യുദ്ധം ചെയ്ത് അവർ ജീവിക്കുന്നു.

മൂന്നാം ജന്മത്തിൽ ജയവിജയന്മാർ ശിശുപാലൻ, ദന്തവക്ത്രൻ എന്നീ പേരുകളിൽ അറിയപ്പെട്ടു. ശിശുപാലൻ ചേദിരാജാവായ ദമഘോഷന്റെ മകനായി ജനിച്ചു. ശ്രീകൃഷ്ണന്റെ അച്ഛൻ വസുദേവരുടെ സഹോദരി ശ്രുതശ്രവസ്സിന്റെ പുത്രനായിരുന്നു ശിശുപാലൻ. കിട്ടുന്ന അവസരങ്ങളെല്ലാം അയാൾ കൃഷ്ണനെ ആക്ഷേപിക്കുവാൻ ഉപയോഗിച്ചു. അയാളുടെ മാതാവിന് കൊടുത്ത വാഗ്ദാന പ്രകാരം തൊണ്ണൂറ്റി ഒൻപതു പ്രാവശ്യം ആക്ഷേപിച്ചപ്പോഴും കൃഷ്ണൻ അതവഗണിച്ചു. നൂറാംതവണ ശിശുപാലനെ വധിച്ചു. ദന്തവക്ത്രനും ശ്രീകൃഷ്ണനുമായുള്ള യുദ്ധത്തിൽ മരിച്ചു.

കൃഷ്ണാവതാരത്തിൽ കൃഷ്ണന് പിതാവിന്റെ സഹോദരപുത്രനായ ശത്രുഘ്നനെ(ഏകലവ്യൻ)വധിക്കേണ്ടി വന്നു. ശത്രുഘ്നൻ ജനിച്ചപ്പോൾത്തന്നെ യാദവകുലത്തിൽ ദുശ്ശകുനങ്ങൾ കണ്ടു. അതിനാൽ കാട്ടിൽ ഉപേക്ഷിക്കപ്പെട്ടു. ഹിരണ്യധനുസ്സെന്ന കാനന രാജാവ് വളർത്തി. പെരുവിരൽ മുറിച്ചതിനാലാണ് ഏകലവ്യൻ എന്ന പേർ വന്നത്. ദ്വാരകയിൽനിന്നും യാദവസ്ത്രീകളെ അപഹരിച്ചുകൊണ്ടിരുന്നതിനാൽ ശ്രീകൃഷ്ണൻ അയാളെ അടിച്ചുകൊന്നു.

കൃഷ്ണാവതാരത്തിൽ പല യുദ്ധങ്ങളും കൃഷ്ണനുതന്നെ നടത്തേണ്ടി വന്നു. ഉപരിപ്ലവമായ ഒരു പഠനമാണു നടത്തുന്നതെങ്കിൽ കുരുക്ഷേത്രയുദ്ധം കൃഷ്ണന്റെ പ്രേരണയാൽ നടന്നതാണെന്ന് തോന്നാം.

കുരുക്ഷേത്ര യുദ്ധത്തിൽ 45 ലക്ഷം മനുഷ്യരും 3 ലക്ഷത്തിൽ കൂടുതൽ ആനകളും 6 ലക്ഷത്തിൽപ്പരം കുതിരകളും അടങ്ങുന്ന 18 അക്ഷൗഹിണി പടയാണ് മരിച്ചതായി കണക്കാക്കപ്പെടുന്നത്.

ഇതിനെല്ലാം മൂലകാരണം സനകാദികളുടെ മിഥ്യാഭിമാനവും അഹങ്കാരം സ്ഫുരിക്കുന്ന ശാപവും നിമിത്തം മഹാവിഷ്ണുവിന് അവതാരങ്ങൾ എടുക്കേണ്ടി വന്നതാണ്. ആതിഥേയനായ മഹാവിഷ്ണുവിന് അതിഥികളുടെ പ്രവൃത്തി മഹാവിനയായി ഭവിച്ചു. പക്ഷേ, ജ്യോതിഷി ജയവിജയന്മാരിലാണ് കുറ്റം കാണുന്നത്. അക്കാര്യത്തിൽ ജ്യോതിഷി പരോക്ഷമായെങ്കിലും പ്രശംസിക്കപ്പെടുന്നുമുണ്ട്.

അമിതമായ കോപം, സങ്കടം, സ്നേഹം, വാത്സല്യം, ദയ എന്നിവയുടെ ഫലമായി പറയുന്ന കാര്യങ്ങൾ പ്രവർത്തിപഥത്തിലെത്തിക്കുമ്പോൾ മനുഷ്യന്റെ സാധാരണ ജീവിതത്തിൽ അസാദ്ധ്യമോ അപ്രായോഗികമോ ആയ പ്രതിസന്ധികൾ സൃഷ്ടിക്കും. മനുഷ്യമനസ്സിന്റെ പ്രവർത്തനക്ഷമത നഷ്ടപ്പെട്ട് വിവേകശൂന്യമാകുന്ന നിമിഷങ്ങളാണ് ഈ സന്ദർഭങ്ങൾ. മനസ്സിന്റെ ചൈതന്യം നശിച്ച് ഒരുന്മാദാവസ്ഥയിലെത്തുന്ന ഇടവേളയാണിത്. ഇതിനുദാഹരണങ്ങൾ പുരാണങ്ങളിൽ ധാരാളമുണ്ട്. ദുർവ്വാസാവ് മഹർഷി ശകുന്തളയെ ശപിച്ചത് കോപാവേശനായിട്ടാണ്. തൽഫലമായി ദുഷ്യന്തന് താല്ക്കാലികമായി മറവി ബാധിച്ചു. ശകുന്തളയ്ക്ക് ചാരിത്ര്യഭംഗാരോപണം സഹിക്കേണ്ടിവന്നു. കുന്തീദേവിയുടെ പരിചരണത്തിൽ സന്തുഷ്ടനായ ദുർവ്വാസാവ് ക്ഷിപ്രപ്രസാദിയായി അവർക്ക് കൊടുത്ത വരം കുന്തിക്ക് ശാപത്തിനെക്കാൾ അനിഷ്ടങ്ങളാണ് വരുത്തിവച്ചത്. യുദ്ധം നടന്നുകൊണ്ടിരുന്നപ്പോൾ തന്റെ തേർചക്രങ്ങൾ ഊരിപ്പോകാതെ രക്ഷിച്ച കൈകേയിക്ക് ദശരഥൻ സന്തോഷപാരവശ്യത്താൽ കൊടുത്ത വരം അദ്ദേഹത്തിന്റെ മരണത്തിൽ കലാശിച്ചു. മരണസമയത്ത് സ്വപുത്രന്മാരെ ഒരുനോക്കു കാണുവാനുള്ള ഭാഗ്യം പോലുമില്ലാതായി.

ഇത്തരം അർത്ഥവാദപരമായ ദൃഷ്ടാന്തങ്ങൾ ഉദാഹരിക്കരുതെന്ന് തർക്കശാസ്ത്രജ്ഞരും ന്യായദർശന പണ്ഡിതന്മാരും നിർദ്ദേശിച്ചിട്ടുള്ളതാണ്. എന്നാൽ ദേവപ്രശ്ന ജ്യോതിഷിമാരെ സംബന്ധിച്ചാണെങ്കിൽ ഇതുപോലുള്ള ചില കഥകൾ സന്ദർഭാനുസരണം ചേർത്ത് പ്രവചനം കൊഴുപ്പിക്കാൻ അവരുടെ ഗുരുക്കന്മാരിൽനിന്നും കിട്ടുന്ന അർത്ഥവാദകഥകൾ പുനഃപ്രസ്ഥാപിക്കേണ്ടത് ആവശ്യമാണ്. പ്രശ്നമദ്ധ്യേ വേണ്ടിടത്ത് അവരത് ചേർത്ത് പ്രവചനം ആകർഷകമാക്കുന്നു. കേൾവിക്കാരിൽ ചിലർ, ഈ പറഞ്ഞത് ശ്രീപത്മനാഭന്റെ മനസ്സിലിരിപ്പാണെന്നും ജ്യോതിഷിയോട് നിർദ്ദേശിച്ചതാണെന്നും ഈ വിവരം സുപ്രീംകോടതിയെ അറിയിച്ചാൽ പ്രശ്നവിധി മാർഗ്ഗരേഖയാക്കി സ്വീകരിച്ച് പ്രളയം ഉണ്ടാകുന്നതുവരെ നിലവറ തുറക്കരുതെന്ന് ഉത്തരവ് കിട്ടുമെന്നും വിശ്വസിക്കുന്നു. ഒരു പ്രശ്നവിധി അടിസ്ഥാനമാക്കി സുപ്രീംകോടതി വിധി പുറപ്പെടുവിച്ചാൽ പ്രശ്നവിധികൾക്ക് പരമോന്നതകോടതി ഭരണഘടനാപരമായ നിയമസാധുത അനുവദിച്ചു കൊടുക്കുകയായിരിക്കും ഫലം. ദേവപ്രശ്നവിധികൾ അതോടുകൂടെ ഭരണഘടനാനുസൃതമായ തെളിവുകളായി സ്വീകരിക്കേണ്ടിവരും. നാട്ടുരാജ്യമായിരുന്ന തിരുവിതാംകൂറിനെ പഴയപോലെ സ്വതന്ത്രാധികാരമുള്ള ഒരു രാജ്യമായി പുനരുജ്ജീവിപ്പിക്കണമെന്നതാണ് ശ്രീപത്മനാഭസ്വാമിയുടെ അഭിലാഷമെന്ന് പ്രവചിക്കാൻ ഒരു അക്കരദേശക്കാരൻ ദൈവജ്ഞന്റെ കവിടികൾക്ക് നിഷ്പ്രയാസം കഴിയും. അല്പകാലത്തിനുമുമ്പ് ശബരിമല ശാസ്താക്ഷേത്രത്തിൽ നടത്തിയ ദേവപ്രശ്നത്തിൽ ജ്യോതിഷി പ്രയോഗിച്ച പൊടിക്കൈ വളരെ പ്രസിദ്ധമാണല്ലോ.

'ആക്ഷേപങ്ങളും അഭിപ്രായങ്ങളും' എന്ന ശീർഷകത്തിൽ കണ്ട മറ്റൊരു കത്ത് വളരെ കാലികപ്രസക്തിയുള്ളതാണ്. നിലവറകളിൽ ഉള്ള ശേഖരത്തിൽനിന്നും ഉത്ഭവിക്കുന്ന പോസിറ്റീവ് എനർജി തിരുവനന്തപുരത്തിന്റെ സർവ്വ ഐശ്വര്യങ്ങൾക്കും കാരണമാണെന്നാണ് അതിലെ ഉള്ളടക്കം.

ഈ പോസിറ്റീവ് എനർജി എങ്ങനെയാണ് പ്രത്യക്ഷമാകുന്നതെന്നോ പ്രവർത്തിക്കുന്നതെന്നോ ഒരു ധാരണയുമില്ല. മനുഷ്യമനസ്സിൽ സന്തോഷമുണ്ടാക്കുന്ന സംഭവങ്ങൾ നടക്കുന്നതായിരിക്കാം. പട്ടണത്തിൽ ദിവസവും ഉണ്ടാകുന്ന സംഭവങ്ങളെ വിശകലനം ചെയ്താൽ പോസിറ്റീവ് എനർജിയുടെ പ്രവർത്തനം വളരെ ക്രൂരമാണ്. ദിവസവും രാവിലെ പത്രമെടുത്താൽ ആക്സിഡന്റ് മരണം കുറഞ്ഞത് അഞ്ച്. ഗുണ്ടാ ആക്രമണം ഇടവിട്ടുള്ള ദിവസങ്ങളിൽ രണ്ടും മൂന്നും. സാധാരണ അടിപിടി, ക്വട്ടേഷൻ, സ്ത്രീപീഡനം, അമ്മത്തൊട്ടിലിലുള്ള വരവ് എന്നിവ, വാട്ടർ അതോറിറ്റിയുടെ പൈപ്പ് പൊട്ടൽ എല്ലാത്തിലും നല്ല ഉന്നതനിലവാരം പുലർത്തുന്നു. നഴ്സറി കുട്ടികളുമായി പാർവ്വതീപുത്തനാറിന്റെ അടിത്തട്ടിലേക്ക് പോസിറ്റീവ് എനർജി വലിച്ച് കൊണ്ടുപോകുന്ന സ്കൂൾ ബസുകളുടെ എണ്ണം പ്രതിമാസം രണ്ടോ മൂന്നോ വരും. പോസിറ്റീവ് എനർജി വാദികൾക്കെതിരായ കണക്കുകളാണിതെന്ന് പറയുന്നതിൽ അർത്ഥമില്ല. പോസിറ്റീവ് എനർജി ഭൂഗർഭഅറകളിൽനിന്നും പ്രസരിച്ചില്ലായിരുന്നെങ്കിൽ അപകട നിരക്കും അടിപിടിനിരക്കും മരണനിരക്കും വളരെ കൂടുമായിരുന്നു എന്ന് അവർക്കും വാദിക്കാം. ഈ പോസിറ്റീവ് എനർജി വൈദ്യുതോല്പാദനത്തിന് എങ്ങനെ ഉപയോഗിക്കാമെന്ന സാങ്കേതികത്വത്തിനെക്കുറിച്ച് ഇതിന്റെ ഉപജ്ഞാതാവ് മൗനംപാലിക്കുന്നത് ആശാവഹമല്ല.

16

ശ്രീപത്മനാഭനും അഡ്വ. സുന്ദർരാജനും

തൃപ്പടിദാനത്തിന്റെ മൂന്നാം അനുബന്ധത്തിൽ, സുപ്രീംകോടതി വിധിപ്രകാരം 27-06-2011 ന് പത്മനാഭസ്വാമിക്ഷേത്രത്തിലെ നിലവറകൾ തുറന്ന് പരിശോധിക്കുവാൻ തുടങ്ങിയതായും ദേശീയ മ്യൂസിയം ഡയറക്ടർ ശ്രീ. സി വി ആനന്ദബോസ് ഐ എ എസ് ആണ് അഞ്ചംഗ പരിശോധക സംഘത്തെ നയിക്കുന്നതെന്നും പ്രതിപാദിച്ചിട്ടുണ്ട്. അഡ്വ. ടി പി സുന്ദർരാജൻ നല്കിയ കേസിലാണ് ഈ ഉത്തരവ് ഉണ്ടായതെന്നും പറഞ്ഞു കാണുന്നു. അധികം താമസിയാതെ തന്നെ സുന്ദർരാജൻ മരിച്ചുപോയതായും പറയുന്നു.

പരിശോധന നടന്നുകൊണ്ടിരുന്നപ്പോൾ ഒരുദിവസം ഒരു ടെലിവിഷൻ ചാനലിൽ ശ്രീ. ആനന്ദബോസുമായുള്ള ഒരഭിമുഖം ടെലികാസ്റ്റ് ചെയ്തിരുന്നു. അഭിമുഖാന്ത്യത്തിൽ ചോദ്യകർത്താവ് അദ്ദേഹത്തോടു ചോദിച്ചത് ശ്രീപത്മനാഭന്റെ നിലവറകളിലെ സ്വർണ്ണശേഖരം അളന്ന് തിട്ടപ്പെടുത്തണമെന്ന് കേസ് കൊടുത്തതിൽ ശ്രീപത്മനാഭനുള്ള കോപം കൊണ്ടാണ് സുന്ദർരാജൻ മരിച്ചതെന്നു പലരും അഭിപ്രായപ്പെടുന്നുണ്ടെന്നും അതിനാൽ പരിശോധനയിൽ പങ്കെടുക്കാൻ അദ്ദേഹത്തിന് ഭയം ഇല്ലേ എന്നുമാണ്. മരണകാരണക്കാരൻ ശ്രീപത്മനാഭനാകുമെങ്കിൽ അതൊരു ഭാഗ്യമായി കരുതുമെന്ന് അദ്ദേഹം ഉത്തരവും കൊടുത്തു.

ശ്രീപത്മനാഭസ്വാമി ക്ഷേത്രത്തെ സംബന്ധിച്ചിടത്തോളം അന്ധവിശ്വാസം ഒരു സുസംഘടിത വ്യവസായമായിക്കഴിഞ്ഞിരിക്കുന്നു. ശ്രീപത്മനാഭന് സുന്ദർരാജനോടുള്ള കോപമാണ് അദ്ദേഹത്തിന്റെ മരണത്തിൽ കലാശിച്ചതെങ്കിൽ പ്രസക്തമായ പല ചോദ്യങ്ങൾക്കും നാം മറുപടി കണ്ടുപിടിക്കേണ്ടി വരും.

1750 ൽ അനിഴം തിരുനാൾ മാർത്താണ്ഡവർമ്മ തൃപ്പടിദാനമായി ശ്രീപത്മനാഭന് സമർപ്പിച്ചതാണ് തിരുവിതാംകൂർ. 1947 ൽ ഇതിനെ

ശ്രീചിത്തിര തിരുനാളിന്റെ ആഗ്രഹത്തിനു വിപരീതമായി അദ്ദേഹത്തെ നിർബ്ബന്ധിച്ചും നിർദ്ദേശങ്ങൾ കൊടുത്തുമാണ് ഇന്ത്യൻ യൂണിയനോട് ചേർത്തതെന്ന് ശ്രീഉത്രാടം തിരുനാൾ *തൃപ്പടിദാന*ത്തിന്റെ 270 –ാം പേജിൽ പറയുന്നു. വി പി മേനോനാണ് അത് ചെയ്തത്. സർദാർ വല്ലഭായി പട്ടേലും നെഹ്റുവുമാണത് ചെയ്യിച്ചത്. വി പി മേനോനെയോ മറ്റുള്ളവരെയോ ശ്രീപത്മനാഭൻ ഒന്നും ചെയ്തതായി അറിയില്ല. തന്റെ രാജ്യം താനറിയാതെ തന്റെ എളിയദാസനിൽനിന്നും പിടിച്ചുപറിച്ച് അങ്ങ് ഡൽഹിയിൽ താമസിക്കുന്നവരെ ഏല്പിച്ചിട്ടും ഒന്നും ചെയ്യാത്ത ശ്രീപത്മനാഭൻ ഇപ്പോൾ തന്റെ ആഭരണങ്ങൾ പരിശോധിച്ച് തിട്ടപ്പെടുത്തണമെന്നാവശ്യപ്പെട്ട ഒരു ബ്രാഹ്മണനെ കൊലചെയ്ത് ബ്രഹ്മഹത്യാപാപം സമ്പാദിക്കാൻ തുനിയുമോ? ശ്രീപത്മനാഭസ്വാമി ഒരു പ്രതികാരദാഹിയായിരുന്നെങ്കിൽ വി പി മേനോനും വല്ലഭായി പട്ടേലും 1947 ആഗസ്ത് 15 സൂര്യോദയത്തിനു മുൻപ് വെറും ചാരമായി തീരുമായിരുന്നു.

തനിക്കുവേണ്ടി തന്റെ രാജ്യം ഭരിച്ചുകൊണ്ടിരുന്ന തന്റെ എളിയദാസന്മാരായ തിരുവിതാംകൂർ രാജാക്കന്മാരെ നിയന്ത്രിച്ചും ഭീഷണിപ്പെടുത്തിയും അവരുടെ ഉത്തരവുകളെ പലപ്പോഴും റദ്ദു ചെയ്തും തനിക്ക് പണമായും സ്വർണ്ണമായും നേർച്ചകൾ നടത്തേണ്ട പണം കപ്പമെന്ന പേരിൽ അപഹരിച്ച് ഇംഗ്ലണ്ടിൽ കൊണ്ടുപോയ ഈസ്റ്റിന്ത്യാ കമ്പനിയുടെ ഉദ്യോഗസ്ഥന്മാരെയും ബ്രിട്ടീഷ് സർക്കാറിന്റെ റസിഡന്റ്, മദ്രാസ് ഗവർണ്ണർ, ഗവർണ്ണർ ജനറൽ എന്നിവർക്കെതിരെ അഹിംസാധിഷ്ഠിതമായ നിലപാടെടുത്ത ശ്രീപത്മനാഭൻ വെറും അശക്തനായ ഒരു മനുഷ്യനെ കൊന്നെന്നത് എങ്ങനെ വിശ്വസിക്കും?

ശ്രീപത്മനാഭസ്വാമിക്ഷേത്രം എന്ന പുസ്തകത്തിന്റെ 236 ാം പേജിൽ അശ്വതിതിരുനാൾ ഗൗരിലക്ഷ്മീഭായി ഇങ്ങനെ രേഖപ്പെടുത്തിയിട്ടുണ്ട്. ഇന്ത്യയുടെ വൈസ്രോയിയായിരുന്ന കഴ്സൺ പ്രഭു ഒരു ഔദ്യോഗിക സന്ദർശകനായി തിരുവിതാംകൂറിലെത്തിയിരുന്നു. അദ്ദേഹവും ശ്രീമൂലം തിരുനാളും ശ്രീപത്മനാഭസ്വാമിക്ഷേത്രത്തിന്റെ കിഴക്കേഗോപുരത്തിന് മുൻവശത്തുകൂടെ കടന്നുപോയപ്പോൾ രാജാവ് പാദരക്ഷകൾ ഊരി ശ്രീപത്മനാഭനെ വണങ്ങി. ഇതാണ് ശ്രീപത്മനാഭസ്വാമിക്ഷേത്രമെന്ന് വൈസ്രോയിയെ ധരിപ്പിച്ചപ്പോൾ അദ്ദേഹത്തിന്റെ ഭാഗത്തുനിന്നും ഉണ്ടായത് ആക്ഷേപകരമായ ഒരു ചോദ്യമാണെന്ന് അവിടെ പരാമർശിക്കുന്നു. ഇവിടെയാണോ അവിശ്വാസികൾ ഭജിക്കുന്നത് ഇവിടെയാണോ അലസരായ ബ്രാഹ്മണരെ ഊട്ടുന്നത് എന്നീ ചോദ്യങ്ങളിൽ ഒന്നാണ് കഴ്സൺ പ്രഭു ചോദിച്ചതെന്ന് ഗ്രന്ഥകാരി പറയുന്നു. ഈ ആക്ഷേപവാക്കുകളിൽ വേദനിച്ച രാജാവ് തന്റെ അവിവേകത്തിൽ ക്ഷമാപണം നടത്തുന്നതുവരെ വൈസ്രോയിക്കു വേണ്ടി സംഘടിപ്പിച്ച എല്ലാ പരിപാടികളും ബഹിഷ്കരിച്ചു.

തന്നെ ആക്ഷേപിച്ചിട്ടും ശ്രീപത്മനാഭൻ ഒരു ശിക്ഷയും കഴ്സൺ പ്രഭുവിന് നല്കിയില്ല. പക്ഷേ, സുന്ദർരാജന് അദ്ദേഹം മരണശിക്ഷ കൊടു

ത്തതായി പ്രചരിപ്പിച്ചു.

തന്റെ മുന്നിൽ കിടന്ന പാത്രക്കുളം അന്യാധീനപ്പെടുത്തിയിട്ട് ഒരു പകയും ആരോടും ശ്രീപത്മനാഭൻ കാണിച്ചില്ല. തന്റെ മുൻപിൽ ഉണ്ടായിരുന്ന ഗോശാലയ്ക്കും മറ്റും ആവശ്യമായ ഭൂമി അന്യാധീനപ്പെടുത്തിയിട്ടും ആരെയും ശിക്ഷിച്ചില്ല.

ശ്രീപത്മനാഭന് മനുഷ്യസ്വഭാവം കൽപ്പിച്ച് പകയും കോപവും മോഹവും മോഹഭംഗവും ഉള്ള ഒരു വ്യക്തിയുടെ രൂപത്തിൽ നാം കാണുന്നതാണ് ഈ യുക്തിഹീനമായ നിഗമനങ്ങൾക്കടിസ്ഥാന കാരണം. രാജ്യവും അധികാരവും സമ്പത്തും ആഭരണങ്ങളും മോഹിച്ച് കഴിയുന്നവനാണ് ശ്രീപത്മനാഭസ്വാമിയെന്നും അതിനുവേണ്ടി മറ്റുള്ളവരെ നശിപ്പിക്കുവാൻ പോലും തയ്യാറായിരിക്കുകയാണെന്നും സാധാരണക്കാർക്ക് വിശ്വാസമുണ്ടാകാവുന്ന ന്യായങ്ങൾ പറഞ്ഞ് സത്യത്തിനെ തന്ത്രപരമായി മൂടിവച്ച് വലിയ ധനസമാഹരണം അധീനമാക്കാനുള്ള ശ്രമമാണ് ഇത്തരം പ്രചരണങ്ങൾക്കു പിന്നിലുള്ളത്.

സുന്ദർരാജന്റെ മരണത്തിന് കാരണം ശ്രീപത്മനാഭന്റെ അപ്രീതി ആണെന്ന് ആരോപിച്ചാൽ മറ്റൊരു പ്രധാനപ്പെട്ട സംഭവത്തിന് നാം കാരണം കണ്ടുപിടിക്കേണ്ടിവരും. 1750 മുതൽ ശ്രീപത്മനാഭന് വേണ്ടി തിരുവിതാംകൂർ ഭരിച്ചിരുന്ന കുടുംബത്തിൽനിന്നും ഭരണാധികാരം 1947 ൽ എടുത്തുമാറ്റാൻ കാരണമായത് ശ്രീപത്മനാഭന്റെ അപ്രീതി തന്നെയല്ലേ? ആ അപ്രീതിക്കു കാരണമെന്താണ്? കാരണക്കാർ ആരാണ്?

അന്ധവിശ്വാസവും ഭയവും പ്രചരിപ്പിക്കാനും മനുഷ്യന്റെ യുക്തിചിന്തയെയും വിവേചനശക്തിയെയും നശിപ്പിക്കാനും മാത്രമേ ഈ കുപ്രചരണങ്ങൾ സഹായകമാവുകയുള്ളൂ.

നിലവറകൾ തുറക്കുന്നതിനോടും അതിലെ വസ്തുക്കൾ പരിശോധിക്കുന്നതിനോടും അതിൽ ഉപയോഗപ്പെടുത്താവുന്ന വസ്തുക്കൾ സമൂഹനന്മയ്ക്കുപയോഗപ്പെടുത്തുന്നതിനോടും എതിർപ്പ് ഉള്ളവരുടെ വാദഗതിക്ക് ശക്തിപകരാൻ കരുതിക്കൂട്ടി പ്രചരിപ്പിക്കുന്ന അസത്യങ്ങളാണിവ എന്ന് കരുതേണ്ടിയിരിക്കുന്നു.

17

സ്ഥാപനങ്ങളുടെ നിർമ്മാണവും സ്തുതിപാഠകന്മാരും

തിരുവനന്തപുരം റബ്ബർ വർക്സ്, മെഡിക്കൽ കോളേജ് ഹോസ്പിറ്റൽ തുടങ്ങിയ സ്ഥാപനങ്ങൾ ശ്രീചിത്തിരതിരുനാൾ മഹാരാജാവിന്റെ ജനക്ഷേമ പദ്ധതികൾക്ക് ഉദാഹരണമായി പറഞ്ഞുകാണുന്നു.[1] എന്നാൽ സർ. സി പി രാമസ്വാമിഅയ്യരെക്കുറിച്ച് ചർച്ച ചെയ്യുമ്പോൾ അദ്ദേഹത്തിന്റെ നേട്ടങ്ങളുടെ പട്ടികയിലാണ് ഇവയെല്ലാം കാണുന്നത് എന്നത് മറ്റൊരുകാര്യം. ഇതിൽ പറയുന്ന പല സ്ഥാപനങ്ങളും തിരുവിതാംകൂറിന്റെ അയലത്ത് കിടക്കുന്ന മുൻ മൈസൂർ സംസ്ഥാനത്ത് ഇവിടെ തുടങ്ങുന്നതിനും ദശാബ്ദങ്ങൾക്കുമുമ്പ് പ്രവർത്തിച്ചു തുടങ്ങിയിരുന്നു. ഇതിൽ മിക്കതും സ്വാതന്ത്ര്യലബ്ധിക്ക് തൊട്ടു മുൻപാണ് ഇവിടെ തുടക്കമിട്ടത്. ഉദാഹരണത്തിന് മെഡിക്കൽ കോളേജ് തന്നെ എടുത്താൽ മതി. സ്വാതന്ത്ര്യലബ്ധിക്കു മുമ്പ് അവിടെ കെട്ടിടങ്ങളുടെ നിർമ്മാണം തുടങ്ങിയിട്ടേ ഉണ്ടായിരുന്നുള്ളൂ.

വാർഷിക ബഡ്ജറ്റിൽ ചെലവിന് തുക വകയിരുത്തുമ്പോൾ ഇവയ്ക്കും തുക അനുവദിച്ചു എന്നല്ലാതെ നമ്മിൽ പലരും വിശ്വസിച്ചു പോരുന്നതുപോലെ മഹാരാജാവിന്റെ സ്വന്തം വസ്തു ഗവൺമെന്റ് മെഡിക്കൽ കോളേജ് ഹോസ്പിറ്റൽ നിർമ്മിക്കാൻ രാജാവ് സർക്കാറിന് വിട്ടുകൊടുത്തതല്ല. പട്ടം പാലസ് ഇരിക്കുന്ന സ്ഥലം സിറ്റിയുടെ മദ്ധ്യഭാഗത്തായതിനാൽ കുറെക്കൂടെ സൗകര്യപ്രദമാണെങ്കിലും അത് നല്കാൻ മഹാരാജാവ് തയ്യാറാകാത്തതെന്താണ്? ഉള്ളൂരിനടുത്ത് അക്കാലത്ത് പാണൻകുന്നെന്നറിഞ്ഞിരുന്ന പ്രദേശം പത്തോളം കുടുംബങ്ങളുടെ വീടുകൾ ഉൾപ്പെടെ ഒഴിപ്പിച്ചു മാറ്റിയാണ് അവിടെ മെഡിക്കൽ കോളേജ് ഹോസ്പിറ്റൽ സ്ഥാപിച്ചത്.

---

1. 2012 നവംബർ 12–ാം തീയതിയിലെ *മാതൃഭൂമി.*

ഇത്തരം കാര്യങ്ങൾ നാം നമ്മുടെ രാജാവിന്റെ നേട്ടങ്ങൾ ആയി എണ്ണിപ്പറയുമ്പോൾ അതിനെ എത്രത്തോളം മഹത്ത്വവല്ക്കരിച്ചിട്ടുണ്ടെന്ന് മനസ്സിലാക്കണമെങ്കിൽ അക്കാലത്ത് ഇതുപോലുള്ള നാട്ടുരാജ്യങ്ങളിലെ രാജാക്കന്മാർ ഇത്തരം കാര്യങ്ങളിൽ എന്തുനേട്ടമുണ്ടാക്കി എന്നുകൂടെ അറിഞ്ഞിരിക്കണം. മൈസൂർ, ഗ്വാളിയാർ, ബറോഡ, ബിക്കാനീർ, പട്യാല തുടങ്ങിയ 550 ൽ കൂടുതൽ നാട്ടുരാജ്യങ്ങൾ ചിത്തിര തിരുനാളിന്റെ കാലത്ത് രാജാക്കന്മാർ തന്നെയാണ് ഭരിച്ചിരുന്നത്. തിരുവിതാംകൂറിന്റെ ഏറ്റവും അടുത്തുകിടക്കുന്ന അന്നത്തെ മൈസൂറിൽ മൈസൂർ, ബാംഗ്ളൂർ, മാംഗ്ളൂർ, മണിപ്പാൽ, ധാർവാർ തുടങ്ങിയ പട്ടണങ്ങളിൽ അന്നത്തെ മഹാരാജാവായിരുന്ന സർ. ചാമരാജേന്ദ്ര ഉഡയാറിന്റെ കാലത്തു തന്നെ മെഡിക്കൽ കോളേജുകളും അതിനോടുചേർന്ന് ഹോസ്പിറ്റലുകളുമുണ്ടായിരുന്നു. തിരുവിതാംകൂറിൽനിന്നും നിഷ്കാസിതനായ ഡോ. പൽപ്പുവിന് മൈസൂറിൽ ആരോഗ്യ സംരക്ഷണവകുപ്പിൽ മാന്യമായ ഉദ്യോഗം നല്കിയതുതന്നെ ഇതിനു തെളിവാണ്. എൻഞ്ചിനീയറിങ് വകുപ്പ് ആരെയും അതിശയിപ്പിക്കുന്ന നേട്ടങ്ങളാണ് അവിടെ കൈവരിച്ചത്. ബാംഗ്ളൂരിലെ വിശേശ്വരയ്യാ ഇൻഡസ്ട്രിയൽ ആൻഡ് ടെക്നോളജിക്കൽ മ്യൂസിയം, മൈസൂറിലെ ചാമരാജേന്ദ്ര ആർട്ട് ഗ്യാലറി, ഗവൺമെന്റ് സിൽക്ക് ഫാക്ടറി, കൃഷ്ണരായസാഗർ അണക്കെട്ട്, വൃന്ദാവൻ ഗാർഡൻ തുടങ്ങി അദ്ദേഹത്തിന്റെ നേട്ടങ്ങൾ മേന്മയിലും വലിപ്പത്തിലും ഓരോ അത്ഭുതങ്ങളാണ്. ബാംഗ്ളൂർ സിറ്റിയിലെ ലാൽബാഗ് എന്ന പൂന്തോട്ടത്തിന്റെ വിസ്തീർണ്ണം 240 ഏക്കറാണ്.

ഫിസിക്സിൽ നൊബേൽ സമ്മാനാർഹനായ ശ്രീ. സി വി രാമൻ ജനിച്ചു വളർന്നത് തൃശ്ശിനാപ്പള്ളിയിലും വിദ്യാഭ്യാസം മദ്രാസിലുമായിരുന്നുവെങ്കിലും അദ്ദേഹത്തിന്റെ പ്രവർത്തനമണ്ഡലം നാട്ടുരാജ്യമായ മൈസൂറായിരുന്നു. ചിത്രകാരനായ രാജാരവിവർമ്മയും ഉഡയാറുടെ അതിഥിയായി അനേകനാൾ താമസിച്ചിട്ടുണ്ട്. പ്രഗത്ഭന്മാരായ വിദ്യാഭ്യാസ വിചക്ഷണന്മാരെയും ശാസ്ത്രജ്ഞന്മാരെയും കലാകാരന്മാരെയും ആകർഷിച്ച് ഭൗതികവും ആദ്ധ്യാത്മികവും കലാപരവുമായി രാജ്യത്തെ ഉന്നതിയിലേക്ക് നയിക്കാൻ ഉഡയാർ ബദ്ധശ്രദ്ധനാണെന്ന് ചരിത്രം പറയുന്നു. മൈസൂറിലെ ദേശീയ ഉത്സവമായ ദസറ അന്താരാഷ്ട്ര പ്രശസ്തമാണ്. ഖെദ്ദ എന്നു നാമകരണം ചെയ്തിട്ടുള്ള ശാസ്ത്രീയ രീതിയിലുള്ള ആന പിടിത്തം ഒരു സാഹസിക വിനോദവും ആദായ മാർഗ്ഗവുമാണ്.

തിരുവിതാംകൂറിൽ പ്രഗത്ഭന്മാരെ വികർഷിച്ച് നാടുകടത്തുന്ന പാരമ്പര്യമാണുള്ളത്. ഇതിന് അപവാദമാണ് മൈസൂറിലെ രാജവാഴ്ചയുടെ അന്തഃസത്ത.

ബറോഡാരാജാവ് സയാജിറാവു ഗെയ്ക്ക്വാഡ് ഉത്തമനായ ഒരു കലാസ്നേഹിയും ജനഹിതം പാലിച്ച് ഭരണം നടത്തി ഭാരതം മുഴുവൻ അറിയപ്പെട്ട വ്യക്തിയുമായിരുന്നു. തിരുവിതാംകൂറിൽനിന്നും നിഷ്കാസനം ചെയ്യപ്പെട്ട സർ. ടി മാധവറാവു അതിനുശേഷം ബറോഡയിൽ

ദീർഘകാലം ദിവാനായി വിശിഷ്ടസേവനം നടത്തി. ചിത്രകാരനായ രാജാരവിവർമ്മയ്ക്ക് അദ്ദേഹം നല്കിയ അവസരങ്ങൾ വിലമതിക്കാനാവാത്തതാണ്.

പടൃാലയിലെ നവാബ് രാജ്യഭരണത്തിൽ മാത്രമല്ല ഹോക്കി, ക്രിക്കറ്റ് തുടങ്ങിയ കളികളിൽ പ്രഗത്ഭനും അന്താരാഷ്ട്ര പ്രശസ്തി നേടിയ ഒരു കളിക്കാരനുമായിരുന്നു. സ്വാതിതിരുനാളിനുശേഷം എടുത്തുപറയത്തക്ക പ്രാഗത്ഭ്യം ഏതെങ്കിലും വിഷയത്തിൽ കാണിച്ചിട്ടുള്ള ഒരു വ്യക്തിയും രാജാവായി തിരുവിതാംകൂറിൽ ഉണ്ടായിരുന്നതായി ചരിത്രം പറയുന്നില്ല. ശ്രീചിത്തിരതിരുനാളും അതിൽനിന്നും അല്പവും ഭിന്നനല്ല. സ്തുതിപാഠകർ അദ്ദേഹത്തെ പുകഴ്ത്തി അനർഹമായ ഉയരത്തിൽ കയറ്റി വയ്ക്കുന്നതു കാണുമ്പോൾ മനസ്സിൽ ജനിക്കുന്നത് അതിശയമാണെന്ന് തുറന്നു പറയേണ്ടി വരുന്നു. ചിത്തിരതിരുനാൾ സിംഹാസനത്തിലിരിക്കുമ്പോഴും അദ്ദേഹം സാധാരണ മനുഷ്യൻ, വിനയംകൊണ്ട് സമുന്നതൻ, സാരള്യംകൊണ്ട് ഗംഭീരൻ എന്നാണ് മേലുദ്ധരിച്ച ലേഖനത്തിൽ വാഴ്ത്തുന്നത്. സർ. സി പി രാമസ്വാമി അയ്യർ പ്രജകളെ വെടിവയ്പ്പിച്ച് കൊല്ലുകയും മർദ്ദിച്ച് അവശരാക്കുകയും ചെയ്യുമ്പോൾ ജനങ്ങൾക്കാവശ്യം സി പി യെ നിലയ്ക്കുനിർത്താൻ ആവശ്യമുള്ള ക്ഷാത്രവീര്യമുള്ള രാജാവും കല്പനകളുമാണ്, വിനയാന്വിതനായ രാജാവിനെയല്ല. വിനയം ക്ഷത്രിയന് ശാസനാഗുണത്തെ അധികരിക്കാമോ? അദ്ദേഹത്തിന്റെ സാരള്യ പ്രകടനവും രാജോചിതമല്ല. ജീവിതരീതി അത്രസരളമായിരുന്നു എന്ന വാദത്തിൽ യോജിക്കാൻ സാദ്ധ്യമേ അല്ല. അക്കാലത്തു രാജാക്കന്മാർക്കായി മാത്രം ഇറക്കുമതി ചെയ്തിരുന്ന മുന്തിയ ഇനം കാറുകളിലാണ് രാജപദവി നഷ്ടമായ ശേഷവും അദ്ദേഹം സഞ്ചരിച്ച് കണ്ടിട്ടുള്ളത്. വിലപിടിപ്പുള്ള വിദേശ കാറുകൾ മാത്രം ഉപയോഗിക്കുന്നത് സാരള്യത്തിന്റെ ലക്ഷണമാണോ? രാജാവായി അല്പകാലത്തിനകം തന്നെ അദ്ദേഹം ഒരു ഡക്കോട്ട വിമാനം സ്വന്തമാക്കിയിരുന്നു. ഇത് മറ്റൊരദ്ധ്യായത്തിൽ വിവരിച്ചിട്ടുണ്ട്. 20 ാം നൂറ്റാണ്ടിന്റെ പൂർവ്വാർദ്ധത്തിൽ സ്വന്തമായി വിമാനം വാങ്ങി ഉപയോഗിക്കുക ലാളിത്യവും സാധാരണത്വവുമാകുന്നതെങ്ങനെ?

നാട്ടുരാജ്യമായ ബറോഡയുടെ സ്ഥിതി എന്താണെന്ന് ഇത്തരുണത്തിൽ ഒരു താരതമ്യപഠനം നടത്തുന്നത് നന്നായിരിക്കും. അവിടത്തെ രാജാവായ സയാജിറാവു ഗെയ്ക്ക് വാഡ് മാതൃകാ രാജാവും മാതൃകാ പൗരനുമായിരുന്നു. ജാതിയോ മതമോ നോക്കാതെ ജനങ്ങളുടെ കൂടെ അദ്ദേഹം പന്തിഭോജനം നടത്തിയിരുന്നു. താഴ്ന്നജാതിയിലെ നിരവധി കുട്ടികളെ തെരഞ്ഞെടുത്ത് വിദേശത്ത് അയച്ചു പഠിപ്പിച്ചിരുന്നു. വിദ്യാഭ്യാസത്തിനും ഉദ്യോഗത്തിനും വേണ്ടി അവിടെ ആർക്കും മുറവിളി കൂട്ടേണ്ടിയിരുന്നില്ല. ജാതിഭേദം കൂടാതെ ആർക്കും സംസ്കൃതവും വേദവും

പഠിക്കുവാനുള്ള സൗകര്യങ്ങൾ ഒരുക്കിയിരുന്നു[2]. രാജാവിന്റെ സ്വകാര്യ സൗകര്യങ്ങൾക്കായിരുന്നില്ല പ്രാധാന്യം കല്പിച്ചിരുന്നത്.

ശ്രീചിത്തിരതിരുനാൾ മഹാരാജാവോ കുടുംബാംഗങ്ങളോ ശ്രീപത്മ നാഭസ്വാമി ക്ഷേത്രത്തിൽ ദർശനത്തിനെത്തുമ്പോൾ ഒരുമണിക്കൂറോളം മറ്റുള്ളവരെ ക്ഷേത്രകോമ്പൗണ്ടിൽനിന്നും വെളിയിലാക്കുന്നു. ഇതു സാധാരണ മനുഷ്യന്റെ രീതിയോ അവകാശമോ ആണോ? ഇതൊന്നും രാജകുടുംബാംഗങ്ങൾക്ക് പാടില്ലാത്തതാണെന്ന് വാദിക്കുകയല്ല. ഇത്തരം പ്രവർത്തികളെ നാം അവഗണിച്ച് സാരള്യംകൊണ്ട് ഗംഭീരൻ എന്ന് സ്തുതിക്കുമ്പോൾ സ്തുതിവചനങ്ങൾ അരോചകമായി അനുഭവപ്പെടുന്നു.

2 പേജ് 124 *ദൈവത്തിന്റെ പടത്തലവൻ* ഡോ. പൽപ്പുവിന്റെ ജീവചരിത്രം – സജീവ് കൃഷ്ണൻ.

18

ഉത്രാടം തിരുനാളിന്റെ പരിതാപം

'**വി**ദേശീയരെപ്പോലെ ഇടയ്ക്കു വന്നുപോയവരല്ല, ജനങ്ങളെ അത്യന്തം സേവിച്ചും സ്നേഹിച്ചും അവർക്ക് നന്മകൾ മാത്രം ചെയ്ത് ഔന്നത്യത്തിലേക്ക് ഉയർത്തിയവരാണ് ദീർഘവീക്ഷണമുള്ള തിരുവിതാംകൂർ ഭരണാധികാരികൾ. അന്ന് ഇന്ത്യയിൽ ഏറ്റവും മികച്ച നാട്ടുരാജ്യം തിരുവിതാംകൂർ ആയിരുന്നു. കാര്യങ്ങളിങ്ങനെ ഇരിക്കെ, എങ്ങനെ പെട്ടെന്ന് രാജ്യം വിട്ടുകൊടുക്കും. അതെന്താ ആരും ആലോചിക്കാത്തത്. തിരുവിതാംകൂർ കൈവിട്ടുകൊടുക്കുക എന്നാൽ ജീവൻ പറിച്ചുകൊണ്ടു പോകുന്നതിനു തുല്യമാണ്. വേദനാജനകവുമാണ്. കുടുംബവീടോ തറവാടോ ഭാഗാവസ്ഥയിലായി അന്യം നിന്നുപോകുമ്പോൾ കുടുംബനാഥൻ അനുഭവിക്കുന്ന വേദനയുടെ, മാനസിക സംഘർഷത്തിന്റെ എത്രയോ മടങ്ങാണ് ഞങ്ങൾ അനുഭവിച്ചത്.[1] ഉത്രാടം തിരുനാൾ പരിതപിക്കുന്നു.

തിരുവിതാംകൂർ ശ്രീപത്മനാഭന്റെ വകയും രാജാക്കന്മാർ ശ്രീപത്മനാഭന്റെ ദാസന്മാരായി ഭരണം നടത്തുന്നവരുമാണെന്ന് 1750 ലെ തൃപ്പടിദാനത്തോടുകൂടെ സത്യപ്രതിജ്ഞ ചെയ്തിട്ടുള്ളതാണ്. അതനുസരിച്ച് നടന്നുവരുന്നതുമാണെന്ന് രാജാക്കന്മാർ ഇടയ്ക്കിടെ ഓർമ്മിപ്പിക്കുന്നതുമാണ്. അതുശരിയാണെങ്കിൽ എന്തെങ്കിലും നഷ്ടമായിട്ടുണ്ടെങ്കിൽ, അത് രാജ്യം തന്നെ ആയിക്കൊള്ളട്ടെ, ശ്രീപത്മനാഭന്റെ നഷ്ടമല്ലേ? സമർപ്പണശേഖരത്തിന്റെ കാര്യത്തിലും ശ്രീഉത്രാടം തിരുനാൾ, തറപ്പിച്ചു പറയുന്നു, ഈ സ്വത്തുവകകളെല്ലാം ശ്രീപത്മനാഭന്റേതാണെന്ന്.[2] പക്ഷേ, മേലുദ്ധരിച്ച ഖണ്ഡികയിൽ ശ്രീപത്മനാഭനോടുള്ള ദാസ്യഭാവത്തിന്റെ ഒരു

1 പേജ് 265, 266 *തൃപ്പടിദാനം.*

2 പേജ് 287 *തൃപ്പടിദാനം.*

ലാഞ്ഛന പോലും കാണാനില്ല. ഏറ്റവും മികച്ച നാട്ടുരാജ്യം കൈവിട്ടു പോയതിലുള്ള തീരാനഷ്ടം ദുഃഖമായി പ്രകടമാകുന്നു. കുടുംബവീടോ തറവാടോ നഷ്ടമാകുന്നതുപോലെയുള്ള ദുഃഖം. ഇവിടെ ശ്രീപത്മനാഭ നാണോ അതോ രാജാവിനാണോ നഷ്ടം? രാജാവിന്റേത് മാത്രമാണെന്ന് പകൽപോലെ വ്യക്തമാകുന്നു. സമർപ്പണശേഖരത്തിന്റെ കാര്യവും വ്യത്യ സ്തമല്ല. രാജാവിന് അവ നഷ്ടമാകുമെന്ന ദുഃഖമാണ് അദ്ദേഹം ഇത്ര വഴിവിട്ടും ചിന്തിച്ചുപോകുന്നത്. കൂടാതെ പൂർവ്വികന്മാർക്ക് എങ്ങനെ കിട്ടി എന്നറിയാതെ അവർ കൊടുത്ത ധനത്തിന് അവകാശമുന്നയിക്കുന്നത് എങ്ങനെ ശരിയാകും?

രാജ്യം മറ്റൊരു ഭരണക്രമത്തിൻ കീഴിൽ വരുന്നതിനാൽ രാജകുടും ബത്തിനുണ്ടാകുന്ന കഷ്ടനഷ്ടങ്ങളും വേദനയും മാനസിക സംഘർ ഷവും മറ്റും ആരും കണക്കിലെടുക്കാത്തതെന്തെന്ന ചോദ്യം സ്വയം നിരൂ പണശേഷി നഷ്ടപ്പെട്ടതുകൊണ്ടോ അങ്ങനെ ഭാവിക്കുന്നതുകൊണ്ടോ ആണെന്നേ കരുതാനൊക്കുകയുള്ളൂ.

സ്വദേശാഭിമാനിയെ നാടുകടത്തിയ സംഭവം മറ്റൊരദ്ധ്യായത്തിൽ വിവരിച്ചിട്ടുണ്ട്. നാടുകടത്താനുള്ള ഉത്തരവ് ഒരു പൗരന്റെ അടിസ്ഥാന അവകാശധ്വംസനമാണ്. അത് കോടതിക്കിടപെടാവുന്ന ഉത്തരവാണ്. എന്നാൽ കോടതി ഇദ്ദേഹത്തിന്റെ നാടുകടത്തൽ തടയാതിരിക്കാൻ വേണ്ടി ഈ ഉത്തരവിൽ ഇടപെടാനുള്ള കോടതിയുടെ അധികാരം മഹാ രാജാവ് ഒരു വിളംബരത്തിലൂടെ നിരോധിച്ചു. സ്വേച്ഛാധിപത്യത്തിന്റെ തേർവാഴ്ചയല്ലേ ഇത്?

നാട്ടുകാരിൽ ഭരണ നൈപുണ്യമുള്ളവരുണ്ടായിട്ടും വിദേശിക ളെയാണ് മഹാരാജാവ് ദിവാന്മാരാക്കിയത്. സ്വാതിതിരുനാളിന്റെ ഭരണ കാലം മുതൽ മുപ്പത്തിമൂന്നു ദിവാന്മാരുണ്ടായിരുന്നതിൽ ഇരുപത്തി അഞ്ചും അപ്രകാരം വിദേശബ്രാഹ്മണന്മാരാണ്. താഴെക്കിടയിലുള്ള സർക്കാർ ജോലിപോലും സ്വദേശീയരായ അബ്രാഹ്മണർക്ക് അപ്രാപ്യ മായിരുന്നു. ഇതിന് പരിഹാരം കാണാൻവേണ്ടി മലയാളിമെമ്മോറിയൽ എന്ന ഒരു പ്രസ്ഥാനം ഉണ്ടാക്കി ശ്രമം ആരംഭിച്ചെങ്കിലും അതിനെ ഒരെ തിർപ്രസ്ഥാനമുണ്ടാക്കി വിദേശബ്രാഹ്മണർ രാജാവിന്റെ അനുഗ്രഹാശി സ്സുകളോടെ സ്വദേശികളെ നേരിട്ട് അവരുടെ ശ്രമം വിഫലമാക്കുകയാ ണുണ്ടായത്. പ്രജാവാത്സല്യത്തിന്റെ ലക്ഷണം ഇതാണോ?

വളരെ ഉയർന്ന നിരക്കിലുള്ള (പരമ്പരാഗത തൊഴിലിനും കൃഷിക്കും പോലും) നികുതി ചുമത്തിയിരുന്നതും മൂലധന നിക്ഷേപം എന്ന നില യിൽ റോഡുകളും പാലങ്ങളും അണക്കെട്ടുകളും കനാലുകളും കുള ങ്ങളും മറ്റും നിർമ്മിക്കേണ്ട തുക വകമാറ്റി ശ്രീപത്മനാഭന് നേർച്ചകളും സ്വർണ്ണംകൊണ്ടുള്ള വഴിപാടുകളും മറ്റും നടത്തുന്നതിലാണ് രാജാക്ക ന്മാർ ഉത്സുകരായിരുന്നത്. മൂലധന നിക്ഷേപത്തിന്റെ അഭാവം അല്ലെ ങ്കിൽ അപര്യാപ്തതയും ഉയർന്ന നികുതിയും തൊഴിലില്ലായ്മ വർദ്ധി പ്പിച്ചു. ഒന്നാം ലോകമഹായുദ്ധത്തിനുശേഷം വിദ്യാസമ്പന്നർക്കുപോലും

തൊഴിലന്വേഷിച്ച് മലയ, സിംഗപ്പൂർ, ഫിജി തുടങ്ങിയ രാജ്യങ്ങളിൽ പോയി തോട്ടങ്ങളിൽ പണി എടുക്കേണ്ടി വന്നു. ഇതും പ്രജകളുടെ ഉന്നതി യാണോ?

അടിമവ്യവസ്ഥയും അടിമവ്യാപാരവും ലജ്ജാകരമാം വിധം വ്യാപി ച്ചിരുന്നു. 1847 ൽ പതിനയ്യായിരം അടിമകളാണ് സർക്കാറിനുണ്ടായിരു ന്നത്. അവർക്ക് ജനിക്കുന്ന കുട്ടികളും അടിമകൾ തന്നെ. ആറു രൂപ മുതൽ പതിനെട്ടു രൂപവരെ വിലയുള്ള ഒരു വില്പനച്ചരക്കായിരുന്നു അടി മകളുടെ കുട്ടികൾ. ഇതു നിറുത്തലാക്കാൻ ശ്രീപത്മനാഭന്റെ ദാസന്മാ രാരും ഒരു ചെറുവിരൽപോലും അനക്കിയില്ല. അതിന് ഒരു വിജ്ഞാ പനം 1855 ൽ ഇറങ്ങുന്നതുവരെ കാത്തിരിക്കേണ്ടിവന്നു. ബ്രിട്ടണിൽ 1835 ൽ അടിമസമ്പ്രദായം നിറുത്തലാക്കിയിരുന്നു.

1843 ൽ തന്നെ ബ്രിട്ടീഷ് സർക്കാർ തങ്ങളുടെ അധീനതയിൽ വരുന്ന ഒരാഫീസും അടിമ വ്യാപാരത്തിനെയോ അടിമകളെ സ്വന്തമാക്കി വയ്ക്കു ന്നതിന് സഹായിക്കുന്നതോ ആയ യാതൊരു നടപടിയും കൈക്കൊള്ള രുതെന്നും അടിമകൾക്കെതിരെയുള്ള കുറ്റകൃത്യങ്ങൾ ലഘൂകരിച്ചുകാ ണരുതെന്നും പ്രഖ്യാപിച്ചുകൊണ്ട് നിയമനിർമ്മാണം നടത്തിയിരുന്നു. ഇതിൽ പ്രോത്സാഹിതരായി ക്രിസ്ത്യൻ മിഷനറിമാർ തിരുവിതാംകൂറിലെ അടിമകളെ ഒന്നടങ്കം ഉടൻ മോചിപ്പിക്കണമെന്ന് ബ്രിട്ടീഷ് റസിഡന്റ് മുഖാന്തിരം മഹാരാജാവിനോടു 1847 ൽ ആവശ്യപ്പെട്ടു. ഇത് ഗൗരവമുള്ള പരിഗണന അർഹിക്കുന്ന വിഷയമാണെങ്കിലും ഉടൻ ഒന്നും ചെയ്യാൻ സാധിക്കില്ലെന്ന നിലപാടാണ് രാജാവെടുത്തത്.

മിഷനറിമാരുടെ പ്രക്ഷോഭകരമായ സമീപനം കാരണം അടിമ കൾക്കുവേണ്ടി കൂടുതൽ ആനുകൂല്യങ്ങൾ നേടിയെടുക്കാൻ റസിഡന്റ് രാജാവിനെ 1849 ൽ വീണ്ടും സമീപിച്ചു. അടിമവ്യവസ്ഥിതി തുടരുന്നതിന് സഹായകമായ യാതൊന്നും സർക്കാർ ചെയ്യാതിരിക്കുക, സർക്കാർ–അടി മകൾക്ക് ജനിക്കുന്ന കുട്ടികളെ സ്വതന്ത്രരാക്കുക, അടിമകൾക്ക് ഭേദപ്പെട്ട അളവിലും ഗുണനിലവാരത്തിലുമുള്ള ആഹാരവും വസ്ത്രവും കൂലിയും കൊടുക്കുക തുടങ്ങിയ ആവശ്യങ്ങൾ രാജാവിനോട് ഉന്നയിച്ചു. രാജാവ് അതും ചെവിക്കൊണ്ടില്ല. ആറുവർഷങ്ങൾക്കുശേഷം 1855 ൽ അടിമവ്യ വസ്ഥിതി നിറുത്തലാക്കി[3]. എന്നാൽ *തൃപ്പടിദാന*ത്തിൽ 1855 ൽ അടിമ സമ്പ്രദായം നിർത്തലാക്കി എന്ന മൂന്നുവാക്കുകളിൽ ശ്രീഉത്രാടം തിരു നാൾ ഈ ചരിത്ര സത്യത്തെ ഒതുക്കി നിർത്തി[4].

മറ്റുരാജ്യങ്ങളിൽ ഒരുവൻ മറ്റൊരുവനെ തൊട്ടാൽ മാത്രം അശുദ്ധ മാകുമെന്നു വിശ്വസിച്ചിരുന്നു. അസ്പൃശ്യത തിരുവിതാംകൂറിൽ വായു വിൽക്കൂടിയും സാദ്ധ്യമാകുന്നതായിരുന്നു. അതിനാൽ അസ്പൃശ്യത ഉള്ള വർ എത്ര അകലത്തിൽ സഞ്ചരിക്കണമെന്ന് മാർഗ്ഗരേഖയും അത് പ്രാവർത്തികമാക്കാൻ രാജാവിന്റെ പിന്തുണയുമുണ്ടായിരുന്നു. ചാന്നാർ

---

3 പേജ് 567 & 568 ട്രാ:സ്റ്റേ:മാ:.

4 പേജ് 75 *തൃപ്പടിദാനം.*

സ്ത്രീകളുടെ മേൽമുണ്ട് ധരിക്കാനുള്ള അവകാശത്തിന് അംഗീകാരം നല്കാൻ മദ്രാസ് ഗവർണ്ണറുടെ ശക്തമായ നിർദ്ദേശം വേണ്ടിവന്നു. ഇത് പ്രജാസ്നേഹത്തിന്റെ ലക്ഷണമല്ല.

സർ. സി പി രാമസ്വാമി അയ്യർ ദിവാനെന്ന നിലയിൽ തിരുവിതാംകൂറിന് സ്തുത്യർഹമായ പലസേവനങ്ങളും ചെയ്തിട്ടുണ്ടെങ്കിലും അദ്ദേഹത്തിന്റെ ഭരണകാലം ക്രൂരമായ പൊലീസ് മർദ്ദനത്തിന്റെ കാലമായാണ് തിരുവിതാംകൂർ ചരിത്രം രേഖപ്പെടുത്തുന്നത്. എന്നാലും ഉത്രാടം തിരുനാൾ പറയുന്നത്, സർ. സി പിയെ സത്യമറിയാതെ പലരും വിമർശിച്ചു. വേണ്ടാത്തത് പ്രചരിപ്പിച്ചു, തെറ്റിദ്ധരിപ്പിച്ചു എന്നൊക്കെയാണ്[5]. ശ്രീ ചിത്തിരതിരുനാളിന്റെ ജന്മദിനവാർഷികമായ 1938 ഒക്ടോബർ 23 ന് പ്രകടനം നടത്താൻ ഒരുമ്പെട്ട പട്ടംതാണുപിള്ള ഉൾപ്പെടെയുള്ള കോൺഗ്രസുകാരെ ജയിലിലാക്കിയതും പില്ക്കാലത്ത് പലസ്ഥലങ്ങളിലായി ഇരുന്നൂറ്റിപതിനൊന്നുപേരെ വെടിവച്ചുകൊന്നതും വെറും പ്രചരണവും തെറ്റിദ്ധാരണയും ആണോ? തിരുവിതാംകൂറിലേക്ക് മലബാർ ജാഥ നയിച്ചു വന്ന ജാഥാ–ക്യാപ്റ്റൻ എ കെ ജി ആലുവയിൽ എത്തിയപ്പോൾ തന്നെ (1938–09–19 ന്) അറസ്റ്റു ചെയ്ത് എട്ടു മാസം അനുയായികളോടൊപ്പം ജയിലിലാക്കിയത് ആരാണ്? അതും വെറും പ്രചരണമായിരുന്നോ? പ്രജാസ്നേഹമാണോ?

മറ്റദ്ധ്യായങ്ങളിൽ പ്രതിപാദിച്ചിട്ടുള്ള വസ്തുതകളുടെ അടിസ്ഥാനത്തിൽ ജനങ്ങളിൽ ഭൂരിഭാഗം വരുന്ന കർഷകരും തൊഴിലാളികളും, തൊട്ടുകൂടാത്തവരും തൊഴിൽ കിട്ടാത്ത വിദ്യാസമ്പന്നരും കൊട്ടാരത്തിലെ ശങ്കരൻ തമ്പിമാരുടെ ക്രൂരതകൾക്ക് വിധേയരാകുന്നവരും 1855 വരെ അടിമകളായിരുന്നവരുടെ പിൻതലമുറക്കാരും ആഡംബര ജീവിതം നയിക്കുന്നവരുടെ അയൽപക്കക്കാരും ദിവസം ഒരുനേരമെങ്കിലും ആഹാരം കിട്ടാത്തവരും മക്കളെ പഠിപ്പിക്കാൻ സ്കൂൾഫീസ് കൊടുക്കാൻ കഴിയാത്തവരും(1956 വരെ സ്കൂൾ ഫീസ് കൊടുക്കണമായിരുന്നു)രാജഭരണം അവസാനിക്കണമെന്നല്ലെ ആഗ്രഹിക്കൂ. രാജ്യം ഭോഗവസ്തുവും അധികാരത്തിന്റെ ഇരിപ്പിടവും മാത്രമല്ലെന്നു മനസ്സിലാക്കാൻ സാധിക്കാത്തവർക്കാണ് രാജ്യം കൈവിട്ടുപോകുമ്പോൾ അസഹനീയമായ മോഹഭംഗം ഉണ്ടാകുന്നത്.

1750 മുതൽ 1947 വരെ ഏകദേശം 200 വർഷക്കാലം കർഷകരുടെയും കൂലിവേലക്കാരുടെയും അടിമകളുടെയും അധഃകൃതരുടെയും വല്ലാത്ത കഷ്ടകാലമായിരുന്നതായി തിരുവിതാംകൂർ ചരിത്രം വെളിപ്പെടുത്തുന്നു. ഇപ്രകാരമുള്ള ഭരണത്തിൽനിന്നും മോചനം ലഭിച്ചപ്പോൾ രാജാവിന്റെ നഷ്ടത്തിലും ദുഃഖത്തിലും ജനങ്ങൾ ഖേദിച്ചില്ലെന്നുള്ളതാണ് ശ്രീ മാർത്താണ്ഡവർമ്മ പരിതപിക്കുന്നത്. ചുരുക്കത്തിൽ പറഞ്ഞാൽ ജനായത്ത ഭരണം തള്ളിക്കളഞ്ഞ് രാജഭരണം നിലനിർത്താത്തത് ജനങ്ങൾ ചെയ്ത തെറ്റാണെന്ന് അദ്ദേഹം വാദിക്കുന്നു. ആത്മനിരൂപണ

5 പേജ് 264 *തൃപ്പടിദാനം.*

സ്വഭാവത്തിന്റെ അഭാവമാണ് അതിനു കാരണം.

ഉത്രാടം തിരുനാൾ ഇളയരാജാവ് 'വർമ്മ ഇൻഡസ്ട്രീസ്' എന്ന സ്ഥാപനം തുടങ്ങിയത് ബാംഗ്ലൂരിലാണ്. 1952 മുതൽ അവിടെയാണ് സ്ഥിരതാമസം. തിരുവിതാംകൂറിൽ വ്യവസായം തുടങ്ങാൻ എന്താണ് പ്രതിബന്ധമെന്ന് അദ്ദേഹം പറയുന്നില്ല. എങ്കിലും വിദേശികളെപ്പോലെ ഇടയ്ക്കുവന്നു പോയവരല്ല, എന്നും ജനങ്ങളെ സേവിക്കുകയും സ്നേഹിക്കുകയും നന്മകൾ മാത്രം ചെയ്തവരാണെന്നും അദ്ദേഹം അവകാശപ്പെടുന്നു[6].

റീജന്റ് മഹാറാണി ഗൗരിപാർവ്വതീഭായിയാണ് ശ്രീപത്മനാഭസ്വാമിക്ക് പൊന്നുകൊണ്ട് അങ്കിയും അനന്തന് വെള്ളികൊണ്ട് പാമ്പണയും തീർക്കുവാൻ ഉത്തരവാക്കിയത്. ഇവ ശാസ്ത്രത്തിന് ചേർന്ന വിധം പണിയുവാൻ കാണിപ്പയ്യൂർ നമ്പൂതിരിപ്പാടിന്റെ ഇല്ലത്തേക്ക് പോകുവാൻ ഇനാമായി കൊടുത്തത് രൂപ 600 ക്ക് 7 വിലയ്ക്ക് 4200 പണം എന്ന് കൊ. വ.997ലെ ഹജൂർ തിരട്ടുകളിൽ കാണാം[7].

ഹജൂർ തിരട്ടുകളിൽ ചെലവുകാണിക്കണമെങ്കിൽ അത് സർക്കാർ വകയിരുത്തുന്ന ചെലവുകൾ തന്നെയാകണം. ശ്രീപത്മനാഭന് ആഭരണങ്ങൾ വാങ്ങുന്നതും അക്കാലത്ത് സർക്കാർ ചെലവുതന്നെ, എന്നതിന് ഇതും തെളിവാണ്.

> ഭഗവാനു സമർപ്പിക്കുന്നതൊന്നും തിരിച്ചെടുക്കാറില്ല. അവ നൂറ്റാണ്ടുകൾ പിന്നിട്ടപ്പോൾ വൻശേഖരമായി. ഇതിന്റെ ഉടമ ശ്രീപത്മനാഭനാണ്. അതിനാൽ അവ അവിടത്തന്നെ സൂക്ഷിക്കണമെന്നാണ് ഞങ്ങളുടെ അഭിപ്രായവും ആഗ്രഹവും. അതാണ് ശരിയും[8]. ഉത്രാടം തിരുനാൾ സമർത്ഥിക്കുന്നു.

ശ്രീമൂലം തിരുനാൾ കോടതിയുടെ അധികാരം എടുത്തുകളഞ്ഞ അതേ പാരമ്പര്യം തന്നെ ഇദ്ദേഹവും തുടരുന്നു. ശരി ഏതാണെന്ന് ശ്രീമാർത്താണ്ഡവർമ്മ തീരുമാനിച്ചു. മറ്റൊരദ്ധ്യായത്തിൽ വിവരിച്ചിട്ടുള്ള വിധത്തിൽ കുരുമുളക് കുത്തക സംഭരണം നടത്തിയും, 15,000 ത്തോളം അടിമകൾക്ക് വാടകയായും കർഷകരിൽ അമിതമായ കരം ചുമത്തിയും ചൂഷണം ചെയ്യപ്പെട്ട മുതൽ ഖജനാവിലെത്തിയാൽ പത്മനാഭസ്വാമിയുടെ സ്വർണ്ണാഭരണങ്ങളാക്കി മാറ്റി ഭൂഗർഭ അറകളിലെ സ്വർണ്ണശേഖരത്തിന്റെ ഭാഗമാക്കുന്നു. എന്റെ പൂർവ്വികർ കാലാകാലങ്ങളിൽ ശ്രീപത്മനാഭന് സമർപ്പിച്ചവയാണിവ എന്നു പറയുന്ന ശ്രീഉത്രാടം തിരുനാൾ മാർത്താണ്ഡവർമ്മ അദ്ദേഹത്തിന്റെ പൂർവ്വികർക്ക് ഇവ എങ്ങനെ കിട്ടിയെന്ന സർവ്വപ്രധാനമായ ചോദ്യത്തിന് ഉത്തരം പറയാതെ മൂടിവയ്ക്കുന്നു. കാണ

---

6 പേജ് 286 *തൃപ്പടിദാനം.*

7 പേജ് 287 *തൃപ്പടിദാനം.*

8 പേജ് 287 *തൃപ്പടിദാനം.*

പ്പെടുന്ന ഒരു വസ്തുവുണ്ടെങ്കിൽ അതിന്റെ ആവിർഭാവത്തിന് യുക്തി പൂർവ്വമായ ഒരു സ്രോതസ്സ് ഉണ്ടായിരിക്കണം. അതിൽനിന്നും ഞങ്ങൾക്കൊന്നും വേണ്ട എന്നു പറയുമ്പോഴും അത് അവിടെത്തന്നെ സൂക്ഷിക്കണമെന്ന് നിർബ്ബന്ധം പിടിക്കുന്നു. ഒരുതരം 'വിശിഷ്ടനിഷ്കാമകർമ്മം'ആണിത്. ത്യജിച്ചെന്ന് തോന്നിപ്പിക്കും. എന്നാൽ സ്വന്തം തന്നെയായിരിക്കുകയും ചെയ്യും. സാമൂഹ്യ പരിഷ്കരണത്തിന് ഉതകുന്ന, പുരോഗതിയിലേക്കു നയിക്കുന്ന ഒരു തത്ത്വത്തെ മുറുകെ പിടിച്ച് പ്രവർത്തിക്കുന്ന ഒരു വ്യക്തിക്കു മാത്രമേ എന്റെ സങ്കടം മറ്റുള്ളവർ മനസ്സിലാക്കാത്തതെന്തെന്ന് ചോദിക്കുവാൻ അർഹതയുള്ളൂ. ഈ പ്രപഞ്ചത്തിനെ തന്നെ സൃഷ്ടിച്ച് സംരക്ഷിച്ചുകൊണ്ടിരിക്കുന്ന, പഞ്ചഭൂതങ്ങളെയും നിയന്ത്രിക്കുന്ന, മനുഷ്യമനസ്സിനു ചെന്നെത്താൻ കഴിയാത്ത വ്യാപ്തവും വിശാലവും അനന്തവുമായ ആ ശക്തിക്ക്, ആ ശക്തിതന്നെ സൃഷ്ടിച്ചതെന്ന് വിശ്വസിക്കുന്ന ഭൂമിയുടെ ഒരംശമായ കുറെ സ്വർണ്ണം അറകൾക്കുള്ളിൽ യുഗാന്ത്യം വരെ സൂക്ഷിച്ചു വച്ചു പ്രതിഫലമായി സ്വർഗ്ഗം പതിച്ചു വാങ്ങാനുള്ള വ്യാമോഹ പ്രകടനം 'വിദൂഷകധർമ്മമായിട്ടേ' കരുതാനാകൂ. ആത്മ നിരൂപണശേഷി നഷ്ടപ്പെട്ട് പട്ടുനൂൽപ്പുഴുവിനെപ്പോലെ തന്റെ മനസ്സിനെ കൂട്ടിനുള്ളിലാക്കിയിരിക്കുന്നതിലുണ്ടാകുന്ന പരകാര്യവിസ്മൃതിയും മോഹവുമാണ് അർത്ഥശൂന്യമായ ഈ നിലപാടിനു കാരണം.

ലോകത്തിലെ സുന്ദരവസ്തുക്കളെല്ലാം തനിക്കനുഭവിക്കണമെന്നുള്ള അതിമോഹത്തിന് ഭംഗംവന്നപ്പോഴുണ്ടായ ദുഃഖത്തിൽ ആരും അനുകമ്പ പ്രകടിപ്പിക്കുകയില്ല. ജനഹിതം മനസ്സിലാക്കാൻപോലും ശ്രമിക്കാതെ തന്റെ തീരുമാനങ്ങൾ തന്നെ ജനഹിതമെന്നു വിശ്വസിക്കുന്ന ഭരണാധികാരിയോട് ജനങ്ങൾക്ക് അനുകമ്പയുണ്ടാകണമെന്നാഗ്രഹിക്കുന്നത് മനുഷ്യസ്വഭാവം അറിയാത്തതിനാലാണ്.

അന്ന് തിരുവിതാംകൂർ ഏറ്റവും മികച്ച നാട്ടുരാജ്യമായിരുന്നു എന്ന് ഉത്രാടം തിരുനാൾ പറയുന്നു. ഇത് വസ്തുനിഷ്ഠമായ ഒരവകാശവാദമല്ല. മൈസൂർ, ബറോഡ, കപൂർത്തല, പട്യാല, ഗ്വാളിയാർ, കാശ്മീർ, ജയ്പൂർ, ഉദയ്പൂർ, ജോധ്പൂർ തുടങ്ങിയ രാജ്യങ്ങളുടെ കൂട്ടത്തിൽ തിരുവിതാംകൂറിനും അപ്രധാനമല്ലാത്ത ഒരു സ്ഥാനം ഉണ്ടായിരുന്നെന്നല്ലാതെ ഉത്രാടം തിരുനാളിന്റെ അവകാശവാദമായ ഒന്നാം സ്ഥാനം സ്വകപോലകല്പിതം എന്നേ പറയാൻ സാധിക്കുകയുള്ളൂ. 1930 ൽ ലണ്ടനിൽ നടന്ന ഒന്നാം വട്ടമേശസമ്മേളനത്തിൽ പങ്കെടുക്കാൻ 16 നാട്ടുരാജ്യങ്ങൾ പ്രതിനിധികളെ അയച്ചെങ്കിലും തിരുവിതാംകൂർ സ്വന്തം പ്രതിനിധിയെ അയച്ചില്ല. തിരുവിതാംകൂറിനെ പ്രതിനിധീകരിക്കാനുള്ള അധിക ചുമതലകൂടെ മൈസൂർ ദിവാനായ സർ. മിർസാ ഇസ്മായിലിന് നല്കി.[9] ദിവാൻ ജാർമണിദാസിന്റെ നാട്ടുരാജ്യങ്ങളെക്കുറിച്ചുള്ള അഭിപ്രായം താഴെ ചേർക്കുന്നു[10].

---

9 പേജ് 726 ട്രഃസ്റ്റേഃമാഃ.

10 പേജ് 321 *മഹാരാജ*.

ഒരു പുരോഗമനോന്മുഖ സർക്കാർ പരമ്പരാഗതമായി ഉണ്ടായിരുന്നതിന്റെ അഭിമാനം മറ്റേതൊരു നാട്ടുരാജ്യത്തിനേക്കാൾ മൈസൂറിനവകാശപ്പെട്ടതാണ്.

മറ്റു രാജ്യങ്ങളെ അപേക്ഷിച്ച് സ്ത്രീകൾക്ക് അസംബ്ലിയിലും കൗൺസിലിലും അംഗങ്ങളാകാൻ പുരുഷന്മാർക്കു തുല്യമായ അവകാശം തിരുവിതാംകൂറിലുണ്ടായിരുന്നു.

മേല്പറഞ്ഞ അഭിപ്രായങ്ങൾ നിഷ്പക്ഷമല്ലെന്ന് പറയാൻ കാരണമൊന്നും കാണുന്നില്ല. നാട്ടിലെ പ്രഗത്ഭന്മാരെ നാടുകടത്തിയും 137 വർഷങ്ങൾക്കുള്ളിൽ 25 ആളുകളെ തഞ്ചാവൂരിൽനിന്നും ഇറക്കുമതി ചെയ്ത് ദിവാന്മാരാക്കിയും അന്യജാതിക്കാരെ മാത്രം വിവാഹം കഴിച്ചും തന്മൂലമുണ്ടാകുന്ന അഴിമതികൾക്ക് വശംവദരായും സ്വജനപക്ഷപാതം ഊട്ടി വളർത്തിയും നാട്ടുകാരെ നിഷ്കരുണം വെടിവച്ചുകൊന്നും നടത്തിയിരുന്ന ഭരണത്തിന് വിധേയമായിരുന്ന തിരുവിതാംകൂർ അന്നത്തെ ഇന്ത്യയിലെ ഏറ്റവും മികച്ച നാട്ടുരാജ്യമായിരുന്നു എന്ന ശ്രീഉത്രാടം തിരുനാളിന്റെ പ്രസ്താവന നമ്പൂതിരിഫലിതത്തെ നാണിപ്പിക്കുന്ന ഒരു രാജഫലിതമായിട്ടു കാണുവാനേ കഴിയൂ.

*തൃപ്പടിദാന*ത്തിന്റെ ഗ്രന്ഥവിവക്ഷതന്നെ രാജഭരണം സ്വാതന്ത്ര്യാനന്തരഭരണത്തെക്കാൾ അത്യുത്തമമെന്നതാണ്. രണ്ടു വാക്യങ്ങൾ ഈ അവകാശവാദത്തിന്റെ ബഹിർസ്ഫുരണമാണ്. തിരുവിതാംകൂർ എന്തുകൊണ്ടും ഭാഗ്യം ചെയ്ത രാജ്യമാണ്. കെല്പുള്ള രാജാക്കന്മാരും ഭരണത്തിൽ സഹായിക്കാൻ മിടുമിടുക്കരായ ദിവാന്മാരും നമുക്കുണ്ടായിട്ടുണ്ട്[11]. ശ്രീഉത്രാടം തിരുനാൾ വിശദാംശങ്ങളിലേക്ക് പോകാതെ ഇത് സ്ഥാപിക്കാൻ ശ്രമിക്കുന്നു. ദിവാന്മാരുടെ ഗണത്തിൽ സൂര്യതേജസ്സായിക്കണ്ട രണ്ടു പേരിൽ ഒരാൾ സേത്തുപട്ട് പട്ടാഭിരാമ രാമസ്വാമിഅയ്യർ ആണെന്ന് പറഞ്ഞിട്ടുണ്ട്. സി പി യുടെ 'തുപ്പാക്കി' ഭരണം തിരുവിതാംകൂറിലെ പ്രജകളുടെ ഭാഗ്യങ്ങളുടെ പട്ടികയിൽ ഉൾപ്പെടുന്നതാണ്. സഞ്ചാരസ്വാതന്ത്ര്യം (1936വരെ)സംഘടനാസ്വാതന്ത്ര്യം, അഭിപ്രായസ്വാതന്ത്ര്യം തുടങ്ങിയവ അക്കാലത്ത് നിരോധിക്കപ്പെട്ടവയാണ്. അവസരസമത്വം ആകാശകുസുമം പോലെയും. വസ്ത്രധാരണരീതി, ആഭരണധാരണം തുടങ്ങിയവയിൽ അസമത്വം നിലനിർത്താൻ വേണ്ടി സർക്കാർ വിളംബരം പുറപ്പെടുവിച്ചിരുന്ന രാജ്യമായിരുന്നു തിരുവിതാംകൂർ. ഇതെല്ലാം അന്യത്ര വിശദമാക്കിയിട്ടുണ്ട്.

ഇന്ത്യൻ ഭരണഘടന മേല്പറഞ്ഞ തിന്മകളെല്ലാം പരിഹരിച്ചിട്ടുണ്ട്. 14–ാം വകുപ്പിൽ നിയമത്തിനുമുന്നിൽ സമത്വം തുല്യമായ നിയമസംരക്ഷണം എന്നിവ ഏതൊരു പൗരനും ഉറപ്പാക്കുന്നു. 19 മുതൽ 22 വരെ വകുപ്പുകൾ അഭിപ്രായസ്വാതന്ത്ര്യം, സംഘടനാ സ്വാതന്ത്ര്യം, സഞ്ചാര സ്വാതന്ത്ര്യം, തൊഴിൽസ്വാതന്ത്ര്യം തുടങ്ങിയ മൗലിക സ്വാതന്ത്ര്യങ്ങൾ ഉറപ്പുവരുത്തുന്നു. ഇവ സ്ഥാപിച്ചുകിട്ടാൻ ആവശ്യമെങ്കിൽ ഏതൊരു

11 പേജ് 260 *തൃപ്പടിദാനം.*

പൗരനും 32–ാം വകുപ്പു പ്രകാരം സുപ്രീംകോടതിയിലോ ഹൈക്കോട തികളിലോ റിട്ട് സമർപ്പിച്ച് പരിഹാരം കാണാവുന്നതുമാണ്.

ഈ അവകാശങ്ങളും സ്വാതന്ത്ര്യങ്ങളും അനുഭവിക്കുന്നവരേക്കാൾ ശ്രീഉത്രാടം തിരുനാൾ ഭാഗ്യവാന്മാരായി കാണുന്നത് ഇതൊന്നുമില്ലാ തിരുന്ന തിരുവിതാംകൂർ പ്രജകളെയാണ്.

മുല്ലപ്പെരിയാർ അണക്കെട്ടിനുവേണ്ടി ബ്രിട്ടീഷ് ഭരണാധികാരികളു മായുണ്ടാക്കിയ 999 വർഷത്തെ പാട്ടക്കരാറും അതിലെ വ്യവസ്ഥകളും രാജ്യതന്ത്രജ്ഞതയുടെ പാപ്പരത്ത്വത്തിന്റെ പെരുമ്പറഘോഷമാണ്. 1865 ൽ ഒരേക്കർ നിലത്തിന് എഴുപത്തിയഞ്ച് രൂപ നിരക്കിൽ തിരുവിതാം കൂർകാർക്കും 1870 കളിൽ ബ്രിട്ടീഷ് കമ്പനികൾക്ക് ഫലഭൂയിഷ്ഠമായ സഹ്യസാനുക്കൾ ഏക്കറിന് ഒരു രൂപ നിരക്കിലും പതിച്ചു നല്കി. ഇതിനെതിരായി ശബ്ദമുയർത്തിയ സ്വദേശാഭിമാനി രാമകൃഷ്ണപിള്ള യെ നാടുകടത്തി. കെല്പുള്ള രാജാക്കന്മാരും മിടുമിടുക്കന്മാരായ ദിവാ ന്മാരും പ്രജകളോടു കാണിച്ച നീതികേടിന്റെ ഒരു ഹ്രസ്വവീക്ഷണം മാത്രമാണിത്.

19

ശ്രീപത്മനാഭന്റെ ചെലവിൽ അന്ധവിശ്വാസപ്രചരണം

കൊ. വ. 1110/ ക്രി. വ. 1934 ലെ അഗ്നിബാധ സംശയാസ്പദമല്ലാത്ത ഒരു വസ്തുതയാണല്ലോ. അതിനെ പറ്റിയുള്ള രേഖകൾ നിഷ്പ്രയാസം ലഭ്യമാണ്. വിളക്കുമാടത്തിൽനിന്നു തുടങ്ങിയ ജ്വാലകൾ അതിവേഗത്തിൽ വ്യാപിക്കുന്ന ഒരു മഹാശക്തിയായി മാറുകയും ശ്രീഹനുമാൻസ്വാമി ഒരു ഗോപുരംപോലെ ഉച്ചവർത്തിയായി നില്ക്കുന്ന സ്ഥലത്തിനടുത്തുള്ള ബലിക്കല്ലുവരെ എത്തുകയും ചെയ്തു. ഈ പ്രതിമയ്ക്ക് സമീപത്തേക്ക് അതിക്രമിച്ചു കടന്നുവന്ന അഗ്നിയെ ഗദയും കൈയിൽ പിടിച്ച് തന്റെ നേത്രാഗ്നികൊണ്ട് തുല്യ ബലത്തിൽ എതിർത്തു നില്ക്കുന്ന ശ്രീ ഹനുമാന്റെ രാജകീയ പ്രൗഢിയോടുകൂടിയ സ്വരൂപത്തിന് സാക്ഷ്യം വഹിച്ച ആളുകൾ ഇന്നും ജീവിച്ചിരിപ്പുണ്ട്. ഈ രൂപം കണ്ട അനുഗൃഹീതരായ ആളുകൾക്ക് ഹനുമാൻ അഗ്നിയെ നിയന്ത്രണാധീനമാക്കുമെന്ന് ഉടനെ ബോദ്ധ്യമായി. അതുതന്നെയാണ് കൃത്യമായി സംഭവിച്ചതും. അഗ്നി ഒട്ടും കൂടുതലായി ബാധിച്ചില്ല[1].

ഇതെല്ലാം നടന്നുകൊണ്ടിരുന്നപ്പോൾ ക്ഷേത്രത്തിലെ സംഭ്രാന്തി പിടിച്ച വൈദികന്മാർ ദേവന്മാരുടെ അടുത്തുതന്നെ സൂക്ഷിച്ചിരുന്ന മനോഹര വാഹനങ്ങളെ രക്ഷിക്കുന്നതിനായി ഉള്ളിലേക്കു പാഞ്ഞു. ചിലർ അകത്തേക്കു ചാടിക്കയറി. ശ്രീനരസിംഹസ്വാമിയുടെ വിഗ്രഹം എടുത്തുമാറ്റുന്നതിനുള്ള ശ്രമത്തിൽ അവർ ശ്രീകോവിലിന്റെ അടഞ്ഞുകിടന്നിരുന്ന വാതിലുകൾ തുറക്കാനായി അവയിൽ ചവിട്ടി, അപ്പോൾ ഇങ്ങനെ ഒരശരീരി കേട്ടു. ഭയപ്പെടേണ്ട അഗ്നി ഇവിടെ എത്തുകയില്ല. ഉടൻതന്നെ അഗ്നി നിയന്ത്രണാധീനമായി എന്ന വാർത്ത കേട്ടവർ അങ്ങേയറ്റം ആശ്വസിച്ചു[2].

1. പേജ് – 310 *ശ്രീപത്മനാഭസ്വാമിക്ഷേത്രം.*
2. പേജ് – 310 *ശ്രീപത്മനാഭസ്വാമിക്ഷേത്രം.*

അഗ്നിബാധയെക്കുറിച്ചുള്ള വാർത്ത കൊട്ടാരത്തിൽ എത്തിയ ഉടൻ ചിത്തിരതിരുനാളും അമ്മ മഹാറാണി സേതുപാർവ്വതീഭായിയും ക്ഷേത്രത്തിൽ പാഞ്ഞെത്തി. മഹാരാജാവ് ഭദ്രദീപപ്പുരയിൽ ചെന്ന് തീ കെടുത്തണമേ എന്ന് അത്യന്തം മനോവേദനയോടുകൂടെ ശ്രീപത്മനാഭനോട് പ്രാർത്ഥിച്ചു എന്നും ചില വഴിപാടുകൾ നേർന്നു എന്നും അല്പസമയത്തിനുള്ളിൽ അഗ്നി പെട്ടെന്ന് പൂർണ്ണമായി ശമിച്ചു എന്നും തുടർന്ന് ഗ്രന്ഥകർത്രി വെളിപ്പെടുത്തുന്നു. അശ്വതിതിരുനാൾ ഗൗരിലക്ഷ്മീഭായി തമ്പുരാട്ടിയുടെ ശ്രീപത്മനാഭസ്വാമിക്ഷേത്രത്തിലെ അഗ്നിബാധയുടെ വിവരണമാണ് മേലുദ്ധരിച്ചത്..

ശ്രീചിത്തിര തിരുനാൾ നിയമിച്ച കമ്മിറ്റി അന്വേഷിച്ച് സമർപ്പിച്ച റിപ്പോർട്ടിലെ സംഭവ വിവരണത്തിന്റെ പരിഭാഷ താഴെ ചേർക്കുന്നു.

> കൊ. വ. 1110 തുലാം 12 ാം തീയതി രാത്രി ഏകദേശം 11 മണിക്ക് തിരുവനന്തപുരം ശ്രീപത്മനാഭസ്വാമി ക്ഷേത്രത്തിൽ പെട്ടെന്ന് ഒരു തീപിടിത്തമുണ്ടായി. മഹാരാജാവും അമ്മ മഹാറാണിയും വളരെ വേഗം സംഭവസ്ഥലത്തെത്തി. സായുധ സേനാംഗങ്ങളും പൊലീസുകാരും അഗ്നി പടർന്നുപിടിക്കാതിരിക്കാൻ അവരുടെ കഴിവിന്റെ പരമാവധി യത്നിച്ചു. അഗ്നിയെ അണയ്ക്കുന്നതിനും ക്ഷേത്രത്തിലെ ആഭരണങ്ങളും വിലപിടിപ്പുള്ള വസ്തുക്കളും രേഖകളും ഒരു സുരക്ഷിത സ്ഥാനത്തേക്ക് മാറ്റുന്ന പ്രവർത്തനങ്ങൾക്ക്, യാദൃച്ഛികമായി തിരുവനന്തപുരത്തുണ്ടായിരുന്ന സർ. സി പി രാമസ്വാമി അയ്യർ തന്നെയാണ് അവിടെ എത്തി മേൽനോട്ടം വഹിച്ചത്. രക്ഷാപ്രവർത്തനത്തിൽ മുഴുകിയിരിക്കുന്നവർക്ക് പ്രോത്സാഹനം നല്കിക്കൊണ്ട് ദിവാൻ മുഹമ്മദ് ഹബീബുള്ളയും വെളിയിൽ പരിസരത്ത് തന്നെ ഉണ്ടായിരുന്നു. മഹാരാജാവിന്റെ സാന്നിദ്ധ്യം പ്രവർത്തകരിൽ തങ്ങളുടെ ശക്തിമുഴുവൻ സേവനത്തിൽ പ്രയോഗിക്കുവാൻ പ്രചോദനവും ആവേശവും നല്കി. ഏകദേശം ആറുമണിക്കൂർക്കൊണ്ട് പടരുന്ന അഗ്നിയെ നിയന്ത്രണവിധേയമാക്കാൻ കഴിഞ്ഞു. തീ പിടിച്ചു നാശമായ ക്ഷേത്രഭാഗങ്ങൾ ഏകദേശം ഒരു വർഷത്തിനകം 1111 വൃശ്ചികത്തിലെ മുറജപത്തിന്മുമ്പ് തന്നെ പുനർനിർമ്മിക്കാൻ സാധിച്ചു[3].

വിവരണത്തിന്റെ അടിസ്ഥാനത്തിൽ നോക്കിയാൽ ഇത് രണ്ട് അഗ്നിബാധകളെന്നു തോന്നും. *ശ്രീപത്മനാഭസ്വാമിക്ഷേത്രം* എന്ന പുസ്തകത്തിൽ പറയുന്നത് ഹനുമാൻസ്വാമി ഏതാനും നിമിഷങ്ങൾകൊണ്ട് അഗ്നിബാധയെ നിയന്ത്രിച്ചു എന്നാണ്. എന്നാൽ 1940 ൽ (തീ പിടിത്തത്തിനു നാലുവർഷത്തിനുശേഷം) പ്രസിദ്ധീകരിച്ച ട്രാവൻകൂർ സ്റ്റേറ്റ് മാനുവൽ പറയുന്നത് സായുധസേനയും പൊലീസുകാരും മഹാരാജാവിന്റെയും അമ്മ മഹാറാണിയുടെയും ദിവാന്റെയും സാന്നിദ്ധ്യത്തിൽ, സർ.

---

3. പേജ്: 162 ട്രാ:സ്റ്റേ:മാ:

സി പി രാമസ്വാമി അയ്യരുടെ സമർത്ഥമായ മേൽനോട്ടത്തിൽ, ആറു മണിക്കൂർ ഭഗീരഥപ്രയത്നം ചെയ്താണ് അഗ്നി നിയന്ത്രണ വിധേയമാക്കിയതെന്നാണ്.

ശ്രീമതി അശ്വതിതിരുനാൾ തന്റെ വിവരണത്തിൽ പറയുന്നത് വിളക്കുമാടത്തിൽനിന്നും തുടങ്ങിയ അഗ്നിജ്വാല ബലിക്കല്ലുവരെ എത്തിയപ്പോൾ ഹനുമാൻസ്വാമി ഗദയും കൈയിൽ പിടിച്ച് നേത്രാഗ്നികൊണ്ട് നിയന്ത്രിച്ചു എന്നാണ്. ഇത്രയും ദൂരം എത്താൻ അഗ്നിജ്വാലകൾക്ക് ഏറിയാൽ പത്തു മിനിറ്റു വേണ്ടി വരും. എന്നാൽ *മാനുവലിൽ* പറയുന്നത് അഗ്നി നിയന്ത്രിക്കാൻ ആറുമണിക്കൂർ വേണ്ടിവന്നു എന്നാണ്. ശ്രീചിത്തിര തിരുനാൾ മഹാരാജാവ് അപ്പോൾ സ്ഥലത്തുണ്ടായിരുന്നു. 1991 വരെ അദ്ദേഹം ജീവിച്ചിരുന്നു. അമ്മ മഹാറാണിയും അഗ്നിബാധയ്ക്കുശേഷം 1981 വരെ ജീവിച്ചിരുന്നു. ഇവരാരും ഹനുമാൻസ്വാമിയുടെ സാന്നിദ്ധ്യമോ പ്രയത്നമോ അഗ്നിയെ നിയന്ത്രിക്കുന്നതിൽ ഉണ്ടായിരുന്നതായി പറഞ്ഞിട്ടില്ല. 1940 ൽ സദസ്യതിലകൻ ടി കെ വേലുപ്പിള്ള കമ്മിറ്റിക്ക് കണ്ടെത്താൻ കഴിയാത്തതാണ് ഹനുമാൻസ്വാമിയുടെ ഇടപെടൽ. 60 വർഷങ്ങൾക്കുശേഷം 1998 ൽ ശ്രീമതി അശ്വതിതിരുനാൾ ഗൗരിലക്ഷ്മീഭായി തമ്പുരാട്ടിയാണ് ഈ പ്രതിഭാസം വെളിച്ചത്തു കൊണ്ടുവന്നത്.

ശ്രീഹനുമാന്റെ പേരിൽ അതിസാഹസങ്ങളുടെയും അത്ഭുത പ്രവർത്തികളുടെയും ഒരു പട്ടികതന്നെയുണ്ട്. ലോക പുരാണ കഥകളിലെ കഥാപാത്രങ്ങളുടെ കൂട്ടത്തിൽ ശക്തൻ, പ്രതിഭാശാലി, സ്വാമിഭക്തൻ, സാഹസികൻ ഗഗന സഞ്ചാരശേഷിയുള്ളവൻ എന്നീ നിലകളിൽ വിലയിരുത്തിയാൽ അദ്ദേഹം ഒന്നാമത് വരും. ജനിച്ചപ്പോൾ തന്നെ സൂര്യനെ വിഴുങ്ങാൻ ചാടി, താടിയിൽ വെട്ടുകൊണ്ടെങ്കിലും മരിച്ചില്ല. അതിശക്തന്മാരായ ബാലിസുഗ്രീവന്മാരുമായുള്ള സഹവാസം, സുഗ്രീവന്റെ പ്രധാനമന്ത്രി പദം, രാമലക്ഷ്മണന്മാരെ തോളിൽ കയറ്റിയുള്ള യാത്ര, സീതാന്വേഷണത്തിനു പോയ ലക്ഷക്കണക്കിന് വാനരന്മാരുടെ അനിഷേദ്ധ്യ നേതൃത്വം, നൂറുയോജന അകലെ ഒറ്റച്ചാട്ടത്തിൽ ലങ്കാപുരിയിലെത്തി സീതയെ നിഷ്പ്രയാസം കണ്ടെത്തൽ, പ്രകൃതിശക്തികളെപോലും തന്റെ വരുതിയിൽ നിറുത്തിയിരുന്ന രാവണന്റെ പട്ടണത്തെ ചുട്ട് ചാമ്പലാക്കൽ, രാക്ഷസന്മാരുമായുള്ള യുദ്ധം, യുദ്ധത്തിനിടെ മൃതസഞ്ജീവനിക്കായുള്ള ഹിമാലയയാത്ര, പർവ്വതത്തിന്റെ ഒരു ഭാഗവുംകൂടെ കൊണ്ടുള്ള മടക്കയാത്ര തുടങ്ങിയവ ഹനുമാന് നല്ല പ്രസിദ്ധി ഉണ്ടാക്കിക്കൊടുത്ത സംഭവങ്ങളാണ്. പതിനായിരം ആനയുടെ ശക്തിയുള്ള ഭീമന് കദളീവനത്തിൽ വച്ച് ഹനുമാന്റെ വാൽ പോലും പൊക്കിമാറ്റാൻ സാധിച്ചില്ല. അഗ്നിഗോളം പോലെ ജ്വലിക്കുന്ന വാലുമായി ലങ്കാപുരി മുഴുവൻ കത്തിച്ചു ചാമ്പലാക്കി ഭൂമിയിലും ദേവലോകത്തും പ്രശസ്തി നേടിയ ഹനുമാൻസ്വാമിക്ക് ശ്രീപത്മനാഭസ്വാമിക്ഷേത്രത്തിലെ വിളക്കുമാടത്തിലെ അഗ്നികൂടെ നിയന്ത്രണാധീനമാക്കിയെന്ന ഖ്യാതി ഒരു കെട്ടിച്ചമച്ച കഥയുണ്ടാക്കി ചാർത്തി കൊടുക്കേണ്ട ആവശ്യമുണ്ടോ? അഗ്നി പൂർണ്ണമായി ശമിക്കാൻ ചിത്തിര

തിരുനാളിന്റെ നേർച്ചയും ശ്രീപത്മനാഭനോട് പ്രാർത്ഥനയും കൂടെ വേണ്ടി വന്നു. സൈനികർക്കും പൊലീസുകാർക്കും മറ്റും വെറും നോക്കുകുത്തികളായി നില്ക്കേണ്ടി വന്നു എന്ന് പുസ്തകം സൂചിപ്പിക്കുന്നു.

പല അത്ഭുതങ്ങളും ക്ഷേത്രത്തിൽ നടന്നതായി ഈ പുസ്തകത്തിൽ പറയുന്നുണ്ട്. കുറച്ചുകാലം അടഞ്ഞുകിടന്നിട്ട് തുറന്നപ്പോൾ സർപ്പങ്ങളെക്കണ്ടു എന്നതാണ് ഒരു പ്രധാന അത്ഭുതം. ഇതിനെ ദുർനിമിത്തങ്ങളുടെ സൂചനയായി പ്രവചിക്കുന്നത് പരിഹാരക്രിയ നടത്തി വരുമാനമുണ്ടാക്കുന്ന പരാന്നഭോജികൾ മാത്രമാണ്. അടഞ്ഞുകിടക്കുന്ന ക്ഷേത്രങ്ങളിൽ എലികൾ ധാരാളമുണ്ടാകുമെന്ന തിരിച്ചറിവ് ഏതു സർപ്പത്തിനും പ്രകൃതി കൊടുത്തിട്ടുണ്ട്. സർപ്പങ്ങൾ ഭംഗിയും ഐശ്വര്യവുമുള്ള ജന്തുക്കളാണ്. നാം അതിന്റെ രൂപം കല്ലിൽ കൊത്തിവച്ച് പാലൂട്ടുകയും മഞ്ഞൾപ്പൊടി ലേപനംചെയ്ത് കർപ്പൂരംകത്തിച്ച് ദീപാരാധന നടത്തുകയും പുഷ്പഹാരം ചാർത്തുകയും നേരിൽ കണ്ടാൽ തൽക്ഷണം അതിനെ തല്ലിക്കൊല്ലുകയും ചെയ്യുന്ന ആത്മവഞ്ചകരുമാണ്. അതിനെ ദുർനിമിത്തങ്ങളുടെ പ്രവാചകനാണെന്ന് പ്രചരിപ്പിക്കുന്ന കപടനാട്യക്കാരാണ്. ശ്രീപത്മനാഭന് കിടക്കാൻ ഈ ദുർനിമിത്തക്കാരനെ എന്തിനുപയോഗിക്കണം? ഭംഗിയില്ലാത്തതാണെങ്കിൽ പരമശിവൻ എന്തിനതിനെ ആഭരണമാക്കണം? അതിനെ തല്ലിക്കൊല്ലാൻ വേണ്ടി നാം അതിനെ ദുർനിമിത്തങ്ങളുടെ സഹയാത്രികനെന്ന് പ്രചരിപ്പിക്കുന്നെന്നുമാത്രം.

ക്ഷേത്രം ഇരിക്കുന്നത് പാലാഴിയുടെ മുകളിലാണെന്നും, പലപ്പോഴും ക്ഷേത്രമുറ്റത്തെ കല്ലുകൾക്കിടയിൽനിന്നും പാലൊഴുകുന്നതു കണ്ടിട്ടുണ്ടെന്നും നരസിംഹപ്രതിഷ്ഠാവേളയിൽ അതിനുള്ളിലുള്ള ഊർജ്ജതീവ്രതകൊണ്ട് തീപിടിത്തമുണ്ടായതായും മറ്റും പറയുന്നു. ഈ പച്ചക്കള്ളങ്ങളുടെയും അതിശയോക്തികളുടെയും പ്രചരണം നിരുപദ്രവങ്ങളെന്ന് കരുതി തള്ളിക്കളയുന്നത് സാമൂഹ്യ ജീവിതത്തിന്റെ ഭദ്രതയ്ക്ക് അനുയോജ്യമല്ല.

കുടുംബദോഷം അകറ്റാനും ഐശ്വര്യം ഉണ്ടാക്കാനുമെന്നുപറഞ്ഞ് വിശ്വസിപ്പിച്ച് നിരവധി പേരിൽനിന്നും 60 പവൻ ആഭരണങ്ങൾ വാങ്ങി മുങ്ങിയ പൂജാരിയെ പൊലീസ് പിടികൂടി. തേരക്കുളം ചന്ദനമാരി അമ്മൻ കോവിലിലെ പൂജാരി(പേരും മേൽവിലാസവും നല്കുന്നത് ഉചിതമല്ല)ആണ് പിടിയിലായത്. വിഗ്രഹത്തിനു മുന്നിൽ സ്വർണ്ണം വച്ച് പൂജിക്കുമ്പോൾ ഇതിന് ദിവ്യത്വം ലഭിക്കുമെന്നും അതിലൂടെ ദോഷങ്ങൾ മാറി ഐശ്വര്യം ഉണ്ടാകുമെന്നും തെറ്റിദ്ധരിപ്പിച്ചാണ് ഇയാൾ ആഭരണങ്ങൾ കൈക്കലാക്കിയതെന്ന് പൊലീസ് പറഞ്ഞു. സ്ത്രീകളാണ് അധികവും കെണിയിൽ പെട്ടത്. ഇതുപോലുള്ള വാർത്തകൾക്ക് പത്രങ്ങളിൽ ഒരു ദാരിദ്ര്യവും കാണുന്നില്ല. നരസിംഹമൂർത്തിയുടെ ഊർജ്ജതീവ്രതപോലെ ചന്ദനമാരി അമ്മൻ കോവിലിലെ വിഗ്രഹത്തിനും ഊർജ്ജ തീവ്രത സൃഷ്ടിച്ച് സ്വർണ്ണാഭരണങ്ങൾക്ക് ദിവ്യത്വം പ്രദാനം ചെയ്യാൻ സാധിക്കുമെന്ന് പ്രചരിപ്പിക്കാൻ പ്രയാസമില്ല.

കള്ളക്കഥകളുടെ ഉറവിടം തെളിച്ചു വിടുന്നവർ കുറ്റം ചെയ്യാൻ പ്രചോദനവും പ്രേരണയും നല്കുന്നവരാണ്, കുറ്റകൃത്യങ്ങളെ പ്രോത്സാഹിപ്പിക്കുന്നവരാണ്. ഹിന്ദുധർമ്മ ദർശനം അവരെ തന്മൂലമുണ്ടാകുന്ന ദുഷ്ഫലങ്ങളുടെ ബാദ്ധ്യതയിൽനിന്നും മോചിപ്പിക്കുന്നില്ല. ധാർമ്മിക ബോധമുള്ള ഒരുവനും കിംവദന്തികളും കേട്ടുകേൾവികളും ജനങ്ങൾക്കു മുന്നിൽ വിശ്വാസപ്രമാണങ്ങളെന്ന നിലയ്ക്ക് അവതരിപ്പിക്കുകയില്ല. നരസിംഹമൂർത്തി വല്ലപ്പോഴും രാത്രി ഗർജ്ജിച്ച് ശൗര്യം തീർത്ത് സ്വസ്ഥചിത്തനായി ഉറങ്ങട്ടെ. അടുത്ത ചതുർയുഗത്തിലും ഹിരണ്യകശിപുവിനെ വധിക്കേണ്ട ദൗത്യം ഏറ്റെടുക്കാനുണ്ട്.

കൊ. വ. 675/ക്രി. വ. 1500 ാംമാണ്ടിനിടയ്ക്ക് ഇരവി ഇരവിവർമ്മയായിരുന്നു രാജാവ്. എട്ടരയോഗക്കാർക്കും അവരുടെ സഹായികളായ എട്ടു വീട്ടിൽ പിള്ളമാർക്കും ക്ഷേത്രകാര്യങ്ങളിലെ ഇടപെടലുകൾക്കുള്ള സ്വാതന്ത്ര്യം രാജാവ് കർശനമായി നിയന്ത്രിച്ചു. ക്ഷേത്രത്തിലെ മുതലെടുപ്പ് എട്ടരയോഗക്കാർക്ക് ലഭിക്കാൻ പ്രയാസമായപ്പോൾ അവർ രാജാവിനെ വധിക്കാൻ വരെ ശ്രമിക്കുമെന്ന ആശങ്ക ഉണ്ടായപ്പോൾ ക്ഷേത്രത്തിനകത്ത് ആയുധം വഹിച്ചുകൊണ്ട് ആരും പ്രവേശിക്കാൻ പാടില്ലെന്നു കല്പനയുണ്ടായി. ആയുധങ്ങൾ ഒളിച്ചുകടത്തുവാൻ സൗകര്യമുള്ളതിനാൽ തുന്നിയ വസ്ത്രങ്ങൾ, തൊപ്പി മുതലായവധരിച്ചുകൊണ്ട് ക്ഷേത്രത്തിൽ പ്രവേശിക്കുന്നതിനെയും 1501 ാംമാണ്ട് നിയന്ത്രിച്ചു.[4] 500 സംവത്സരങ്ങൾക്കുമുമ്പ് പുറപ്പെടുവിച്ച മേല്പറഞ്ഞ കല്പനയാണ് ഉടുപ്പോ, പാന്റ്സോ പൈജാമയോ ചുരിദാറോ ധരിച്ചുകൊണ്ടു ക്ഷേത്രത്തിൽ പ്രവേശിക്കരുതെന്ന് രൂപാന്തരീഭവിച്ചത്? ചിലർ ഈ വിലക്കുകളെ ആദിശങ്കരാചാര്യരുടെ പേരിലാണ് ആരോപിക്കുന്നത്. അദ്ദേഹം ക്ഷേത്രം സന്ദർശിച്ചപ്പോൾ നിർദ്ദേശിച്ചതാണെന്ന് വാദം.

ശങ്കരാചാര്യർ ജീവിച്ചിരുന്നത് എ ഡി 788 നും 820 നും ഇടയ്ക്കാണ്. അതിനും ആറു നൂറ്റാണ്ടുകൾക്കുശേഷം 1501 ാംമാണ്ടിലാണ് തുന്നിയ വസ്ത്രങ്ങൾ ധരിച്ചുകൊണ്ട് ക്ഷേത്രത്തിൽ കടക്കാൻ പാടില്ലെന്ന് ഇരവി ഇരവിവർമ്മയുടെ കല്പന ഉണ്ടായത്. ശങ്കരാചാര്യർ ജീവിച്ചിരിക്കുമ്പോൾ തന്നെ തുടങ്ങിയ ഒരാചാരമാണെങ്കിൽ രണ്ടാമത് 1501 ൽ ഒരു കല്പനയുടെ ആവശ്യമെന്താണ്.?

ഇപ്പോൾ ആ കല്പന ഒരാചാരത്തിന്റെ പരിവേഷമണിയിച്ച് താലോലിക്കപ്പെടുന്നു. തുന്നിയ ഏതു വസ്ത്രവും ധരിക്കാം പക്ഷേ, അതിന് പുറത്തുകൂടെ തുന്നാത്ത ഒരു വസ്ത്രം ചുറ്റി ഉടുത്താൽ ആചാരാനുസൃതമായി കണക്കാക്കും. എന്തൊക്കെ തന്നെ എതിർപ്പുണ്ടായാലും ഈ ദുരാചാരം തുടർന്നും നിലനിർത്തും. അത് പൊന്മുട്ടയിടുന്ന താറാവാണ്. അതിനെ ആരും കൊല്ലുകയില്ല. ക്ഷേത്രത്തിൽ കയറുമ്പോൾ തുന്നിയ വസ്ത്രഭാഗങ്ങൾ കാണാതെ മറച്ച് ആചാരധ്വംസനം ഒഴിവാക്കാൻ ഒരു

4. പേജ്:114 *ശ്രീപത്മനാഭസ്വാമിക്ഷേത്രം.*

ഒറ്റമുണ്ടിന് കഴിയും. വാടകയായി ഒന്നോ രണ്ടോ മണിക്കൂറിന് അൻപത് രൂപവരെ തരംപോലെ വാങ്ങാൻ ഈ ദുരാചാരം ഉപയോഗപ്പെടുത്തുന്നുണ്ട്. ലക്ഷദീപത്തിന് കത്തിച്ചുകൊണ്ടിരുന്ന എണ്ണവിളക്കിന്റെ സ്ഥാനത്ത് വൈദ്യുത വിളക്ക് കത്തിച്ച് വിപ്ലവം വരുത്തി എന്നും ആദ്യമായി കടൽ കടന്ന് ആചാര ലംഘനത്തിന് ധൈര്യം കാട്ടിയെന്നും വീമ്പിളക്കുന്നവർ, ഇവിടത്തെ ദുരാചാരത്തെക്കുറിച്ചറിഞ്ഞു കൂടാതെ ക്ഷേത്ര ദർശനത്തിന് വരുന്ന പ്രത്യേകിച്ച് അന്യദേശക്കാരായ ഭക്തരെ എന്തിന് ഈ കുതന്ത്രങ്ങളിൽപ്പെടുത്തി വലയ്ക്കണം? അവരുടെ ധനം എന്തിന് അധാർമ്മികമായി കവർന്നെടുക്കണം?

ശങ്കരൻ നമ്പൂതിരി എന്നു പേരുള്ള ഒരു സംസ്കൃത പണ്ഡിതൻ പയ്യന്നൂരിൽ ജീവിച്ചിരുന്നതായും അദ്ദേഹം *ശങ്കരഭാഷ്യം* എന്നും *ശങ്കരസ്മൃതി* എന്നും പേരുള്ള പുസ്തകങ്ങൾ എഴുതി പ്രചരിപ്പിച്ചിരുന്നതായും അറുപത്തിനാല് അനാചാരങ്ങളുടെ അടിസ്ഥാനം ആ സ്മൃതിയാണെന്നും ചില ഗുരുക്കന്മാർ പറഞ്ഞു കേട്ടിട്ടുണ്ട്. അന്ധവിശ്വാസങ്ങളിൽനിന്നും സമൂഹത്തെ രക്ഷപ്പെടുത്താൻ ജീവിതം തന്നെ ഹോമിക്കേണ്ടിവന്ന സന്യാസിവര്യന്മാരായ എത്രയോ ഗുരുശ്രേഷ്ഠന്മാർ നൂറ്റാണ്ടുകൾകൊണ്ട് ചെയ്ത ത്യാഗത്തിന്റെ സൽഫലങ്ങളാണ് ശ്രീപത്മനാഭന്റെ തണലിൽ പുസ്തകങ്ങൾ എഴുതാൻ സൗകര്യം ലഭിച്ചതിനാൽ ഹനുമാന്റെയും മറ്റും പേരിൽ കുറെ കഥകൾ മെനഞ്ഞ് ദിവസങ്ങൾകൊണ്ട് തകർത്തുകളയുന്നത്. ഈ അന്ധവിശ്വാസ പ്രചരണം ഒരു സൽകർമ്മമായിട്ടാണോ ദുഷ്കർമ്മമായിട്ടാണോ ഈശ്വരൻ കണക്കാക്കുന്നത്? ഇതിന് എന്തു കർമ്മഫലമാണ് ലഭിക്കുക?

അന്ധവിശ്വാസങ്ങളുടെയും അതിശയോക്തികളുടെയും അകമ്പടിയോടുകൂടെയുള്ള കുറെ കള്ളക്കഥമെനഞ്ഞ് ശ്രീപത്മനാഭസ്വാമിയെയും നരസിംഹസ്വാമിയെയും ഹനുമാൻസ്വാമിയെയും മാടന്റെയും മറുതയുടെയും നിലവാരത്തിൽ താഴ്ത്തിക്കെട്ടാതിരിക്കാനുള്ള ഔദാര്യം കാണിക്കാമായിരുന്നു.

20

രാജാക്കന്മാരുടെ ലളിത ജീവിതം ഒരു മിഥ്യാ ധാരണ

തിരുവിതാംകൂറിലെ ഭരണാധികാരികൾ ലളിത ജീവിതം നയിക്കുന്നവരാണെന്ന് പൊതുവെ ലേഖനങ്ങളിൽ കാണുന്നു. 26.03.1925 ൽ *യങ് ഇന്ത്യ*യിൽ മഹാത്മാഗാന്ധി എഴുതിയത് *തൃപ്പടിദാന*ത്തിൽ ഉദ്ധരിച്ചിട്ടുണ്ട്.[1] അത് താഴെ ചേർക്കുന്നു.

> മഹാറാണി സേതുലക്ഷ്മീഭായിയുമായുള്ള കൂടിക്കാഴ്ച എന്നിൽ അത്ഭുതമുളവാക്കി. അമിതമായ സ്വർണ്ണാഭരണങ്ങളും രത്നങ്ങളും അണിഞ്ഞ പ്രൗഢയായ സ്ത്രീയെയാണ് ഞാൻ പ്രതീക്ഷിച്ചത്. ഞാൻ കണ്ടതാകട്ടെ ലളിതമായ വേഷമണിഞ്ഞ് അത്യാവശ്യം മാത്രം ആഭരണങ്ങളണിഞ്ഞ സുന്ദരിയായ സ്ത്രീ. ലാളിത്യം അസൂയാവഹം തന്നെ. സർവ്വാഭരണവിഭൂഷിതരായ മറ്റു രാജകുമാരിമാർക്കും റാണിമാർക്കും ഇവർ ഒരു മാതൃകയാണ്.

മഹാറാണി സേതുലക്ഷ്മീഭായിക്ക് മഹാത്മാഗാന്ധിയെ നിഷ്പ്രയാസം കബളിപ്പിക്കാൻ കഴിഞ്ഞു എന്നേ ഇതിൽനിന്നും മനസ്സിലാക്കേണ്ടതുള്ളൂ. ഉത്രാടം തിരുനാൾ മുൻ പറഞ്ഞ ഗ്രന്ഥത്തിൽ തന്റെ കാര്യം പറയുന്നതിങ്ങനെയാണ്[2].

എന്റെ ബെൻസുകാർ 23 ലക്ഷം മൈൽ ഓടിയിട്ടുണ്ട്. വളരെ അപൂർവ്വമായതിനാൽ ബെൻസുകമ്പനി മെഡലുകൾ നല്കി എന്നെ ആദരിച്ചു.' 23 ലക്ഷം മൈൽ എന്നാൽ മുപ്പത്തിയാറ് ലക്ഷത്തി എൺപതിനായിരം കിലോമീറ്റർ വരും. ഒരു വിദേശ നിർമ്മിത കാറാണിത്. അതിൽ ഏറ്റവും കൂടുതൽ ഉപയോഗിച്ച കാർ എന്ന നിലയ്ക്കാണ് മെഡൽ നല്കി

---

1. പേജ് 91 *തൃപ്പടിദാനം.*
2 പേജ് 205 *തൃപ്പടിദാനം.*

യത്. അക്കാലത്ത് ഭാരതത്തിൽ ഇറക്കുമതി ചെയ്യുന്ന ഏറ്റവും വില കൂടിയ രണ്ടോ മൂന്നോ തരം കാറുകളിലൊന്നാണിത്. 36,80,000 കി മീ ഓടുന്നതിന് ഈ വണ്ടിക്കു വേണ്ടിവരുന്ന പെട്രോൾ, എൻജിൻ ഓയിൽ, ടയറുകൾ എന്നിവകൂടി കണക്കാക്കി നോക്കിയാൽ മൊത്തം ചെലവ് കൗതുകം ജനിപ്പിക്കുന്നതായിരിക്കും. ലാളിത്യം എന്ന സങ്കല്പം ഈ നിലവാരത്തിലുള്ള ജീവിതത്തിന് എങ്ങനെ യോജിക്കും?

ജനഹിതകരമായ പല പരിഷ്കാരങ്ങളും നടപ്പാക്കിയ മഹാരാജാവായിരുന്നു ശ്രീസ്വാതിതിരുനാൾ. അദ്ദേഹത്തിന്റെ പരിഷ്കാരങ്ങളും എന്നും ഓർമ്മിക്കപ്പെടും. ലാളിത്യത്തിന്റെ കാര്യത്തിൽ അദ്ദേഹത്തിന്റെ സ്ഥാനം ചരിത്രത്തിൽ എവിടെയാണെന്ന് മനസ്സിലാക്കുന്നതും ഉചിതമായിരിക്കും. തിരുച്ചെന്തൂർ സ്വദേശിയായ ഒരു കലാകാരൻ കുരുത്തോലയിൽ ഒരു രഥമുണ്ടാക്കി സ്വാതിതിരുനാളിന് കാഴ്ചവച്ചു. അതിന്റെ കലാമേന്മയിൽ ആകൃഷ്ടനായ അദ്ദേഹം തിരുവനന്തപുരത്തുള്ള ശില്പികളെക്കൊണ്ട് ആ മാതൃകയിൽ ഒരു രഥം നിർമ്മിക്കാൻ ഉത്തരവിട്ടു. നാലു വർഷംകൊണ്ട് രഥം ഉണ്ടാക്കി. 1017 ചിങ്ങത്തിൽ (1842 എ ഡി)സ്വാതിതിരുനാൾ ആ രഥത്തിൽ ആദ്യമായി എഴുന്നള്ളി. രഥത്തിന്റെ ചെലവുകൾ ഇപ്രകാരമാണ്.

തടിയിൽ തീർത്ത രഥത്തിന് സ്വർണ്ണം, വെള്ളി, 'രെക്കു' കളാൽ ആവരണം തീർത്തു. ഇതിനുവേണ്ടി വാങ്ങിയ തങ്കത്തിന് 9824.5 പണവും വെള്ളി 'രെക്കു' തകിടിന് 3677 പണവും ചെലവായി. രഥത്തിന്റെ കൈപ്പിടി 133 പണത്തിന്റെ തങ്കം. പള്ളിമെത്തയും ചാവട്ടയും 182 പണം. 10 കാളകൾ(വേറെ മൂന്നു പശുക്കൾ ഉൾപ്പെടെ) 6297 പണം. ആദ്യം കാളകളെ ഉപയോഗിച്ച് രഥം വലിപ്പിച്ചെങ്കിലും പിന്നെ വെള്ളക്കുതിരകളെ പൂട്ടിയായിരുന്നു മഹാരാജാവ് യാത്ര ചെയ്തിരുന്നത്. ആദ്യമായി രാജാവ് ഈ രഥത്തിൽ പട്ടണ പ്രവേശമായി എഴുന്നള്ളിയ ദിവസം ദക്ഷിണ, സാമ്പ്രാണി, സമ്മാനം, വെടിക്കെട്ട് ഉൾപ്പെടെ 15133 പണം ചെലവായി. ഇവ കൂടാതെ ഒരു പതക്കം രാജാവ് ശ്രീപത്മനാഭന് അന്നും നടയ്ക്കുവച്ചു. കാളകൾക്ക് പിച്ചള തുടലിന് 898 പണവും കാളകളെ പരിശീലിപ്പിക്കുന്നതിന് 1189 പണവും രഥപ്പുര കെട്ടാൻ 13929 പണവും ചെലവായി. ആകെ ചെലവ് രണ്ട് സൂക്ഷിപ്പുകാരുടെ ശമ്പളം കൂടാതെ അമ്പത്തൊന്നായിരത്തോളം പണം[3]. ദിവാൻ പേഷ്കാർ ശങ്കുണ്ണിമേനോൻ രചിച്ച *തിരുവിതാംകൂർ ചരിത്ര*ത്തിൽ സ്വാതിതിരുനാൾ മഹാരാജാവിനെ കുറിച്ച് ഇങ്ങനെ പറയുന്നു: "അദ്ദേഹം ശ്രീപത്മനാഭസ്വാമിക്ഷേത്രത്തിൽ പ്രതിഷ്ഠയുടെ മുന്നിൽ സമർപ്പിച്ചത് ഒരു ലക്ഷം സൂരത്ത് നാണയമായിരുന്നു."[4]

ഇക്കാലത്ത് പണം മണ്ണുപോലെയേ മഹാരാജാവ് കരുതിയിരുന്നുള്ളു. കൊട്ടാരച്ചെലവ് ഏറെ ധൂർത്തോടുകൂടെയാണ് രാജാവ് നടത്തി

---

3 പേജ് 221, 222 *തൃപ്പടിദാനം*.

4 പേജ് 368 *തിരുവിതാംകൂർ ചരിത്രം*. തർജ്ജിമ, സി കെ കരീം.

യത്. സിൽക്ക്, വെൽവെറ്റ്, വീരാളിപ്പട്ട് തുടങ്ങിയ തുണിയിനങ്ങൾക്കു വേണ്ടി മാത്രം മൂന്നുലക്ഷത്തിൽപ്പരം രൂപ ഓരോ വർഷവും ചെലവഴിച്ചിരുന്നു. ഇതിനു പുറമെ പല വിധത്തിലുള്ള സാധനങ്ങളും വാങ്ങുക പതിവായിരുന്നു. വിലപ്പെട്ട ആഭരണങ്ങൾ വില്പനയ്ക്കെത്തിയാൽ അവ വാങ്ങി ശ്രീപത്മനാഭന് കാണിക്കവയ്ക്കുക സാധാരണമായിരുന്നു[5].

സർക്കാറിന്റെ വക അടിമകളുടെ എണ്ണം 15000 പേരെന്നാണ് 1847 ൽ കണക്കാക്കപ്പെട്ടത്. ഒരുനേരത്തെ ആഹാരം മാത്രമാണ് അവരുടെ ഒരു ദിവസത്തെ ജോലിക്കുള്ള പ്രതിഫലം. അടിമകളെ വാടകയ്ക്ക് കൊടുത്തും വരവുണ്ടാക്കി. കർഷകർ കുരുമുളക് സർക്കാർ സംഭരണശാലകളിൽ അല്ലാതെ വില്ക്കുന്നത് ശിക്ഷാർഹമാണ്. ഇങ്ങനെ ലഭിക്കുന്ന വരവ് വിനിയോഗിച്ചാണ് മേല്പറഞ്ഞ തരത്തിലുള്ള രഥനിർമ്മാണമെന്നത് ചരിത്രം മറച്ചു വയ്ക്കുന്നില്ല.

ശ്രീചിത്തിര തിരുനാളിന് ഏറ്റവും കൂടുതൽ തവണ മുറജപവും ലക്ഷദീപവും നടത്തിയ മഹാരാജാവെന്ന ബഹുമതി നിലനിറുത്താനായി പണം കണ്ടെത്താൻ വളരെ അരിഷ്ടതകൾ അനുഭവിക്കേണ്ടി വന്നതായി ഖേദം പ്രകടിപ്പിച്ചിരുന്നു[6]. കോട്ടയ്ക്കകത്തെ സ്ഥാവരവസ്തുക്കൾ, പാത്രക്കുളം ഉൾപ്പെടെ വിറ്റത് അരിഷ്ടതകൊണ്ടാണെന്ന് ധ്വനിപ്പിക്കുകയും ചെയ്യുന്നു. ഒഴിവാക്കാമായിരുന്നതും ഒഴിവാക്കേണ്ടതുമായിരുന്ന ഒരു വില്പനയായിരുന്നു ഇത്.

ഗാന്ധിജി മഹാറാണിയെ കണ്ടപ്പോൾ അല്പാഭരണവിഭൂഷിതയായിക്കണ്ടെന്ന പ്രശംസ രാജകുടുംബാംഗങ്ങളുടെ ജീവിത വീക്ഷണത്തിന്റെ മുഖമുദ്രയായി അവതരിപ്പിക്കുന്നത് വസ്തുതാപരമായ അബദ്ധമാണ്. ചെല്ലം വക എന്ന പ്രത്യേക കെട്ടിടം കൊട്ടാരപരിസരത്തുണ്ട്. കൊട്ടാരം വക വിലപിടിച്ച ആഭരണങ്ങൾ സൂക്ഷിക്കാനും പുതിയവ പണിയാനുമുള്ള പ്രത്യേക സ്ഥലമാണിത്. നൂറിൽപ്പരം സ്വർണ്ണപ്പണിക്കാർ ജോലിചെയ്തിരുന്ന ഇവിടെ ധാരാളം സൂക്ഷിപ്പുകാരും ഉണ്ടായിരുന്നു. ശ്രീപത്മനാഭസ്വാമി ക്ഷേത്രത്തിലേക്ക് ആവശ്യമായ വിഗ്രഹങ്ങൾ, പ്രഭകൾ, പൂജാപാത്രങ്ങൾ, വിളക്കുകൾ, വാഹനങ്ങൾ, താഴികക്കുടങ്ങൾ, നെറ്റിപ്പട്ടങ്ങൾ തുടങ്ങി കൊടിമരങ്ങൾ സ്വർണ്ണം പൂശുന്നതുവരെയുള്ള ജോലികൾ ഇവരായിരുന്നു ചെയ്തിരുന്നത്[7].

രണ്ട് പ്രധാന സത്യങ്ങൾ ഇത് അനാവരണം ചെയ്യുന്നു. വളരെ കുറച്ച് രാജകുടുംബാംഗങ്ങൾ മാത്രമാണുള്ളതെങ്കിലും ആഭരണനിർമ്മാണം വളരെ വലിയതോതിൽ നടന്നിരുന്നു. രണ്ടാമത്തെ സത്യം കൊട്ടാരത്തിലെ പണിയും ക്ഷേത്രത്തിലെ സ്വർണ്ണപ്പണികളും ഇവിടെത്തന്നെ ചെയ്തിരുന്നു. പൊതുഖജനാവിനും ക്ഷേത്രത്തിനും കൊട്ടാരത്തിനുമുള്ള ചെലവുകൾ കൃത്യമായി വകതിരിച്ചെഴുതുന്ന രീതി അക്കാ

5 പേജ് 368 *തിരുവിതാംകൂർ ചരിത്രം*. തർജ്ജിമ, സി കെ കരീം.

6 2012 നവംബർ 11 ലെ *മലയാള മനോരമ*.

7 പേജ് 232 *തൃപ്പടിദാനം*.

ലത്ത് ഇല്ലായിരുന്നു. ഇത്തരം എല്ലാ ചെലവുകളും സർക്കാർ ഖജനാവിൽനിന്നും നടന്നിരിക്കാനുള്ള സാദ്ധ്യതയാണ് പ്രകടമാക്കുന്നത്. രാജാക്കന്മാർ ആകുന്നവർ പതിനാറു മഹാദാനങ്ങളും നടത്തേണ്ടതും ആചരിക്കേണ്ടതും ഒഴിച്ചുകൂടാൻ പാടില്ലാത്തതാണ്. ഹിരണ്യഗർഭവും തുലാപുരുഷദാനവും ഇവയിൽ അതിപ്രധാനമാണ്. താമരയുടെ ആകൃതിയിൽ ഒരു സ്വർണ്ണപ്പാത്രം നിർമ്മിച്ച് അതിൽ പഞ്ചഗവ്യം നിറച്ച് പണ്ഡിതന്മാർ മന്ത്രോച്ചാരണം നടത്തിക്കൊണ്ടിരിക്കുമ്പോൾ അഞ്ച് പ്രാവശ്യം പഞ്ചഗവ്യത്തിൽ മുങ്ങുന്നതാണ് ഹിരണ്യഗർഭം.

രാജാവ് ഒരു ത്രാസിന്റെ ഒരു തട്ടിൽ ഇരുന്ന് മറുതട്ടിൽ സ്വർണ്ണം വച്ച് തൂക്കി ദാനം നടത്തുന്നതാണ് തുലാപുരുഷദാനം. സ്വർണ്ണം പല അളവിലും തൂക്കത്തിലുമുള്ള നാണയങ്ങളാക്കി അതിൽ ശ്രീപത്മനാഭ എന്ന് മുദ്രണം ചെയ്തതായിരിക്കും. ഇങ്ങനെ ആയില്യം തിരുനാളിന് തുലാപുരുഷദാനത്തിനായി 244 റാത്തൽ സ്വർണ്ണം കല്ക്കത്തയിലെ അപ്കാർ ആൻഡ് കമ്പനിയിൽനിന്നും വാങ്ങിയതായും അതിന് 1,21,598 രൂപ ചെലവായതായും കാണുന്നു. ഈ സ്വർണ്ണം നാലുവിധത്തിലുള്ള നാണയങ്ങളായാണ് നിർമ്മിച്ചിരുന്നത്. ഒന്ന് അര, കാൽ, അരക്കാൽ കഴഞ്ചു തൂക്കമുള്ള 43421 നാണയങ്ങളാണിവ. തുലാപുരുഷദാനത്തിന് മുമ്പ് എട്ടുദിവസത്തെ ചടങ്ങുകൾ ഉണ്ടായിരിക്കും. ഈ നാണയങ്ങളിൽ നാലിലൊരു ഭാഗം തരണനല്ലൂർ നമ്പൂതിരിപ്പാടിനും കൂട്ടർക്കും ആണ്. ബാക്കിയുള്ള സ്വർണ്ണനാണയങ്ങൾ ബ്രാഹ്മണർക്ക് അവരുടെ പദവി അനുസരിച്ച് വിതരണം ചെയ്തിരുന്നു[8].

ശ്രീഅനിഴം തിരുനാൾ മാർത്താണ്ഡവർമ്മയുടെ കാലം തൊട്ട് (ക്രി. വ. 1729) ശ്രീചിത്തിരതിരുനാൾ മഹാരാജാവിന്റെ കാലം (ക്രി. വ. 1947) വരെ ഒൻപതു രാജാക്കന്മാർ ഭരിച്ചിരുന്നു. ഇവർ എല്ലാപേരും തുലാപുരുഷദാനവും നടത്തിയിരുന്നു. നാലരകിലോഗ്രാം ഭാരമുള്ള ഉടവാളും കൂടാതെ പരിചയും ഉൾപ്പെടെയാണ് തുലാസിന്റെ ഒരു തട്ടിൽ രാജാവ് ഇരിക്കുന്നത്. ഇതിനു തുല്യമായ സ്വർണ്ണമാണ് തുലാപുരുഷദാനത്തിന് വേണ്ടിവരുന്നത്. ഒരാളിന് ശരാശരി തൊണ്ണൂറു കിലോഗ്രാം എന്ന നിരക്കിൽ കണക്കാക്കിയാൽ ആകെ 810 കിലോഗ്രാം സ്വർണ്ണം ഇങ്ങനെ തുലാപുരുഷദാനത്തിന് ഉപയോഗിക്കേണ്ടി വരും. ഇതിനുവേണ്ട തുക പൊതുഖജനാവിൽനിന്നു തന്നെയല്ലേ ചെലവാകുന്നത്?

ആയില്യം തിരുനാൾ മഹാരാജാവ് എ ഡി 1860 മുതൽ1880 വരെയായിരുന്നു ഭരിച്ചിരുന്നത്. ഇക്കാലത്ത് സർ. ടി മാധവറാവു ദിവാനായിരുന്നപ്പോൾ രണ്ടുലക്ഷം ഏക്കർ സ്ഥലം ജനങ്ങൾക്ക് ഒരു കോടി അൻപത് ലക്ഷം രൂപയ്ക്ക് പതിച്ച് നല്കിയിരുന്നു. എല്ലാ രാജാക്കന്മാരും തുലാപുരുഷദാനം നടത്തിയിരുന്നു. തുലാപുരുഷദാനവും ലക്ഷദീപവും മുറജപവും നടത്തുന്നത് മാഹാത്മ്യം കൈവരിക്കാൻ വേണ്ടിയല്ലാതെ ദേവപ്രീതി ലഭി

---

8 പേജ് 284 *തൃപ്പടിദാനം.*

ക്കുമെന്ന സങ്കല്പത്തിൽ എന്തെങ്കിലും കഴമ്പുണ്ടെങ്കിൽ 1947 ൽ രാജപദവി കൈവിട്ടുപോകാൻ എന്ത് കാരണമാണുള്ളത്. മുറജപവും ലക്ഷദീപവും കൂടുതൽ നടത്തി എന്നതിന് കൂടുതൽ ആർഭാട ജീവിതം നയിച്ചു എന്നേ അർത്ഥമുള്ളൂ.

2013 ഡിസംബർ 17 നുള്ള ദിനപത്രങ്ങൾ എല്ലാം ശ്രീഉത്രാടം തിരുനാളിന്റെ ചരമത്തിന്റെ വിശദാംശങ്ങളുമായാണ് പ്രസിദ്ധീകരിക്കപ്പെട്ടത്. അതിൽ ഒരു ചിത്രത്തിൽ അദ്ദേഹം വലതു കൈവിരലുകളിൽ മൂന്നിലും ഇടതു കൈവിരലുകളിൽ രണ്ടിലും മോതിരങ്ങൾ ധരിച്ചിരുന്നത് വ്യക്തമായി കാണാം. മറ്റൊരു ചിത്രം ഒരു മരതകക്കല്ലു മാലയും ഒരു സ്വർണ്ണ മാലയും ധരിച്ചിരിക്കുന്ന വിധത്തിലാണ്. ശ്രീഉത്രാടം തിരുനാൾ മാർത്താണ്ഡവർമ്മയ്ക്ക് മുപ്പത് റിസ്റ്റ്വാച്ചുകൾ ഉണ്ടായിരുന്നതായും അദ്ദേഹം പറഞ്ഞിട്ടുണ്ട്.

ഈ സത്യങ്ങൾ ശ്രദ്ധയിൽ വരുമ്പോൾ തിരുവിതാംകൂർ രാജകുടുംബാംഗങ്ങൾ ലളിത ജീവിതം നയിക്കുന്നവരാണെന്ന് പറയുന്നത് ഒരു മിഥ്യാധാരണമാത്രമാണെന്ന് ബോദ്ധ്യമാകും.

21

ശ്രീപത്മനാഭന് സ്വർണ്ണമെന്തിന്?

തൃപ്പടിദാനത്തിന്റെ അവസാനഭാഗത്ത് ശ്രീമാർത്താണ്ഡവർമ്മ അനുസ്മരിച്ചിരിക്കുന്നു:

> ഭഗവാനു സമർപ്പിക്കുന്നതൊന്നും തിരിച്ചെടുക്കാറില്ല. അവ നൂറ്റാണ്ട് പിന്നിട്ടപ്പോൾ വൻശേഖരമായി. ഇതിന്റെയുടമ ശ്രീപത്മനാഭനാണ്. അതിനാൽ അവ അവിടെത്തന്നെ സൂക്ഷിക്കണമെന്നാണ് ഞങ്ങളുടെ അഭിപ്രായവും ആഗ്രഹവും. അതാണ് ശരിയും.

സനാതന തത്ത്വാധിഷ്ഠിതമായി ചിന്തിക്കുമ്പോൾ ശ്രീപത്മനാഭൻ ആരാണ്?

കർമ്മബന്ധത്തിൽനിന്നും മുക്തിനേടുകയാണ് മനുഷ്യജീവിതത്തിന്റെ ലക്ഷ്യം. അതു സാധിക്കണമെങ്കിൽ പ്രപഞ്ചോല്പത്തിയെപ്പറ്റിയും കർമ്മരഹസ്യത്തെപ്പറ്റിയും അറിയണം. ഈ പ്രപഞ്ചം ഒന്നായ, അദ്വയബോധമായ ജ്യോതിസ്വരൂപത്തിൽ (പരമാത്മാവ്) നിന്നും ജനിച്ചതാണ്.

ഇതേ പരമാത്മാവു പ്രപഞ്ചകർത്താവെന്നനിലയ്ക്ക് മൂന്ന് ഗുണങ്ങൾ അവലംബിച്ച് മൂന്നായി വേർപിരിഞ്ഞ് ബ്രഹ്മാവ്, വിഷ്ണു, മഹേശ്വരൻ എന്നിവരായി പരിണമിക്കുന്നു[1].

സൃഷ്ടി, സ്ഥിതി, സംഹാരങ്ങളാണ് അവരുടെ നിയതമായ കർമ്മം. ആഗ്രഹങ്ങളില്ലാത്തവരും പുത്രദാരധനാദികളിൽ ആസക്തിയില്ലാത്തവരും എല്ലാ കാമനകളിൽനിന്നും പിന്തിരിഞ്ഞവരും ഇഷ്ടാനിഷ്ട പ്രാപ്തികളിൽ സമബുദ്ധിയുള്ളവരും സംഗങ്ങ(അതിമോഹംകൊണ്ട് മനസ്സു വസ്തുക്കളിൽ ഒട്ടിപ്പിടിക്കുന്ന അവസ്ഥ)ളില്ലാത്തവരും സന്തുഷ്ട ചിത്തരും വിജ്ഞാനമുണ്ടായി ഭക്തി വർദ്ധിച്ചു മോക്ഷപ്രാപ്തരായിത്തീരുന്നു.

---

1. *പൂന്താനവും ഭക്തിപ്രസ്ഥാനവും* പ്രൊഫ: ചെറുകുന്നം പുരുഷോത്തമൻ

കൃഷ്ണാവതാരത്തിൽ താനാരാണെന്ന് മഹാവിഷ്ണു, കൃഷ്ണന്റെ രൂപത്തിൽ അർജ്ജുനന് പരിചയപ്പെടുത്തുന്ന ഭാഗം വ്യാസമഹർഷി *ഭഗവദ്ഗീത*യിൽക്കൂടെ, മാനവലോകത്തിന് അതിലെ തത്ത്വങ്ങളനുസരിച്ച് ജീവിക്കുവാൻ വേണ്ടി പുനരുദ്ധരിച്ചിട്ടുണ്ട്

ശ്രീകൃഷ്ണൻ (വിഷ്ണു) പറയുന്നു[2].

> എനിക്ക് പിറവിയില്ല. എന്റെ അതീന്ദ്രിയ ശരീരത്തിന് നാശം നേരിടുകയുമില്ല. ജീവജാലങ്ങൾക്കെല്ലാം അധിപതിയാണ് ഞാൻ, എന്നിരിക്കിലും യുഗംതോറും എന്റെ ആദിമവും അതീന്ദ്രിയവുമായ രൂപത്തിൽ ഞാൻ അവതരിക്കുന്നു.
>
> എവിടെയും ഞാൻ കുടികൊള്ളുന്നതായും എല്ലാം എന്നിൽ അടങ്ങുന്നതായും കാണുന്നവന് ഞാൻ ഒരിക്കലും നഷ്ടപ്പെടുകയില്ല. (അദ്ദേഹത്തിൽ അടങ്ങാത്തതായി ഒന്നുമില്ല. മഹാവിഷ്ണുവിനുവേണ്ടി സ്വർണ്ണമോ ധനമോ പ്രത്യേകം സൂക്ഷിച്ചുവയ്ക്കേണ്ടെന്ന് വ്യക്തം. എല്ലാം അദ്ദേഹത്തിൽ അടങ്ങിയിരിക്കുന്നു.)
>
> സൃഷ്ടിയിലെ ആദ്ധ്യാത്മികവും ഭൗതികവുമായുള്ള എല്ലാറ്റിന്റേയും ഉത്ഭവവും വിനാശവും ഞാൻ തന്നെയാണ്.
>
> തൃഗുണങ്ങളാൽ (സത്വം, രജസ്, തമസ്സ്)വ്യാമോഹിതമായ ഈ ലോകം എന്നെ അറിയുന്നില്ല.
>
> പരമപുരുഷനായ എനിക്ക് പണ്ടുണ്ടായതും ഇന്ന് സംഭവിക്കുന്നതും മേലിൽ വരാൻ പോകുന്നതുമായ എല്ലാം അറിയാം. എല്ലാ ജീവാത്മാക്കളും എനിക്ക് സുപരിചിതമാണ്. പക്ഷേ, എന്നെ ആർക്കും അറിയാൻ വയ്യ.

മഹാവിഷ്ണു പറയുന്നു.

> മൂന്നു ലോകങ്ങളിൽ എനിക്ക് ഇല്ലാത്തതോ ആവശ്യമായതോ ആയി യാതൊന്നുമില്ല.
>
> അവ്യക്തമായ രൂപത്തിൽ ഞാൻ ഈ പ്രപഞ്ചം മുഴുവൻ വ്യാപിച്ചിരിക്കുന്നു. സർവ്വ ഭൂതങ്ങളും എന്നിൽ സ്ഥിതിചെയ്യുന്നു. ഞാൻ അവയിലല്ല.
>
> മനുഷ്യരൂപത്തിൽ അവതരിക്കുന്ന എന്നെ മൂഢന്മാർ നിന്ദിക്കുന്നു. എല്ലാത്തിനും ഈശ്വരനായ അതീന്ദ്രിയഭാവം അവർക്കറിഞ്ഞുകൂടാ എന്നും ഭഗവാൻ മഹാവിഷ്ണു തുറന്നു പറയുന്നു.
>
> ഓരോ കല്പത്തിന്റെയും അവസാനത്തിൽ ഈ ഭൗതിക വസ്തുക്കളെല്ലാം എന്നിൽ പ്രവേശിക്കുന്നു. അടുത്ത കല്പം ആരംഭിക്കു

2 *ഭഗവദ്ഗീത* 6-ാം ശ്ലോകം 4-ാം അദ്ധ്യായം

മ്പോൾ അവ എന്നിൽനിന്നും വിസർജ്ജിതമാവുകയും ചെയ്യുന്നു. (സ്വർണ്ണവും രത്നങ്ങളും മറ്റും കല്പാന്ത്യത്തിൽ ബ്രഹ്മത്തിൽ പ്രവേശിക്കുന്നു).

പ്രപഞ്ചപ്രവർത്തനം എന്റെ അധീനതയിലാണ്. എന്റെ ഇച്ഛയ്ക്കനുസരിച്ച് അത് വീണ്ടും വീണ്ടും ആവിർഭവിക്കുകയും ഒടുവിൽ തിരോഭവിക്കുകയും ചെയ്യുന്നു.

സൃഷ്ടിയും സംഹാരവും എല്ലാത്തിന്റെയും അടിസ്ഥാനവും ശാശ്വതമായ ബീജവും ഞാൻ തന്നെയാണ്.

ഞാൻ ജനനമില്ലാത്തവനും തുടക്കമില്ലാത്തവനും സർവ്വലോകേശ്വരനുമാണ്.

ഭൗതിക ആദ്ധ്യാത്മിക ലോകങ്ങളുടെ ഉറവിടം ഞാനാണ്. എല്ലാം എന്നിൽനിന്നും ഉണ്ടായതാണ്. (സ്വർണ്ണം, വെള്ളി, ഇരുമ്പ്, ചെമ്പ്, സിലിക്കോൺ, ഹൈഡ്രജൻ, ഓക്സിജൻ, നൈട്രജൻ, യുറേനിയം, പ്ലൂട്ടോണിയം തുടങ്ങി എല്ലാം അദ്ദേഹത്തിൽ നിന്നുണ്ടായതാണെന്നുദ്ഘോഷിക്കുന്നു).

പത്രം, പുഷ്പം, പഴങ്ങൾ, ജലം, ഇവ ഞാൻ സന്തോഷത്തോടെ തരുന്നവനിൽനിന്നും സ്വീകരിക്കും.*

ഇവിടെ മഹാവിഷ്ണു സ്വർണ്ണമോ വെള്ളിയോ പ്ലേറ്റിനമോ തന്നാൽ സന്തോഷത്തോടുകൂടെ സ്വീകരിക്കുമെന്നു പറഞ്ഞിട്ടില്ല. ഇത് വിട്ടുപോയതാണെന്ന് കരുതാൻ ന്യായമില്ല. ലോകത്ത് ഭൗതികവും ആദ്ധ്യാത്മികവും ആയ എല്ലാത്തിന്റെയും ഉറവിടം മഹാവിഷ്ണു ആണെന്ന് എടുത്തു പറഞ്ഞിട്ടുള്ളപ്പോൾ, മനുഷ്യരൂപം സങ്കല്പിക്കപ്പെട്ട മഹാവിഷ്ണുവിന് മനുഷ്യന്റെ ദുർഗ്ഗുണങ്ങളായ കാമ, ക്രോധ, ലോഭ, മോഹങ്ങളുടെയും ഉടമസ്ഥത ചാർത്തിക്കൊടുത്തു. പ്രപഞ്ചത്തിൽ കാണുന്ന പലതരം വിഭൂതികളിൽ മനസ്സുമയങ്ങി അവ കൂടുതൽ ലഭിക്കാൻ ചിലർ അല്പം വിഭൂതികൾ തന്നെ സമ്മാനങ്ങളായി നല്കുന്നത് അവിടത്തെ കബളിപ്പിക്കാൻ ശ്രമിക്കുന്ന ഹാസ്യവൈകൃതമാണ്. ലോകത്തിൽ എന്തിലെല്ലാം ഊർജ്ജവും ശ്രീയുമുണ്ടോ അതെല്ലാം തേജസ്സിൽനിന്നും ഉണ്ടാകുന്നതാണെന്നു പറയുന്ന ഭഗവാന് സ്വർണ്ണവും വെള്ളിയും ആവശ്യമുള്ളതല്ല. ചൈതന്യം മാത്രമാണ് നിത്യവസ്തു. സകല ജഡവസ്തുക്കളും അനിത്യമാണ്. ഭഗവാന് ജഡവസ്തുക്കൾ സമ്മാനമായി കൂട്ടിവയ്ക്കേണ്ട കാര്യമില്ല.

ഇതിനെല്ലാം ദൃഷ്ടാന്തമാണ് സത്രാജിത്ത് കൊടുത്ത സ്യമന്തകം മണി ശ്രീകൃഷ്ണൻ നിരസിച്ചത്.

സൂര്യനും സത്രാജിത്തും സുഹൃത്തുക്കൾ ആയിരുന്നു. സൗഹൃദത്തിന്റെ പ്രതീകമായി സൂര്യൻ സത്രാജിത്തിന് അത്ഭുതശക്തിയുള്ള

* അവലംബം– *ഭഗവദ്ഗീത* 6,7,9,10 അദ്ധ്യായങ്ങൾ.

സ്യമന്തകമെന്ന രത്നം പാരിതോഷികം നല്കി. നിർദ്ദിഷ്ട രീതിയിൽ പൂജിച്ചാൽ ദിവസംപ്രതി എട്ട് ഭാരം സ്വർണ്ണം നല്കാൻ കഴിവുള്ളതാണ് സ്യമന്തകം.

സത്രാജിത്തിന്റെ സഹോദരൻ പ്രസേനൻ സ്യമന്തകം മണി കഴുത്തിൽ കെട്ടിക്കൊണ്ട് വനത്തിൽ നായാട്ടിനു പോയി. അവിടെ വച്ച് ഒരു സിംഹം പ്രസേനനെ കൊന്ന് സ്യമന്തകത്തെ കടിച്ചെടുത്തുകൊണ്ടു പോയി. സ്യമന്തകത്തേയും കൊണ്ടുപോകുന്ന സിംഹത്തെ കണ്ട ജാംബവാൻ സിംഹത്തെ കൊന്ന് സ്യമന്തകത്തെ കൊണ്ടുപോയി തന്റെ കുട്ടികൾക്ക് കളിക്കാൻ കൊടുത്തു.

പ്രസേനൻ തിരിച്ചെത്താത്തതിനാൽ അന്വേഷിച്ചിറങ്ങിയ ശ്രീകൃഷ്ണൻ ജാംബവാന്റെ ഗുഹയിലെത്തി കാര്യങ്ങൾ മനസ്സിലാക്കി. സ്യമന്തകം തിരിച്ചുകൊടുക്കാത്ത ജാംബവാനെ ദ്വന്ദയുദ്ധത്തിൽ കീഴ്പ്പെടുത്തി രത്നം വീണ്ടെടുത്ത് ദ്വാരകയിൽ തിരിച്ചെത്തി സത്രാജിത്തിനു നല്കി. സന്തുഷ്ടനായ സത്രാജിത്ത് മകൾ സത്യഭാമയെ ശ്രീകൃഷ്ണന് വിവാഹം ചെയ്തുകൊടുത്തു. പാരിതോഷികമായി സ്യമന്തകവും കൂടെ കൊടുത്തെങ്കിലും ശ്രീകൃഷ്ണൻ അത് നിരസിക്കുകയാണ് ചെയ്തത്.

രത്നത്തിനോടോ സ്വർണ്ണത്തിനോടോ മോഹമുണ്ടെങ്കിൽ ദിവസം എട്ടു ഭാരം സ്വർണ്ണം നല്കുന്ന രത്നത്തെ ശ്രീകൃഷ്ണൻ നിരസിക്കുമോ?

ഹിന്ദുമതത്തിന്റെ അടിസ്ഥാനശില നാലുവേദങ്ങളും അതിൽനിന്നും ഉരുത്തിരിഞ്ഞുവന്ന ഉപനിഷത്തുകളുമാണ്. അങ്ങനെ നാലു വേദങ്ങളിൽനിന്നും ആകെ 108 ഉപനിഷത്തുകൾ ഉണ്ടായി എന്നും അവയിൽ 10 ഉപനിഷത്തുകൾ പരമപ്രധാനമാണെന്നും പറയപ്പെടുന്നു. ഈ ഉപനിഷത്തുകളിൽ ഉൾക്കൊണ്ടിട്ടുള്ള നാലു മഹാവാക്യങ്ങളാണ്, തത്ത്വമസി, (അത് നീയാകുന്നു- നീ ബ്രഹ്മമാകുന്നു- ജീവാത്മാവും പരമാത്മാവും നീതന്നെ എന്ന് സാരം) അയമാത്മാബ്രഹ്മ (ആത്മാവ് തന്നെയാണ് ബ്രഹ്മം), പ്രജ്ഞാനം ബ്രഹ്മ (ജ്ഞാനം, ബോധസത്ത, തന്നെയാണ് ബ്രഹ്മം), അഹം ബ്രഹ്മാസ്മി (ഞാൻ ബ്രഹ്മം തന്നെയാകുന്നു) എന്നിവ.

ഈ 108 ഉപനിഷത്തുകളിലൊന്നിൽപ്പോലും സ്വർണ്ണമോ ധനമോ സമാഹരിച്ചു വയ്ക്കുന്നത് ഹൈന്ദവ തത്ത്വാനുഷ്ഠാനത്തിന്റെ ഭാഗമാണെന്ന് പറഞ്ഞിട്ടുള്ളതായി ഒരു വേദാന്തിയും പറഞ്ഞു കേട്ടിട്ടില്ല. കാമപൂരിതമായ ജീവിതം ഉപേക്ഷിച്ച് ത്യാഗജീവിതത്തിന് ശക്തരാകാനാണ് ഉപനിഷത്തുകൾ ഉദ്ബോധിപ്പിക്കുന്നത്. വിശ്വജിത്ത് എന്നൊരു യാഗമുള്ളതായും ആ യാഗത്തിന്റെ അവസാനം യാഗം നടത്തുന്ന ആൾ തന്റെ സർവ്വസ്വവും (സർവ്വധനവും) ദക്ഷിണയായി ദാനം ചെയ്യേണ്ടതാണെന്നുമാണ് ആ യാഗത്തിന്റെ വിധി. ഇത് ത്യാഗശീലം രൂഢമൂലമാക്കുന്ന ഒരു ഉപാധിയാണ്. സമൂഹനന്മയ്ക്കാവശ്യമുള്ള ധനവും ഉപാധികളും ആവശ്യക്കാർക്ക് വിതരണം ചെയ്യുന്നതിന്റെ അനിർവ്വാര്യത മനുഷ്യനെ പഠിപ്പിക്കുകയും ഉദ്ബോധിപ്പിക്കുകയും ചെയ്യുന്ന ഒരു തത്ത്വത്തെ പ്രതിനിധാനം ചെയ്യുന്ന ഒരു പ്രക്രിയയാണ്. എന്നാൽ ശ്രീമാർത്താണ്ഡവർമ്മ

യുടെ ധനശേഖരത്തോടുള്ള സമീപനം തികച്ചും വിപരീതമാണ്. അവിടെ ത്യാഗത്തിന്റെ ഒരു സ്ഫുലിംഗംപോലും കാണാനില്ല. കപട ജ്യോതിഷത്തിന്റെയും കിംവദന്തികളുടെയും അടിസ്ഥാനത്തിൽ കെട്ടിപ്പൊക്കിയ ഒരു ദുർബ്ബല പ്രതിരോധമാണ് അദ്ദേഹത്തിന്റെ വാദഗതികൾക്കുള്ളത്.

ഉപനിഷത്തുകളിൽ സ്വർണ്ണവും ധനവും ദേവന്മാർക്ക് വേണ്ടി സമാഹരിച്ചു വയ്ക്കണമെന്ന് ആവശ്യപ്പെട്ടിട്ടില്ലെന്നുള്ളത് ഒരു തടസ്സമാകേണ്ട കാര്യമേയില്ല. നാട്ടുരാജാക്കന്മാർ ഉപനിഷത്തുകൾ തങ്ങളുടെ ആവശ്യാനുസരണം എഴുതുകയോ എഴുതിക്കുകയോ ചെയ്ത് പ്രചരിപ്പിച്ചിട്ടുണ്ട്. *അക്ബറോപനിഷത്ത്* എന്നൊരുപനിഷത്ത് അക്ബർ ചക്രവർത്തി എഴുതിച്ച് പ്രചരിപ്പിച്ചിരുന്നതായി പരേതനായ പ്രൊഫ. സുകുമാർ അഴീക്കോട് തന്റെ *തത്ത്വമസി* എന്ന പുസ്തകത്തിൽ വിവരിച്ചിട്ടുണ്ട്.

സ്വർണ്ണവും ധനവും ആർക്കും ഉപയോഗമില്ലാതെ ശേഖരിച്ച് കൂട്ടിവയ്ക്കേണ്ടത് സമൂഹനന്മയ്ക്ക് അത്യന്താപേക്ഷിതമാണെന്നും ദേവന്മാർക്ക് അത് അവകാശപ്പെട്ടതാണെന്നും അതാണ് യഥാർത്ഥ ത്യാഗവും ശരിയായ വീക്ഷണവും എന്ന് പ്രവചിക്കുന്ന ഒരു ഉപനിഷത്ത് ഇനിയും എഴുതിപ്രചരിപ്പിക്കാവുന്നതേയുള്ളൂ. ശ്രീമതി ലക്ഷ്മീ ഭായിയുടെ ഗ്രന്ഥത്തിൽ വിവരിക്കുന്നപോലെ ശ്രീകോവിലിന്റെ മുൻഭാഗത്തെ മണ്ഡപത്തിൽ നിന്നും പാലൊഴുകിയത്, കാല്ച്ചിലമ്പുകൾ കിലുങ്ങുന്നത്, കാലൊച്ച കേട്ടത്, അരി തിളയ്ക്കുന്നതുപോലെ ക്ഷേത്രകോമ്പൗണ്ടിൽ പാൽതിളച്ചത്, അടഞ്ഞുകിടന്ന ഗർഭഗൃഹത്തിൽ ദിവ്യസർപ്പത്തെ കണ്ടത്, കൊ. വ. 861 ലെ തീ പിടുത്തത്തിൽനിന്നു രക്ഷപ്പെട്ടത്, നരസിംഹമൂർത്തിയുടെ വിഗ്രഹപ്രതിഷ്ഠാവേളയിലുണ്ടായ ഊർജ്ജതീവ്രത, ആ ഊർജ്ജതീവ്രത കൊണ്ടുണ്ടായ തീപിടിത്തം, കൊ. വ. 984 ൽ ഉണ്ടായ കൂട്ടമണിയടിയും ഗർജ്ജനവും, ശീവേലിബിംബത്തിന്റെ പ്രകമ്പനം, അദൃശ്യമായ സിംഹത്തിന്റെ ക്ഷേത്രത്തിനുള്ളിലെ സാന്നിദ്ധ്യം, ഹനുമാന്റെ കൈയിലെ അലിയാത്ത വെണ്ണ, കൈയിൽ ഗദയും തുറിച്ച കണ്ണുമായി ക്ഷേത്രത്തിൽ ബാധിച്ച അഗ്നിയെ അണയ്ക്കുന്ന ഹനുമാൻസ്വാമി തുടങ്ങിയ സംഭവങ്ങളും, ഒരുദിവസം കൊത്തി എടുത്തുകൊണ്ടുപോയ ഒരു സ്വർണ്ണ പാത്രത്തിന് പകരം അടുത്ത ദിവസം തത്തുല്യമായ രണ്ട് സ്വർണ്ണ പാത്രം തിരിച്ചുകൊണ്ടു കൊടുത്ത കാക്കയുടെ കുടുംബചരിത്രം എന്നീ അത്ഭുതങ്ങൾ ഉൾക്കൊള്ളിച്ച് ഒരു ഉപനിഷത്ത് രചിക്കാവുന്നതേയുള്ളൂ.

മഹാവിഷ്ണു തനിക്കില്ലാത്തതോ ആവശ്യമായതോ ആയി യാതൊന്നുമില്ലെന്ന് മനുഷ്യനെ ഗീതയിലൂടെ വേണ്ടവിധം അറിയിച്ചെങ്കിലും ശ്രീപത്മനാഭന് നാം ടൺകണക്കിന് സ്വർണ്ണം, രത്നങ്ങൾ മുതലായവ കൂട്ടിവയ്ക്കുന്നു. അതിന് ശരിയായ കണക്കുവയ്ക്കണമെന്നാവശ്യപ്പെട്ടവനെ ഭഗവാൻ 'മരിപ്പിച്ചു' എന്ന് പ്രചരിപ്പിക്കുന്നു. സ്വാർത്ഥനായ മനുഷ്യജീവി തന്റെ സ്വത്തുക്കളെ സംരക്ഷിക്കാൻ വേണ്ടി എഴുതിയുണ്ടാക്കിയ സിവിൽ പ്രൊസീഡ്യുവർ കോഡിന്റെ പരിധിക്കുള്ളിൽ ശ്രീപത്മനാഭനെ തളച്ചിടാൻ ഒരുകൂട്ടം മനുഷ്യർ ഒരു ട്രസ്റ്റിന്റെ അധികാരികളെ

ന്നനിലയിൽ ശ്രമിക്കുന്നു.

*ഭഗവദ്ഗീത*യിൽ ഉപദേശിച്ചിട്ടുള്ളതു പോലെതന്നെ ആർത്തി ഉപേക്ഷിക്കുന്നതാണ് ധർമ്മം എന്ന് ഭഗവാൻ ശ്രീബുദ്ധൻ ധർമ്മപദത്തിൽ വിശദീകരിച്ചതിന്റെ രത്നച്ചുരുക്കം ഡോ. അംബേദ്കർ ഉദ്ധരിച്ചിട്ടുള്ളതിന്റെ പ്രസക്തഭാഗം താഴെ ചേർക്കുന്നു[4].

> ആരോഗ്യത്തേക്കാൾ നല്ലൊരു വസ്തുവില്ല. സംതൃപ്തിയെക്കാൾ വിലപിടിച്ചതൊന്നുമില്ല. അടങ്ങിയൊതുങ്ങി കഴിയുന്നതോ സാഹചര്യങ്ങൾക്ക് കീഴടങ്ങുന്നതോ അല്ല സംതൃപ്തി. ദരിദ്രർ അനുഗൃഹീതരാണെന്ന് ബുദ്ധൻ പറഞ്ഞിട്ടില്ല. പാവപ്പെട്ടവർ തങ്ങളുടെ സാഹചര്യങ്ങൾ മെച്ചപ്പെടുത്താൻ പരിശ്രമിച്ചുകൂടെന്നും ബുദ്ധൻ പറഞ്ഞിട്ടില്ല. നേരേ മറിച്ച് ധനം സ്വാഗതാർഹമാണെന്നും അന്തമില്ലാത്ത ക്ലേശങ്ങൾ സഹിക്കുന്നതിനു പകരം വീര്യം അഥവാ ഊർജ്ജ്വസ്വലമായ പ്രവർത്തി ആവശ്യമാണെന്നുമാണ് അദ്ദേഹം ഉപദേശിച്ചത്. ഏറ്റവും വിലപ്പെട്ട ധനം സംതൃപ്തിയാണെന്ന് പറഞ്ഞപ്പോൾ അതിരില്ലാത്ത അതിമോഹത്തിന് മനുഷ്യൻ വിധേയനായിക്കൂടാ എന്നാണ് ബുദ്ധൻ അർത്ഥമാക്കിയത്. ധനികൻ ദാനം ചെയ്യാതെ കൂടുതൽ കൂടുതൽ സമ്പാദിക്കുന്ന വിഡ്ഢിത്തം കണ്ടുവരുന്നു. രാജാക്കന്മാർ കടൽ കടന്ന് സാമ്രാജ്യത്തിന്റെ വിസ്തൃതി വർദ്ധിപ്പിക്കാൻ വെമ്പുന്നു. ഒന്നുകൊണ്ടും തൃപ്തരാകാതെ രാജാക്കന്മാരും പ്രജകളും മരിച്ചു മണ്ണടിയുന്നു. ഈ ഭൂമിയിൽ സുഖഭോഗങ്ങൾക്കു വേണ്ടിയുള്ള അത്യാർത്തിക്ക് അവസാനമില്ല. അത്യാർത്തിയെ നിയന്ത്രിക്കേണ്ടത് അത്യാവശ്യമാണ്. അല്ലെങ്കിൽ ലാഭം നേടാനുള്ള കൊതി മോഹത്തിലേക്കു നയിക്കുന്നു. സ്വന്തമാക്കണമെന്ന ആഗ്രഹം കലശലാകുമ്പോൾ ആർത്തി പെരുത്ത് അതിമോഹമാകുന്നു. അതിമോഹത്തിനെതിരെ, ഒടുങ്ങാത്ത ആഗ്രഹത്തിനെതിരെ ജാഗ്രത പുലർത്തണം. അതിമോഹത്തിൽ അഥവാ ദുരാഗ്രഹത്തിൽനിന്നും പല ദുരന്തങ്ങളുമുണ്ടാകുന്നു-വഴക്ക്, ശണ്ഠ, മുറിവ്, കലാപം, ആരോപണങ്ങൾ, കള്ളം, നിഷേധം മുതലായ പലതും. ഇക്കാരണത്താലാണ് ദുർമോഹത്തെയും ആർത്തിയെയും നിയന്ത്രിക്കണമെന്ന് ബുദ്ധൻ കർശനമായി ആവശ്യപ്പെട്ടത്.

ക്രിസ്തുമതവും ധനം സമൂഹത്തിന് ഉതകാത്തവിധം സ്വരൂപിച്ചുവയ്ക്കുന്നതിനെതിരെ ശക്തമായ താക്കീത് നല്കുന്നുണ്ട്. ഒട്ടകത്തെയും സൂചിക്കുഴയെയും ധനികനെയും പരാമർശിക്കുന്ന സുപ്രസിദ്ധമായ ചൊല്ല് ധനദുർമോഹികൾക്കുള്ള കർശനമായ മുന്നറിയിപ്പും താക്കീതുമാണ്. അധാർമ്മികമായി സമ്പാദിക്കുന്ന ധനം എത്രത്തോളം വെറുക്കപ്പെടേണ്ടതാണെന്ന് ചുങ്കക്കാരോടുള്ള സമീപനത്തിൽ ദൈവപുത്രൻ മാനവരാശിക്ക് വെളിപ്പെടുത്തിക്കൊടുക്കുന്നു.

---

4 പേജ്:207, 208 *സമ്പൂർണ്ണ കൃതികൾ* – ഡോ.അംബേദ്കർ.

22

ക്ഷേത്രത്തിലുണ്ടായിട്ടുള്ള അഹിത സംഭവങ്ങൾ

ശ്രീപത്മനാഭസ്വാമി ക്ഷേത്രത്തിന് എത്ര പഴക്കമുണ്ടെന്ന് ഒരു പുസ്തകത്തിലും പ്രതിപാദിച്ചുകാണുന്നില്ല. ഏത് നൂറ്റാണ്ടിലാണ് ക്ഷേത്രം സ്ഥാപിതമായതെന്നുപോലും തീരുമാനിക്കാൻ പറ്റിയ അവിതർക്കിതമായ തെളിവുകൾ ആരും ചൂണ്ടിക്കാണിച്ചിട്ടില്ല. വ്യാസകൃതികളിൽ ചിലപരാമർശങ്ങൾ ഈ ക്ഷേത്രത്തെ സംബന്ധിച്ച് നടത്തിയിട്ടുള്ളതായി പറയുന്നു. ശ്രീപത്മനാഭസ്വാമി ക്ഷേത്രവുമായി ബന്ധപ്പെടുത്തി പറയുന്ന രാജകുടുംബത്തിലെ ഒരു രാജാവാണ് പെരുംചോറ്റുദയൻ എന്ന അപരനാമത്തിൽ അറിഞ്ഞിരുന്ന ഉദയവർമ്മൻ. ഇദ്ദേഹം കുരുക്ഷേത്രയുദ്ധത്തിൽ പങ്കെടുത്ത പോരാളികൾക്ക് ആഹാരം പാകപ്പെടുത്തി വിളമ്പുന്ന ചുമതലയുള്ളവരിൽ ഒരാളായിരുന്നു. അതിനാലാണ് പെരുംചോറ്റുദയൻ എന്ന പേര് ലഭിച്ചത്. കുരുക്ഷേത്രയുദ്ധം ദ്വാപരയുഗത്തിന്റെ അന്ത്യത്തിൽ നടന്നതായി പുരാണേതിഹാസങ്ങളിൽ കാണുന്നതിനാലും ഉദയവർമ്മൻ അതിൽ പങ്കെടുത്തിരുന്നതായി പറയുന്നതിനാലും ശ്രീപത്മനാഭസ്വാമിക്ഷേത്രവും ദ്വാപരയുഗാവസാനകാലത്തു തന്നെ, ഇന്ന് കാണുന്ന രൂപത്തിലല്ലെങ്കിലും ഉണ്ടായിരുന്നതായി വിശ്വസിക്കേണ്ടിയിരിക്കുന്നു. മറ്റു പല പ്രബന്ധങ്ങളിലും ചിരപ്രതിഷ്ഠ നേടിയ പല പുരാണങ്ങളിലും വ്യത്യസ്തങ്ങളായി കാലനിർണ്ണയമുള്ളതിനാലും ഇത് ഒരു ഗവേഷണ വിഷയമായി അവശേഷിക്കുന്നു.

ശ്രീപത്മനാഭസ്വാമിക്ഷേത്ര ഭരണം പ്രതിസന്ധിയിലായി, ക്ഷേത്രോത്സവം മുടങ്ങിയ ഒരു സന്ദർഭം കൊ. വ. 558 മുതൽ 762 വരെ(204 വർഷം) ഉണ്ടായി. ക്ഷേത്രഭരണം എട്ടരയോഗക്കാരും (എട്ടുവീട്ടിൽ പിള്ളമാരും ഒരു നിർണ്ണായക ശക്തി ആയിരുന്നു) രാജാവും ചേർന്നു നടത്തിപ്പോന്നു.

ഇവർ തമ്മിലുള്ള അധികാര മത്സരം രക്തരൂഷിതമായപ്പോഴാണ് ഉത്സവം മുടങ്ങിയത്[1].

കൊ. വ. 848 മുതൽ 852 വരെയുള്ള കാലം (ക്രി. വ. 1673 മുതൽ 1677 വരെ) ശ്രീപത്മനാഭസ്വാമിക്ഷേത്രം അടഞ്ഞുകിടന്ന 1678 ൽ ചിറായി മൂപ്പന്മാരും ആറ്റിങ്ങൽ വലിയറാണിയും ചേർന്ന് ശ്രീകോവിൽ വീണ്ടും തുറന്നുകൊടുത്തു[2].

എട്ടുവർഷങ്ങൾക്കുശേഷം 1686 ൽ (കൊ. വ. 861) ക്ഷേത്രത്തിൽ ഒരു അഗ്നിബാധ ഉണ്ടായി. വിഗ്രഹത്തിന്റെ ഇടത്തെ തൃകൈയിലെ മൂന്ന് വിരലുകളും ഇടത്തെ തൃപ്പാദത്തിലെ വിരലുകളും അഗ്നിബാധയിൽ വികലമായി. മേൽക്കൂര തീപിടിച്ചു നിലംപതിച്ചെങ്കിലും വിഗ്രഹത്തിന് കേടുപാടുകൾ സംഭവിച്ചില്ലെന്നുപറയുന്നു[3]. അമ്പലത്തിന്റെ ഈ ദുഃസ്ഥിതിക്ക് വിരാമമിട്ടത് ക്രി.വ. 1729 ൽ സിംഹാസനാരോഹണം ചെയ്ത ശ്രീവീരമാർത്താണ്ഡവർമ്മയാണ്.

കൊ. വ. 782 (ക്രി. വ. 1607) ലും ശ്രീപത്മനാഭപ്പെരുമാളിന്റെ ബാലാലയത്തിൽ ഒരു തീപിടിത്തമുണ്ടായി. ഇക്കാലത്ത് പല പൊളിച്ചുപണികളും നടക്കുകയായിരുന്നു[4].

ക്രി. വ. 1934 ലും ഒരു തീപിടുത്തം ക്ഷേത്രത്തിലുണ്ടായി. ഇത് മറ്റൊരിടത്ത് വിവരിച്ചിട്ടുണ്ട്. ശ്രീചിത്തിര തിരുനാളിന്റെ സിംഹാസനാരോഹണം കഴിഞ്ഞ് മൂന്ന് വർഷം കഴിഞ്ഞപ്പോൾ സംഭവിച്ചതാണ് ഈ അഗ്നിബാധ. കൊട്ടാരത്തിലും ഒരിക്കൽ തീപിടുത്തമുണ്ടായതായും അതിൽ ധാരാളം വിലപ്പെട്ട ഗ്രന്ഥങ്ങൾ നശിച്ചുപോയതായും രേഖപ്പെടുത്തിയിട്ടുണ്ട്.[5]

ഒരിക്കൽ ശ്രീപത്മനാഭസ്വാമിയുടെ തിരുവിഗ്രഹം തന്നെ ചിതൽ നശിപ്പിച്ചതായും പറയുന്നുണ്ട്. അതിനുശേഷം ശ്രീപത്മനാഭൻ ശയിക്കുന്ന രൂപത്തിലുള്ള വിഗ്രഹം കടുശർക്കരയോഗത്തിൽ പുതിയ 12000 സാളഗ്രാമങ്ങൾ ഉപയോഗിച്ച് വീണ്ടും നിർമ്മിച്ചു. ഈ സാളഗ്രാമങ്ങൾ നേപ്പാളിലെ ഗന്ധകീ നദിയിൽനിന്നും കൊണ്ടുവന്നതാണ്. കൊ. വ. 908 (ക്രി. വ. 1733) ൽ ആണ് ഇത് നിർമ്മിച്ചത്.

ഈ തീപിടുത്തങ്ങളും അനിഷ്ടസംഭവങ്ങളും ഉണ്ടാകുന്നത് സാധാരണ അശ്രദ്ധ തുടങ്ങിയ ഭൗതിക കാരണങ്ങളാലാണെങ്കിലും രാജഭരണകാലത്ത് അവയ്ക്ക് ഒരു ആത്മീയ പരിവേഷം ചാർത്തി അവ ദുർനിമിത്തങ്ങളാണെന്ന് പ്രചരിപ്പിക്കുക ഒരു സൽപ്രവർത്തിയും ഈശ്വരസേവയുമായി കണക്കാക്കിപ്പോരുന്നതായി വിശ്വസിക്കേണ്ടിയിരിക്കുന്നു. ഏതൊരഹിത സംഭവവും ജനങ്ങളെയും ക്ഷേത്രജീവനക്കാരെയും ദേവപ്രശ്നം

---

1 പേജ്.127 *ശ്രീപത്മനാഭസ്വാമിക്ഷേത്രം*

2 പേജ്.508 *ശ്രീപത്മനാഭസ്വാമിക്ഷേത്രം*

3 പേജ്.509 *ശ്രീപത്മനാഭസ്വാമിക്ഷേത്രം*

4 പേജ്.133 *ശ്രീപത്മനാഭസ്വാമിക്ഷേത്രം*

5 പേജ്.231 *തൃപ്പടിദാനം.*

നടത്തി പിഴചുമത്താൻ പോന്ന കാരണങ്ങളായിരുന്നു.

ആപത്തുകളുടെ കാരണഭൂതർ ജനങ്ങളുടെ അനിഷ്ടകരങ്ങളായ പ്രവർത്തികളിൽ കോപിഷ്ഠരായ ദേവന്മാരാണെന്ന ബാലിശമായ വാദം ഉന്നയിക്കുക പതിവാണ്. അഗ്നി അശ്രദ്ധമായി കൈകാര്യം ചെയ്താൽ അഗ്നിബാധയുണ്ടാകും. അധികം ചൂട് അഗ്നിയുടെ ഇന്ധനത്തിന് സമീപമെത്തിയാൽ അഗ്നി ഉണ്ടാകത്തക്കവിധത്തിലാണ് പ്രപഞ്ചസൃഷ്ടികാലത്തുതന്നെ ദൈവം പഞ്ചഭൂതങ്ങളിലൊന്നായ അഗ്നിയെ സൃഷ്ടിച്ചിരിക്കുന്നത്.

അതുപോലെ ചിതൽ ഒരു കീടമാണ്. അതിനെ സൃഷ്ടിച്ചപ്പോഴെ അതിന്റെ ആഹാരത്തിന്റെ കൂട്ടത്തിൽ മരവും ഉൾപ്പെടുത്തി. ചിതൽ തിന്നുന്ന ഇലിപ്പമരം കൊണ്ടാണ് മഹാവിഷ്ണുവിന്റെ വിഗ്രഹം ഉണ്ടാക്കിയിരുന്നത്. അതിനെ ചിതൽ തിന്നുപോയാൽ അത് ആപത്തിന്റെ മുന്നറിയിപ്പാണെന്ന് കാണുന്നതിലെ യുക്തി എന്താണ്?

മറ്റു ക്ഷേത്രങ്ങളിൽ സംഭവിക്കുന്നതുപോലെ ഈ ക്ഷേത്രത്തിലും മോഷണവും പലപ്പോഴും നടന്നിട്ടുള്ളതായി കാണുന്നു. കൊ. വ. 735 ൽ (ക്രി. വ. 1560) ക്ഷേത്രജീവനക്കാർ വെള്ളി മോഷ്ടിക്കുകയും എട്ടരയോഗക്കാരെ അന്വേഷണത്തിന് നിയോഗിച്ചതായും ചരിത്രമുണ്ട്[6].

കൊ. വ. 894 ൽ(ക്രി. വ. 1719) ക്ഷേത്രത്തിൽ മോഷണങ്ങളുടെ ഒരു പരമ്പര തന്നെ നടന്നതായികാണുന്നു. അഭിഷേകത്തിനുപയോഗിച്ചുകൊണ്ടിരുന്ന ഭൂമീദേവിയുടെ വിഗ്രഹം മോഷ്ടിക്കപ്പെട്ടു. ആദിത്യവർമ്മയായിരുന്നു അക്കാലത്ത് ഭരിച്ചിരുന്നത്. കീഴ്വഴക്കമനുസരിച്ച് അദ്ദേഹത്തിന് രണ്ടാനകളും കുറെപണവും പിഴയടയ്ക്കേണ്ടിവന്നു[7].

ചിലർ അവകാശപ്പെടുന്നതുപോലെ സിംഹത്തിന്റെ സാന്നിദ്ധ്യവും നരസിംഹത്തിന്റെ മുരളലും ഹനുമാന്റെ സേവനവുമെല്ലാമുണ്ടായിരുന്നെങ്കിലും മോഷണവും അത്യാഹിതങ്ങളും അനിഷ്ടസംഭവങ്ങളും മറ്റു ക്ഷേത്രങ്ങളിലെപ്പോലെ ഇവിടെയും ബാധിച്ചിരുന്നു.

സർവ്വവ്യാപിയായ ഈശ്വരൻ ഇവിടെയും വ്യാപിച്ചിരിക്കുന്നു, എന്നല്ലാതെ പാലാഴിയുടെ പാൽ തിരയടിച്ചു കയറുന്നതും സമുദ്രത്തിലേക്കു നേരിട്ടുള്ള തുരങ്കവും മറ്റും യുക്തിയുടെയോ സത്യത്തിന്റെയോ ഉരകല്ലിൽ ഉരച്ചാൽ കറകളഞ്ഞ അസത്യമാണെന്ന് തെളിയും.

---

6 പേജ്.123 *ശ്രീപത്മനാഭസ്വാമിക്ഷേത്രം*

7 പേജ്.148 *ശ്രീപത്മനാഭസ്വാമിക്ഷേത്രം*

23

സമർപ്പണ ശേഖരത്തിൽനിന്നും ഒന്നും നഷ്ടമായിട്ടില്ലേ?

ശ്രീപത്മനാഭസ്വാമി ക്ഷേത്രത്തിലെ സ്വർണ്ണശേഖരത്തിന്റെ കണക്കെടുത്ത് സൂക്ഷിക്കണമെന്ന ആവശ്യം അഡ്വ. ടി പി സുന്ദർരാജൻ ഉന്നയിച്ചതു മുതൽ ഇതുമായി പുലബന്ധം പോലുമില്ലാത്ത പലരും സ്വർണ്ണശേഖരത്തിൽനിന്നും ഒരുതരിപോലും നഷ്ടപ്പെട്ടിട്ടില്ലെന്ന് തറപ്പിച്ചു പറയുകയും അതിന് രാജാക്കന്മാരെ വാനോളം പുകഴ്ത്തുകയും ചെയ്യുന്നു. ഈ ധനശേഖരത്തിന്റെ, മുമ്പ് ഉണ്ടായിരുന്ന അളവോ തൂക്കമോ എത്രയെന്നോ ഇപ്പോഴുള്ളതെത്രയെന്നോ വിവരിക്കുന്ന കണക്കുകൾ ഉള്ളതായി ക്ഷേത്രഭരണാധികാരികളോ രാജകുടുംബാംഗങ്ങളോ സമ്മതിച്ചിട്ടില്ല. അങ്ങനെയൊരു കണക്കുണ്ടെങ്കിൽ സുപ്രീംകോടതി സുന്ദർരാജന്റ കേസ് സ്വീകരിക്കുമായിരുന്നില്ല. എങ്കിലും ഒരുതരി സ്വർണ്ണംപോലും നഷ്ടപ്പെട്ടിട്ടില്ലെന്ന് ഉറപ്പിച്ചു പറയുന്നു. മുൻ നീക്കിയിരിപ്പും വരവു-ചെലവും ഇപ്പോഴത്തെ നീക്കിയിരിപ്പും അറിയാതെ തന്നെ ഒരുതരിപോലും നഷ്ടപ്പെട്ടിട്ടില്ലെന്ന് കണ്ടുപിടിച്ച ഗണിതശാസ്ത്ര സൂത്രവാക്യം അതിനൂതനവും അത്ഭുതകരവുമാണ്. അത് വെളിപ്പെടുത്തിയാൽ ഗണിതശാസ്ത്രമേഖലയ്ക്ക് ഒരു മുതൽക്കൂട്ടായിരിക്കും.

ശ്രീപത്മനാഭസ്വാമി ക്ഷേത്രത്തിന്റെ ശ്രീകോവിൽ സ്വർണ്ണം പൂശുന്നതിനും ക്ഷേത്രത്തിലെ ദേവന്മാർക്ക് ആഭരണങ്ങളും സ്വർണ്ണ സിംഹാസനവും മറ്റും ഉണ്ടാക്കാനും ഈ ശേഖരത്തിൽനിന്നും സ്വർണ്ണം ഉപയോഗിച്ചതായി കാണുന്നു. നൂറു സ്വർണ്ണപ്പണിക്കാർ കൊട്ടാരത്തിനോടനുബന്ധിച്ചുള്ള ചെല്ലംവക എന്ന ആഭരണസംഭരണപ്പുരയിലിരുന്ന് കൊട്ടാരത്തിന്റെയും ക്ഷേത്രത്തിന്റെയും ആവശ്യത്തിനായി സ്വർണ്ണപ്പണി ചെയ്തിരുന്നതായി ശ്രീഉത്രാടം തിരുനാൾ *തൃപ്പടിദാന*ത്തിൽ വ്യക്തമാക്കിയിട്ടുണ്ട്. ഒരു പൊതുസ്ഥാപനത്തിന്റെ സ്വർണ്ണശേഖരത്തിൽനിന്നും സ്വർണ്ണമെടുത്ത് ഉപയോഗിക്കുമ്പോൾ എടുത്ത സ്വർണ്ണത്തിന്റെ അള

വെത്ര, ഉപയോഗിച്ചതെത്ര, ബാക്കി എത്ര, എന്ന് രേഖപ്പെടുത്താൻ അധികാരികൾ ബാദ്ധ്യസ്തരാണ്. കൂടാതെ ഇത് ആദരണീയരായ സാക്ഷികളുടെയോ ഭക്തപ്രമാണികളുടെയോ സാന്നിദ്ധ്യത്തിൽ ചെയ്യേണ്ടതുമാണ്. ഈ സാധാരണ കീഴ്‌വഴക്കങ്ങൾ പാലിച്ചിട്ടുണ്ടോ എന്നൊന്നും മനസ്സിലാക്കാതെയാണ് ഒരുതരി സ്വർണ്ണംപോലും എടുത്തിട്ടില്ലെന്ന നിരുപാധിക സാക്ഷ്യപത്രങ്ങൾ നല്കിക്കാണുന്നത്.

ഈ സ്വർണ്ണശേഖരം ഇത്രയും കാലം സൂക്ഷിച്ചു വച്ചിരുന്നതിന് രാജാക്കന്മാരെ പലരും പ്രജാവത്സലരെന്നും മഹാമനസ്കരെന്നും മറ്റും പലവിധത്തിൽ പുകഴ്ത്തുന്നുണ്ട്. എന്നാൽ ചരിത്രസംഭവങ്ങൾ ഇതിനെ പൂർണ്ണമായി ന്യായീകരിക്കുന്ന വിധത്തിലല്ല കാണപ്പെടുന്നത്.

ഒന്നാമതായി ഇത് പ്രജകളുടെ ജീവസന്ധാരണത്തിനുവേണ്ടിയോ കഷ്ടപ്പാടകറ്റാൻവേണ്ടിയോ അഭ്യുന്നതിക്കുവേണ്ടിയോ ചെലവാക്കുവാൻ ത്യാഗമനോഭാവത്തോടുകൂടെ നിസ്വാർത്ഥമായി സൂക്ഷിച്ചുവച്ചിരുന്നതല്ല. ഇത് രാജകുടുംബാംഗങ്ങളുടെ ആത്മസംതൃപ്തിക്കുവേണ്ടി മാത്രമാണെന്നാണ് ശ്രീഉത്രാടം തിരുനാളിന്റെ മതം. അത് അവിടെത്തന്നെ സൂക്ഷിക്കണമെന്നും അതാണ് ആഗ്രഹമെന്നും ശരിയെന്നും അദ്ദേഹം പറഞ്ഞിട്ടുണ്ട്. ഇതു സൂക്ഷിക്കാനുള്ള ചെലവുപോലും പ്രജകൾ വഹിക്കണം. ഈ വ്യവസ്ഥകളോടെ തങ്ങളുടെ മാഹാത്മ്യത്തിനോ ആവശ്യത്തിനോ വേണ്ടി കുറെ ധനം മറ്റുള്ളവരുടെ ചെലവിൽ സൂക്ഷിക്കുന്നവർക്ക് ത്യാഗികളുടെ പരിവേഷം എങ്ങനെ ചാർത്തിക്കൊടുക്കും.

കൊ. വ. 220 (ക്രി. വ. 1045)മുതൽ എട്ടരയോഗം ക്ഷേത്രഭരണം നടത്തിയിരുന്നു. ഇതിൽ അരയോഗംമാത്രമേ രാജാവിനുണ്ടായിരുന്നുള്ളൂ.

ശ്രീമാർത്താണ്ഡവർമ്മയുടെ ഭരണകാലമായ(1729–1758)പതിനെട്ടാം നൂറ്റാണ്ടിന്റെ ആദ്യപകുതിവരെ ക്ഷേത്രഭരണം എട്ടരയോഗത്തിന്റെ നിയന്ത്രണത്തിലായിരുന്നു. എട്ട് യോഗക്കാർ ചേർന്ന് രാജാവിനെതിരെ കർക്കശമായ നിലപാടാണെടുത്തിരുന്നത്. രാജസേവകരുടെയോ ക്ഷേത്രസേവകരുടെയോ തെറ്റുകൾക്കും വീഴ്ചകൾക്കും വൻതുകകൾ രാജാവിൽ നിന്നും യോഗക്കാർ ഗർവ്വക്കെട്ട് എന്ന പേരിൽ പിഴയായി ഈടാക്കിയിരുന്നു. കൊ. വ. 678–ൽ (എ ഡി 1503) രാജാവായിരുന്ന രവിവർമ്മ 15000 പണവും ഒരു വെള്ളിപ്പാത്രവും ഗർവ്വക്കെട്ടായി ക്ഷേത്രത്തിന് സമർപ്പിച്ചിരുന്നു.

രാജാവും എട്ടുവീട്ടിൽ പിള്ളമാരും തമ്മിലുള്ള അധികാരവടംവലി കൊ. വ. 558 മുതൽ 762 വരെ ഉത്സവം മുടങ്ങുന്നതിനും 848 മുതൽ 852 വരെ ക്ഷേത്രം അടച്ചിടുന്നതിലും കലാശിച്ചു. ക്ഷേത്ര സിൽബന്ധികളിൽ ഒരാൾ രാജസേവകരുമായുള്ള കലാപത്തിൽ കൊല്ലപ്പെടുകയും അതിന് രാജാവ് നഷ്ടപരിഹാരം നല്കേണ്ടി വരികയും ചെയ്തു. ഈ പശ്ചാത്തലത്തിലാണ് ക്ഷേത്രത്തിനുള്ളിൽ ആയുധം ഒളിച്ചുകടത്താതിരിക്കാനായി തുന്നിയ വസ്ത്രം ധരിച്ചുകൊണ്ട് ക്ഷേത്രത്തിൽ പ്രവേശിക്കുന്നത് രാജാവ് നിരോധിച്ചത്. എട്ടുവീട്ടിൽ പിള്ളമാരെ വീരമാർത്താണ്ഡവർമ്മ നശിപ്പിക്കുന്നതുവരെ മൂന്നു ശക്തികൾ പരസ്പരം ദ്രോഹി

ക്കാൻ തക്കംപാർത്തിരുന്ന അപകടാവസ്ഥയായിരുന്നു ക്ഷേത്രപരിസരവും ക്ഷേത്രഭരണ കാര്യങ്ങളും. ഈ പരിതഃസ്ഥിതിയിൽ ശ്രീപത്മനാഭസ്വാമി ക്ഷേത്രത്തിൽനിന്നും രാജാക്കന്മാർക്ക് ഒരുതരി സ്വർണ്ണമോ ധനമോ കൊണ്ടുപോകാൻ സാധിക്കുമെന്നു കരുതുന്നത് യുക്തിരാഹിത്യം മാത്രമായിരിക്കും.

മാർത്താണ്ഡവർമ്മയുടെ കാലം യുദ്ധങ്ങളുടെ കാലമായിരുന്നു. കായംകുളം, കാർത്തികപ്പള്ളി തുടങ്ങിയവ സംശക്തക(ചാവേർ)പ്പടകൾ ഉണ്ടായിരുന്ന രാജ്യങ്ങളായിരുന്നു. യുദ്ധത്തിൽ തങ്ങളുടെ രാജാവ് മരിച്ചാലും ഈ പടയാളികൾ അവർ മരിക്കുന്നതുവരെ ശത്രുവിനെ ആക്രമിച്ചുക്കൊണ്ടിരിക്കും.

മാർത്താണ്ഡവർമ്മയ്ക്കുശേഷം കാർത്തിക തിരുനാളിന്റെ കാലവും ഹൈദരാലിയുടെയും ടിപ്പുസുൽത്താന്റെയും ആക്രമണകാലമായിരുന്നു. 1756 ൽ കോഴിക്കോട് സാമൂതിരിയെ പ്രതിരോധിച്ച് പാലക്കാട് രാജാവിനെ സഹായിക്കാനായി വന്ന ഹൈദരാലിയുടെ പട മലബാറിനെ കീഴടക്കുകയും തിരുവിതാംകൂറിനെ വിറപ്പിക്കുകയും ചെയ്തു.

1792 ലെ ടിപ്പുവുമായുണ്ടാക്കിയ ശ്രീരംഗപട്ടണം ഉടമ്പടിയോടുകൂടെ ബ്രിട്ടീഷ് ഈസ്റ്റിന്ത്യാ കമ്പനി നാട്ടുരാജ്യങ്ങളുടെമേൽ കൂടുതൽ അധികാരങ്ങൾ പ്രയോഗിക്കാനും നാട്ടുരാജ്യങ്ങൾക്ക് ബ്രിട്ടീഷ്മേല്ക്കോയ്മ സ്വീകരിക്കേണ്ടതായും കപ്പംകൊടുക്കേണ്ടതായും വന്നു. ഭരണവൈകല്യം ആരോപിച്ചോ ഭരണാധികാരം കൈമാറാൻ പുരുഷന്മാർ ഇല്ലെന്നുള്ള (ഡൽഹൗസിപ്രഭുവിന്റെ ദത്തപഹാരനയം)ന്യായത്തിലോ സൈനികബലമുണ്ടായിരുന്ന ബ്രിട്ടീഷ് ഈസ്റ്റിന്ത്യാകമ്പനിക്ക് എപ്പോൾ വേണമെങ്കിലും തിരുവിതാംകൂറിലെ ഭരണം കൈക്കലാക്കാൻ സാധിക്കുമായിരുന്നു. ഇടയ്ക്കിടെ ദത്തെടുക്കേണ്ട ആവശ്യമുണ്ടായിരുന്ന ഒരു നാട്ടുരാജ്യമായിരുന്നു തിരുവിതാംകൂർ. ഇത്രയും സ്വർണ്ണത്തിന്റെ ഒരു സമാഹാരം ഇവിടെ ഉണ്ടെന്നറിഞ്ഞാൽ ആദ്യം ഭരണം തങ്ങളുടെ കീഴിലാക്കുകയും അവകാശത്തർക്കത്തിന് ആളില്ലാത്ത അവസ്ഥ ഉണ്ടാക്കി ബ്രിട്ടീഷുകാരുടെ സ്വതഃസിദ്ധമായ പ്രവർത്തനരീതിയനുസരിച്ച് സ്വത്തുക്കൾ കൈവശപ്പെടുത്തുകയും ചെയ്യുമായിരുന്നു. സ്വത്തുക്കളുടെ വിവരം അതുപോലെതന്നെ ടിപ്പുവിന്റെ അറിവിൽപ്പെട്ടിരുന്നെങ്കിലും ഇതുതന്നെ സംഭവിക്കുമായിരുന്നു. അവർ ആദ്യം ചെയ്യുന്നത് സ്വത്ത് കൈവശപ്പെടുത്തലാണെങ്കിലും അതോടുകൂടെത്തന്നെ ഉടമസ്ഥരെ വധിക്കുകയോ മതം മാറ്റി സാമന്തരാജാക്കന്മാരാക്കുകയോ ചെയ്യുമായിരുന്നു. 1782 ൽ ഹൈദരാലി മരിച്ചതിനുശേഷം ടിപ്പു മുഴുവൻ സൈനികശക്തിയും മലബാറിൽ കേന്ദ്രീകരിക്കുകയും കൊച്ചിയെ കീഴ്പ്പെടുത്തുകയും ചെയ്തു. മലബാറിൽനിന്നുള്ള അഭയാർത്ഥികളെ വിട്ടുകൊടുക്കുക, തിരുവിതാംകൂറിന്റെ കൈവശമായിരുന്ന നെടുംകോട്ട വിട്ടുകൊടുക്കുക എന്നീ ആവശ്യങ്ങളുമായി 1400 സൈനികരോടുകൂടെ ടിപ്പു കോട്ട ആക്രമിച്ചു. തൽക്കാലം പിന്മാറേണ്ടി വന്നെങ്കിലും തിരുവിതാംകൂർ പിടിച്ചടക്കി ശ്രീപത്മനാഭന്റെ സ്വർണ്ണധ്വജസ്തംഭത്തിൽ കുതിരയെ കെട്ടുമെന്ന വീമ്പുമായി ടിപ്പു സൈ

ന്യബലം വർദ്ധിപ്പിച്ചുകൊണ്ടിരിന്നു.

വീരമാർത്താണ്ഡവർമ്മ കുരുമുളകു മുഴുവൻ സംഭരിച്ച് ഈസ്റ്റിന്ത്യ ക്കമ്പനിക്ക് വില്ക്കാമെന്ന് കരാറുണ്ടാക്കിയിരുന്നെങ്കിലും അത് പാലിച്ചില്ല. കുരുമുളകിന്റെ ഏറിയപങ്കും സിലോണിലേക്ക് പോയിരുന്ന ബോട്ടുകൾക്ക് കൂടിയ വിലയ്ക്ക് വിറ്റിരുന്നു. തിരുവിതാംകൂർ കൊടുക്കേണ്ടിയിരുന്ന ബ്രിട്ടീഷ്സൈനികരുടെ ചെലവും പലപ്പോഴും കുടിശ്ശികയായിരുന്നു. മാർത്താണ്ഡവർമ്മയ്ക്കുശേഷം വന്ന രാജാക്കന്മാരും ഇതിൽനിന്നും വ്യത്യസ്തരായിരുന്നില്ല. അതിനാൽ ബ്രിട്ടീഷുകാർ തിരുവിതാംകൂർ ഭരണാധികാരികളെ വളരെ കർശനമായി നിരീക്ഷിക്കുകയും അതിനുവേണ്ടി ഒരു ബ്രിട്ടീഷ് റസിഡന്റിനെ നിയമിക്കുകയും ചെയ്തു. റസിഡന്റിനെ മദ്രാസ് ഗവർണ്ണറുടെ അധികാരത്തിൻ കീഴിലാക്കി. ഈ പശ്ചാത്തലത്തിൽ ബ്രിട്ടീഷുകാർ അറിയാതെ സ്വർണ്ണശേഖരം സൂക്ഷിച്ചു വയ്ക്കുകയല്ലാതെ അതിന്റെ സാന്നിദ്ധ്യം വെളിപ്പെടുത്തിയാൽ രാജാവ് അധികം താമസിയാതെ അധികാരഭ്രഷ്ടനാവുകയായിരിക്കും ഫലം. ഈ ഗുരുതരമായ പരിതഃസ്ഥിതി പൂർണ്ണമായി ബോദ്ധ്യമുണ്ടായിരുന്ന രാജാക്കന്മാർ ധനശേഖരത്തെക്കുറിച്ച് മൗനംപാലിച്ചു എന്നതേ സത്യമാകാൻ സാദ്ധ്യതയുള്ളൂ. തിരുവിതാംകൂർ രാജാക്കന്മാർ പ്രജകളെ എങ്ങനെയെല്ലാം എത്രത്തോളം ചൂഷണം ചെയ്തിരിക്കുന്നു എന്ന് വിലയിരുത്തിയാൽ ധനശേഖരം കാത്തുസൂക്ഷിച്ചത് സ്വരക്ഷയ്ക്ക് വേണ്ടിമാത്രമാണെന്ന് ബോദ്ധ്യമാകും.

കുരുമുളക് വളരെ കുറഞ്ഞ വിലയ്ക്ക് കുത്തക സംഭരണം നടത്തി കർഷകർക്ക് വർഷങ്ങൾക്കുശേഷം വില കൊടുക്കുക, വിലയ്ക്കുപകരം ഇറക്കുമതി ചെയ്ത പുകയില കൊടുക്കുക, നെൽകൃഷിക്കാരിൽനിന്നു അന്യായമായ നിരക്കിൽ നികുതി പിരിക്കുക, പുതുവൽ പുരയിടങ്ങൾ വളരെ വിലകൂട്ടി കർഷകർക്ക് വില്ക്കുക, സ്ഥാനമാനങ്ങൾ വില്ക്കുക തുടങ്ങിയ മാർഗ്ഗങ്ങളിൽ ധനശേഖരണം നടത്തിയ രാജാക്കന്മാർ ത്യാഗബുദ്ധിയോടും മഹാമനസ്കതയോടും കൂടെ ഭാവി പ്രജകൾക്ക്, അവർക്കൊരു സന്തുഷ്ടജീവിതം പ്രദാനംചെയ്യാൻവേണ്ടി ധനശേഖരം സൂക്ഷിച്ചു വച്ചതാണെന്ന് കരുതുന്നത് യുക്തിഹീനവും സർവ്വാബദ്ധവുമാണ്. രാജാക്കന്മാർ ചെയ്യുന്നതെന്തായാലും അത് പുകഴ്ത്തി പാടണമെന്ന് ഒരു അലിഖിത നിയമം ഇപ്പോഴും നിലനില്ക്കുന്നുണ്ടല്ലോ? എനിക്ക് ഇലകളും (തുളസിയില) പുഷ്പങ്ങളും ഫലങ്ങളും ജലവും മാത്രം മതിയെന്ന് പറയുന്ന പരബ്രഹ്മത്തിന് വേണ്ടിയാണ് രാജാവ് ഈ ഭഗീരഥപ്രയത്നം ചെയ്ത് ധനശേഖരം സൂക്ഷിക്കുന്നതെന്ന വാദം ലക്ഷ്യബോധമില്ലാത്തതും അർത്ഥശൂന്യവുമാണ്.

വാക്കുകൾക്ക് വിലയുണ്ടെന്ന് ധരിക്കുന്നവർ ധനശേഖരത്തിൽ നിന്നൊന്നും നഷ്ടപ്പെട്ടിട്ടില്ലെന്ന് വാദിക്കുമെന്ന് തോന്നുന്നില്ല. ഒരുതരി പോലും നഷ്ടപ്പെട്ടില്ലെങ്കിൽ പോലും ആ ധനശേഖരം മനുഷ്യോപയോഗപ്രദമല്ല. ഭൂതംകാത്ത നിധി പോലെ തന്നെ കാക്കാനുള്ള ചെലവ് പൊതു ഖജനാവ് വഹിക്കേണ്ടിവരുമെന്നു മാത്രം.

24

ധനശേഖരത്തിന്റെ സ്രോതസ്സുകളും അവകാശികളും

1. 1740 മുതൽ 1860 – വരെ കുരുമുളക്, ഏലം തുടങ്ങിയ കാർഷികോല്പന്നങ്ങൾ കർഷകരിൽനിന്നും കുത്തക സംഭരണം നടത്തി വിറ്റെടുത്ത നിയമവിരുദ്ധമായ ലാഭം. അതിനുശേഷം അവയിൽ ചുമത്തിയിരുന്ന ഭാരിച്ച ചുങ്കം.
2. കൈത്തറിനൂലുണ്ടാക്കുന്നതിനുള്ള പഞ്ഞി ഇറക്കുമതിയിൽ ചുമത്തിയിരുന്ന ചുങ്കം.
3. ഉപ്പ്, പുകയില തുടങ്ങിയവ ജനങ്ങൾക്കു അമിത വിലയ്ക്കു വിറ്റ ലാഭം.
4. അരി, നെല്ല് തുടങ്ങിയവയ്ക്ക് കയറ്റുമതി ചുങ്കം.
5. ആഭരണം ധരിക്കുക, തൊഴിൽ, തുടങ്ങി വിവാഹം, മരണം തുടങ്ങിയവയുടെ പാരമ്പര്യാചാരങ്ങൾക്കുപോലും ചുമത്തിയിരുന്ന നികുതി.
6. കാർഷിക ഭൂമികളിൽ ഏർപ്പെടുത്തിയ വിവിധതരം നികുതികൾ.
7. 1858 ൽ 2 ലക്ഷം ഏക്കർ ഭൂമി പതിച്ചു നല്കി സമാഹരിച്ച ഒന്നര ക്കോടി രൂപ.
8. പുതുവൽ നിലങ്ങൾ, തൈവയ്പ് പുരയിടങ്ങൾ തുടങ്ങിയവയ്ക്കു ഈടാക്കിയിരുന്ന നികുതി.
9. കർഷകരുടെ സ്ഥലത്തുനിന്നാലും സർക്കാറിന്റേതാണെന്ന് കല്പനയുള്ള കരുംതാളി, ഈട്ടി, തേക്ക് മുതലായവയുടെ വിറ്റുവരവ്.
10. നാണയം, മുദ്രപ്പത്രം എന്നിവ ഉണ്ടാക്കി വിതരണം ചെയ്യുന്നതിലെ വരവ്.
11. സ്ഥാനമാനങ്ങൾ കൊടുത്ത് വാങ്ങുന്ന പ്രതിഫലം.
12. അവകാശികളില്ലാതെ മരിക്കുന്നവരുടെ സ്വത്തുക്കൾ ലേലം ചെയ്തുകിട്ടുന്ന വരവ്.
13. വനവിഭവങ്ങളിൽനിന്നുള്ള വരവ്.

14. കൊച്ചിരാജാവ് നല്കിയ ഒന്നരലക്ഷം രൂപ.
15. 1847 ൽ സർക്കാറിന് 15000 അടിമകൾ ഉണ്ടായിരുന്നു. (രാജാക്കന്മാരും ഇടപ്രഭുക്കളും ഉണ്ടായതുമുതൽ അടിമവ്യവസ്ഥയും ഉണ്ടായി എന്നു തന്നെ കരുതണം) ഈ അടിമകൾക്ക് കൂലിയില്ലാത്തതിനാൽ അതു സർക്കാറിന്റെ പരോക്ഷ വരുമാനമാണ്. അടിമകളെ സർക്കാർ വാടകയ്ക്ക് കൊടുത്തിരുന്നു. ആ വാടകയിനത്തിലും സർക്കാറിന് വരവുണ്ടായിരുന്നു. ഇടപ്രഭുക്കന്മാർക്ക് ഇക്കാലത്ത് ഒരുലക്ഷത്തിപതിനയ്യായിരം അടിമകൾ ഉണ്ടായിരുന്നു.[1]
16. അടിമകളുടെ വില്പനയിൽ നികുതി ഈടാക്കിയിരുന്നു.

ഈ വരവുകൾ സർക്കാറിന്റെതാണെങ്കിലും ഇടയ്ക്കിടെ സർക്കാർ ഖജനാവിൽനിന്നും കൊട്ടാരം ഖജനാവിലേക്ക് മാറ്റിയിരുന്നു. അവിടെ നിന്നും രാജാക്കന്മാർ ശ്രീപത്മനാഭന് സമർപ്പിക്കുക പതിവായിരുന്നു. അങ്ങനെ ശ്രീസ്വാതിതിരുനാൾ പണമായി 30 ലക്ഷം രൂപ സമർപ്പിച്ച ഒരു സന്ദർഭം മുൻ പേജുകളിൽ എടുത്തുപറഞ്ഞിട്ടുണ്ട്.

എല്ലാ രാജാക്കന്മാരും ശ്രീപത്മനാഭന് പണച്ചെലവുള്ള പല മത കർമ്മങ്ങളും അന്തഃകരണപ്രേരിതമായി ചെയ്തിരുന്നു. സർ. ടി മാധവ റാവുതന്നെ തിരുവിതാംകൂറിനെ ഇന്ത്യയിലെ ഏറ്റവുമധികം പുരോഹിത മേധാവിത്തമുള്ള രാജ്യമെന്ന് വിശേഷിപ്പിച്ചിട്ടുണ്ട്[2.]

അവകാശികൾ (അന്യായ ധനശേഖരണത്താൽ കഷ്ടപ്പെട്ടവർ)

അടിമകൾ: അടിമവർഗ്ഗം എന്നതുകൊണ്ട് മുഖ്യമായും പുലയർ, പറയർ, കുറവർ എന്നിവരെയാണ് വിവക്ഷിക്കുന്നത്[3]. പുലയരായിരുന്നു ഇവരിൽ ഏറ്റവും വലിയ വിഭാഗം. 1847 ൽ അടിമകളുടെ അവസ്ഥ ശോചനീയമായിരുന്നു. പുരുഷന്മാർ കീറിപ്പറിഞ്ഞ വസ്ത്രം ധരിച്ചിരുന്നു. രോഗങ്ങളിൽനിന്ന് കഷ്ടതകൾ സഹിച്ചിരുന്നു. അവർക്ക് വൃത്തിഹീനമായ കുടിലുകളിൽ കഴിയുന്നതിനാലും അടിമ ജോലിയായതിനാലും രാത്രി ഉറക്കവും പകൽ വിശ്രമവും ഇല്ലാത്തവരായിരുന്നു. പ്രായമേറിയവർ മരിക്കുന്നതുവരെ നിസ്സഹായരായി കിടന്നു. കുട്ടികൾ ഭക്ഷണമില്ലായ്മ, ചൊറി, അതിസാരം എന്നിവകൊണ്ട് കഷ്ടപ്പെട്ടു. മുതിർന്നവർ ഭൂരിഭാഗവും പനി, തലവേദന, തുള്ളൽപ്പനി, അതിസാരം ഇവകൊണ്ട് കഷ്ടപ്പെട്ടിരുന്നു. സർക്കാർ, അടിമകൾക്ക് ഒരു നേരത്തെ ഭക്ഷണം കൊടുത്തിരുന്നു. വാടകയ്ക്ക് കൊടുക്കുമ്പോൾ ആഹാരം, വാടകയ്ക്കെടുക്കുന്നവർ കൊടുക്കണമായിരുന്നു. അനുസരണക്കേട് കാണിക്കുന്ന അടിമകളെ പ്രഹരിക്കാനും ശിക്ഷാഭയമില്ലാതെ കൊല്ലാനും അധികാരമുണ്ടായിരുന്നു. എല്ലാ അടിമകളെയും നിയമപരമായി വില്ക്കാമായി രുന്നു. എല്ലാ ചന്തദിവസവും കുട്ടികൾ ആറുമുതൽ പതിനെട്ടുവരെ രൂപയ്ക്ക്

---

1 പേജ്: 48, 14 *നായർ മേധാവിത്വത്തിന്റെ പതനം.*

2 പേജ് :103 പേജ്: 48, 14 *നായർ മേധാവിത്വത്തിന്റെ പതനം.*

3 പേജ് 47 *നായർ മേധാവിത്വത്തിന്റെ പതനം.*

വില്ക്കപ്പെട്ടിരുന്നു. രാജകുടുംബത്തിന്റെ കണ്ടുകൃഷിഭൂമി കൃഷി ചെയ്തിരുന്നതിന് അടിമകളെ ഉപയോഗിച്ചിരുന്നു. 1847 ൽ അടിമകൾക്ക് കൂടുതൽ അവകാശങ്ങൾ വേണമെന്ന് മിഷനറിമാർ ആവശ്യപ്പെട്ടെങ്കിലും രാജാവ് നിരസിക്കുകയാണുണ്ടായത്. നാട്ടുപ്രമാണിമാരായ ജന്മിമാരുടെ അടിമകളുടെ സ്ഥിതി ഇതിലും ശോചനീയമായിരുന്നു. 1855 ൽ അടിമവ്യവസ്ഥ നിർത്തലാക്കി. എങ്കിലും സ്വാതന്ത്ര്യാനന്തരം പരാശ്രയം കൂടാതെ ജീവിക്കാനുള്ള ഒരു നടപടിയും സർക്കാർ സ്വീകരിച്ചില്ല. അതിനാൽ തുടർന്ന് ഏറക്കുറെ അടിമജീവിതം തന്നെ നയിക്കേണ്ടിവന്നു. പത്തൊമ്പതാംനൂറ്റാണ്ടിലെ സാമൂഹിക സാമ്പത്തിക പുരോഗതി മുൻ അടിമകളെ ബാധിച്ചേയില്ല. 1918 ൽ പുലയർ മിക്കവാറും അടിമകളായി തന്നെ കഴിയുന്നുവെന്ന് രേഖപ്പെടുത്തിയിട്ടുണ്ട്[4]. നൂറ്റാണ്ടുകളായി അടിമകളായി കഴിഞ്ഞവർക്ക് വിദ്യാഭ്യാസപരമോ ധനപരമോ ആയ പുരോഗതി തടയപ്പെട്ടു. വിദ്യാഭ്യാസ സ്ഥാപനങ്ങളിൽ അവരുടെ കുട്ടികൾ പ്രവേശിക്കുന്നത് സവർണ്ണർ ശക്തിപൂർവ്വം എതിർത്തു. തൊഴിൽരാഹിത്യം അവർക്ക് മറ്റൊരു ജന്മിയെ പ്രാപിക്കാതെ കഴിയില്ലെന്ന സ്ഥിതിയിലാക്കി. 1865 ൽ സർ. ടി മാധവരായർ സർക്കാർ ഭൂമി ഏക്കറിന് ശരാശരി 75 രൂപ നിരക്കിൽ പതിച്ചു നല്കിയപ്പോൾ അടിമകളായിരുന്നവർക്ക് ഒരു തുണ്ടു ഭൂമി പോലും സ്വന്തമാക്കാനുള്ള ശേഷി ഇല്ലാതാക്കി. സ്വാതന്ത്ര്യലബ്ധിക്കുശേഷം കമ്യൂണിസ്റ്റ് സർക്കാർ അധികാരത്തിൽ വന്ന് അടകുടിക്കാർക്ക് 10 സെന്റ് ഭൂമിയുടെ അവകാശം പതിച്ചു നല്കിയ ശേഷമാണ് അടിമകളുടെ പിൻഗാമികളെങ്കിലും കിടപ്പാടത്തിന്റെ ഉടമകളായത്. അടിമവ്യവസ്ഥിതിയുടെ അവശിഷ്ടങ്ങളും ദുഷ്ഫലങ്ങളും ക്ഷേത്രപ്രവേശന വിളംബരം വരെ ഒളിഞ്ഞും തെളിഞ്ഞും നിലനിന്നിരുന്നു.

അടിമകളുടെ പ്രയത്നത്തിന്റെ ഫലം മുഴുവൻ സർക്കാർ ഖജനാവിന്റെ മുതൽക്കൂട്ടായിരുന്നു.

അതുപോലെ കർഷകരായിരുന്നു ചൂഷണം ചെയ്യപ്പെട്ടവരുടെ ശ്രേണിയിൽ അടുത്തതായി വരുന്നത്. കാർഷികോല്പന്നങ്ങളുടെ കുത്തകസംഭരണം കാർഷികവൃത്തി നഷ്ടത്തിലാക്കുന്ന നിരക്കിലുള്ള നികുതി തുടങ്ങിയവ മുന്നദ്ധ്യായങ്ങളിൽ വിവരിച്ചിട്ടുണ്ട്. പ്രതിഫലം കൂടാതെ തൊഴിൽ ചെയ്യാൻ അടിമകളെ നിർബാധം ലഭിക്കുമെന്നതിനാലാണ് കാർഷികവൃത്തിയും നിലനിന്നത്. കാർഷികവൃത്തിയിൽ ജന്മിമാർക്ക് കരുത്ത് പകർന്നിരുന്നതും അടിമകൾ തന്നെയായിരുന്നു. സ്വന്തം ചെലവിനുമാത്രം നെല്ലും നാളികേരവും സ്വയം കൃഷിചെയ്ത് ഉപജീവനം നടത്തിയിരുന്നവരെയും നികുതിയിൽനിന്ന് ഒഴിവാക്കിയിരുന്നില്ല. കാർഷികോല്പന്നങ്ങളുടെ കുത്തക സംഭരണത്തിൻമേലുള്ള ലാഭവും നികുതിയും സർക്കാറിന്റെ വരവുകളിൽ മുഖ്യമായിരുന്നു. ഇത് ഭീമമായിരുന്ന ഒരു തുകതന്നെ ഖജനാവിലെത്തിച്ചു.

---

4. പേജ് 85 *നായർ മേധാവിത്വത്തിന്റെ പതനം.*

കാർഷികമേഖല ഒഴികെ, 1865 വരെ 105 തരം നികുതികൾ, പ്രധാനമായും തൊഴിലുകൾക്ക്, ചുമത്തിയിരുന്നു. തൊഴിലുകൾ, ജാതി അടിസ്ഥാനത്തിലായിരുന്നതിനാലും എല്ലാത്തരം തൊഴിലിനും നികുതി ചുമത്തിയിരുന്നതിനാലും എല്ലാ തൊഴിലാളികളും നികുതിദായകരായിരുന്നു. ഒമ്പതാം അദ്ധ്യായത്തിൽ ഇത് വിവരച്ചിട്ടുണ്ട്.

ആഭരണമണിയാനുള്ള മേനിപ്പൊന്ന് പുരയിടത്തിനുള്ള കടമവരി, വധുവിനെ ലഭിക്കുന്നതിനുള്ള കാണപ്പണം തുടങ്ങിയവ എല്ലാജാതിക്കാർക്കും ബാധകമാണ്. തട്ടാരപ്പണം സ്വർണ്ണപ്പണിക്കാർക്കും വണ്ണാറപ്പാറ അലക്കുക്കാർക്കും മാത്രം ബാധകമായിരുന്നു. എന്നാൽ ഈഴവർക്കാണ് ഏറ്റവും കൂടുതൽ തൊഴിൽകരം കൊടുക്കേണ്ടിവന്നത്. തളക്കാണം (ഏണിക്കാണം) പനച്ചാട്ടം, പനത്തീരുവ, തറിക്കടം തുടങ്ങിയ കരങ്ങളും കൂടാതെ ലൈസൻസുകളും ബാധകമായിരുന്നു. ഈ തുകകളെല്ലാം സർക്കാർ ഖജനാവിന്റെ മുതൽക്കൂട്ടായിരുന്നു.

ഇപ്രകാരം ജനങ്ങളെ ചൂഷണം ചെയ്തെടുത്ത തുകകൾ പൊതുഖജനാവിലെത്തി. അവിടെനിന്നും കൊട്ടാരം ഖജനാവിലേക്ക് മാറ്റപ്പെട്ടു. ഈ തുകയാണ് രാജാക്കന്മാർ പലപ്പോഴായി ശ്രീപത്മനാഭന് നേർച്ചകൾ നടത്തിയതും സ്വർണ്ണക്കട്ടികളും ആഭരണങ്ങളുമാക്കി നടയ്ക്കുവച്ചതും. പ്ലിനിയുടെ കാലത്ത് റോമാസാമാജ്ര്യത്തിൽനിന്നും മുസിരിസ്സി(കൊടുങ്ങല്ലൂർ) ൽ എത്തിയതും മേല്പറഞ്ഞ വരവുകളുമാണ് ഇന്നുകാണുന്ന നിധി എന്നുതന്നെകരുതാം. ഇക്കാരണത്താലാണ് ശ്രീ ഉത്രാടംതിരുനാൾ *തൃപ്പടിദാന*ത്തിൽ ശ്രീപത്മനാഭന് രാജാക്കന്മാർ കൊടുത്ത സ്വർണ്ണത്തിന്റെയും പണത്തിന്റെയും സ്രോതസ്സ് വെളിപ്പെടുത്താതിരുന്നത്.

ധാരാളം ധനം പൊതുഖജനാവിലുള്ളപ്പോഴും താണജാതിക്കാർക്ക് പഠിക്കുന്നതിന് വിദ്യാലയങ്ങളോ തൊഴിൽസാദ്ധ്യതകളുള്ള പദ്ധതികളുണ്ടാക്കുകയോ അവയെ പ്രോത്സാഹിപ്പിക്കുകയോ ചെയ്തില്ല. രാജാരവിവർമ്മയുടെ ലിത്തോപ്രസ്സ് സ്ഥാപിക്കാനുള്ള ധനസഹായാഭ്യർത്ഥന നിരസിച്ചത് ഇതിനുദാഹരണമാണ്. അടിമവ്യവസ്ഥിതിയുടെ നിർത്തലാക്കലും ക്ഷേത്രപ്രവേശനാനുവാദവുമൊന്നും അധഃകൃതരുടെ ഭാഗധേയത്തിൽ ഒരു മാറ്റവും വരുത്തിയില്ല. കാർഷികവൃത്തി അഭിവൃദ്ധിപ്പെടുത്തുന്നതിന് റോഡുകൾ അത്യാവശ്യമാണ്. ട്രങ്ക്റോഡുപണിക്ക് ആവശ്യമായ ധനം റസിഡന്റ് കല്ലൻ ആവശ്യപ്പെട്ടിട്ടും സ്വാതിതിരുനാൾ നിരസിച്ചതായി രേഖകളിൽ കാണുന്നു. മുറജപത്തിന് ധാരാളം ആളു വേണമെന്നായിരുന്നു കാരണം പറഞ്ഞത്. പ്രതിവർഷം 4 ലക്ഷം രൂപ സംസ്ഥാനത്തിനു ചെലവു വരുന്ന 42 ഊട്ടുപുരകൾ ബ്രാഹ്മണർക്കു വേണ്ടി 1892 ൽ നടത്തിയിരുന്നു.[5]

അതേ അവസരത്തിൽ തുലാപുരുഷദാനത്തിനും അന്നദാനത്തിനും മുറജപത്തിനും മറ്റും ധനം ദുർവ്യയം ചെയ്യുന്നതിൽ യാതൊരു ലോഭവും ഒരു രാജാവും കാണിച്ചില്ല. വേഷ്ടി, തോർത്ത്, കിടക്ക, തലയണ,

---

5. പേജ് 141 *നായർ മേധാവിത്വത്തിന്റെ പതനം*

വിരിപ്പ് എന്നിവ 22,000 വീതം ഒരു മുറജപത്തിന് വേണ്ടി വരും. കൂടാതെ വേദങ്ങൾ ചൊല്ലാൻ വരുന്ന വേദാന്തികൾക്ക് 60 ദിവസത്തോളം സദ്യയും താമസസൗകര്യവും കൊടുക്കണം. ധാരാളം ദക്ഷിണകളും കൊടുത്തിരുന്നു.

രാജഭരണകാലത്ത് നായന്മാർ സൗഖ്യമായി ജീവിച്ചിരുന്നതായി തോന്നാം. മാർത്താണ്ഡവർമ്മയുടെ കാലത്ത് വേണാട് വിപുലീകരിച്ച് തിരുവിതാംകൂർ ആക്കിയ യുദ്ധങ്ങളിൽ മരിച്ച നായന്മാരുടെ എണ്ണം ആരും തിട്ടപ്പെടുത്തിയിരുന്നില്ല. നായർ തറവാടുകളിൽ ജനിച്ച കുട്ടികളിൽ ഭൂരിഭാഗവും പിതാവ് മരിച്ചശേഷം ജനിച്ചവരാണ്. അദ്ധ്വാന ശേഷിയുള്ള യുവാക്കൾ മരിച്ചശേഷം അവരുടെ മക്കൾ വളർന്ന് കെട്ടിപ്പടുക്കേണ്ടി വന്ന കുടുംബങ്ങളാണ് നായന്മാരിൽ ബഹുഭൂരിപക്ഷത്തിന്റേയും.

ഈ സാഹചര്യത്തിൽ ശ്രീപത്മനാഭസ്വാമി ക്ഷേത്രത്തിലെ ധനശേഖരം പൊതുജന നന്മയ്ക്കായി ചെലവാക്കണമെന്ന് ആവശ്യപ്പെടാൻ ആ ധനശേഖരം സ്വരൂപിച്ചെടുക്കുവാൻ ജീവിതം ഹോമിച്ചവരുടെ പിൻഗാമികൾക്ക് അവകാശവും അർഹതയും ഉണ്ട്.

അടിമകളായി ജീവിച്ചിരുന്നവരുടെ പിൻഗാമികളിൽ 21 ാം നൂറ്റാണ്ടായിട്ടും വിദ്യാഭ്യാസപരമായോ ധനപരമായോ ബഹുഭൂരിപക്ഷവും മറ്റു ജാതികളെ അപേക്ഷിച്ച് പിന്നോക്കം തന്നെയാണ്. അവരിൽ ബിരുദധാരികൾ, വികലാംഗരായ ബിരുദധാരികൾ പോലും, തൊഴിലില്ലാതെ അലയുന്ന സ്ഥിതിയാണിവിടെയുള്ളത്. അവർക്കുവേണ്ടി അർഹമായ ഒരു തുക ഉപയോഗിക്കുവാനുള്ള സത്വര നടപടി എടുക്കേണ്ടത് കർത്തവ്യബോധമുള്ള ഒരു സർക്കാറിന്റെ ചുമതലയാണ്.

ഗ്രന്ഥസൂചി

1. ഡോ. അംബേദ്കർ, *ബുദ്ധനും ബുദ്ധധർമ്മവും*, (ഡോ.അംബേദ്കർ ഫൗണ്ടേഷൻ) കേരള ഭാഷാ ഇൻസ്റ്റിറ്റ്യൂട്ട്, തിരുവനന്തപുരം, നവംബർ 2000.
2. അശ്വതിതിരുനാൾ ഗൗരി ലക്ഷ്മീഭായി, *ശ്രീപത്മനാഭസ്വാമിക്ഷേത്രം*, കേരള ഭാഷാ ഇൻസ്റ്റിറ്റ്യൂട്ട്, തിരുവനന്തപുരം, 2012.
3. ഉമാമഹേശ്വരി, എസ്, *തൃപ്പടിദാനം രാജസ്മരണകൾ*, മാതൃഭൂമി പ്രിന്റിങ് ആൻഡ് പബ്ലിഷിങ് ലിമിറ്റഡ് കോഴിക്കോട് 2012.
4. നാലപ്പാട്ട് ബാലാമണിയമ്മ, *ഭഗവദ്ഗീത* (പരിഭാഷ) (ശ്രീമദ് ഭക്തി വേദാന്തസ്വാമി പ്രഭുപാദർ), ഭക്തിവേദാന്ത ബുക്ക് ട്രസ്റ്റ്, തിരുവനന്തപുരം 1996.
5. കിളിമാനൂർ ചന്ദ്രൻ, *രാജാരവിവർമ്മയും ചിത്രകലയും*, സാംസ്കാരിക പ്രസിദ്ധീകരണ വകുപ്പ്, തിരുവനന്തപുരം, 1999.
6. പട്ടം ജി രാമചന്ദ്രൻ നായർ, *30 ദേശീയ നേതാക്കൾ സാംസ്കാരിക നായകന്മാർ*, പ്രഭാത് ബുക്ക് ഹൗസ്, തിരുവനന്തപുരം 2010.
7. പറവൂർ കെ ഗോപാലപിള്ള, *പരമഭട്ടാര ശ്രീചട്ടമ്പിസ്വാമി തിരുവടികൾ ജീവചരിത്രം*, കറന്റ് ബുക്സ് തൃശ്ശൂർ, 2010.
8. മലയിൻകീഴ് ഗോപാലകൃഷ്ണൻ, *കേരളപ്പഴമ*, മാതൃഭൂമി, തിരുവനന്തപുരം.
9. ദിവാൻ ജാർമണിദാസ്, *മഹാരാജ*, ഹിൻഡ് പോക്കറ്റ് ബുക്സ് (പ്രൈ) ലിമിറ്റഡ്, ഡൽഹി, 1970.
10. ഡോ.റോബിൻ ജെഫ്രി, *നായർ മേധാവിത്വത്തിന്റെ പതനം*, ഡി സി ബുക്സ്, കോട്ടയം.1979.
11. സി വി സുരേഷ്, *നെയ്യാറ്റിൻകരയുടെ സാംസ്കാരിക ചരിത്രം*, പൂഴിക്കുന്ന് 2012.

12. എം ആർ നായർ, *സഞ്ജയൻ,* മാതൃഭൂമി പ്രിന്റിങ്, കോഴിക്കോട്, 1974.
13. പി ശങ്കുണ്ണി മേനോൻ, *തിരുവിതാംകൂർ ചരിത്രം,* (തർജ്ജിമ, ഡോ. സി കെ കരിം) കേരള ഭാഷാ ഇൻസ്റ്റിറ്റ്യൂട്ട്, തിരുവനന്തപുരം, 2012.
14. പ്രൊഫ: എൻ കെ ശേഷൻ, *നവകേരളശില്പികൾ*–പരമ്പര– മഹാകവി ഉള്ളൂർ, കേരള ഹിസ്റ്ററി അസോസിയേഷൻ 1982.
15. പ്രൊഫ. ചെറുകുന്നം പുരുഷോത്തമൻ, *പൂന്താനവും ഭക്തിപ്രസ്ഥാനവും* കേരള ഭാഷാ ഇൻസ്റ്റിറ്റ്യൂട്ട്, തിരുവനന്തപുരം, നവംബർ 1992.
16. പ്രൊഫ: എ ശ്രീധരമേനോൻ, *കേരളചരിത്രം* ഡി സി ബുക്സ്, കോട്ടയം 2007.
17. സദസ്യതിലകൻ, ടി കെ വേലുപ്പിള്ള ബി എ, ബി എൽ, *ട്രാവൻകൂർ സ്റ്റേറ്റ് മാനുവൽ,* വാല്യം 2 തിരുവിതാംകൂർ സർക്കാർ, തിരുവനന്തപുരം, 1940.
18. വില്യം ലോഗൻ, *മലബാർ മാനുവൽ,* (വിവർത്തനം, ടി വി കൃഷ്ണൻ) മാതൃഭൂമി, എം എം പ്രസ്സ്, കോഴിക്കോട്, 2012.
19. മോഹൻദാസ് കരംചന്ദ്ഗാന്ധി, *എന്റെ സത്യാന്വേഷണ പരീക്ഷണങ്ങൾ,* ജിതേന്ദ്ര ദേശായി, അഹമ്മദാബാദ്, 1927.
20. സ്വദേശാഭിമാനി കെ രാമകൃഷ്ണപിള്ള, *എന്റെ നാടുകടത്തൽ,* പബ്ലിക് റിലേഷൻസ് വകുപ്പ്, കേരളസർക്കാർ, തിരുവനന്തപുരം, സെപ്തംബർ 2009.
21. സംസ്ഥാന പുരാരേഖ വകുപ്പ്, കേരള സർക്കാർ, 2005.

www.ingramcontent.com/pod-product-compliance
Lightning Source LLC
LaVergne TN
LVHW100842051026
849519LV00006B/2399
* 9 7 8 9 3 8 3 9 0 3 6 9 6 *